ઇપ્સા

ભાગ-૧

હરપાલ વાળા

આ પુસ્તકનું નામોની વિકલ્પીક સૂચિમાંથી "ઇપ્સા" નામ સજેસ્ટ કરનાર મિત્રનો આભાર. સંશોધન કરનારા રિસર્ચર, વિજ્ઞાનીકો અને વિચારકો,દાર્શનિકોને સમર્પિત.

સામગ્રી

1

રાજીવની ચિત્રા સાથે મુલાકાત

રાજીવ ખૂબ જ સમૃદ્ધ ઉદ્યોગપતિના ઘરમાં જન્મેલો ધનાઢ્ય વ્યક્તિ છે. રાજીવની ઉંમર ૨૭ વર્ષ છે. રાજીવ ખૂબ જ ભણવામાં હોશિયાર વિદ્યાર્થી રહેલ છે. તેને બાયોલોજી અને ક્વોન્ટમ ફિઝિક્સ બંને વિષયમાં ગ્રેજ્યુએશન અને પોસ્ટ ગ્રેજ્યુએશન પૂર્ણ કર્યા બાદ બાયોફિઝિક્સ વિષયમાં પી.એચ.ડી, વિશ્વની પ્રસિદ્ધ યુનીવર્સીટી એમઆઇટી, યુએસએ માથી પૂર્ણ કર્યું છે અને હાલ જ ભારત પાછો ફર્યો છે.

આજ તારીખ 20 ફેબ્રુઆરી 2017 છે. રાજીવ બાયોલોજીકલ અને ક્વોન્ટમ ફિઝિક્સ પર લેક્ચર આપવા માટે FRTIS નામની ઇન્સ્ટિટ્યૂટમાં ના એક વર્કશોપમાં જઈ રહ્યો છે. મોડો પડયો હોવાથી ઝડપથી તૈયાર થઈને સ્પીડ મા કાર ચલાવીને પહોંચવાનો પ્રયાસ કરી રહ્યો છે, છતાં પણ રાજીવ 30 મિનિટ તેના લેક્ચર દેવાના સમયથી મોડો પડ્યો છે અને ઝડપથી પોતાની કારને પાર્કિંગ પ્લોટમાં પાર્ક કરીને FRTISના બાયોલોજીકલ સાયન્સના ડિપાર્ટમેન્ટ તરફ દોડવા લાગે છે. ગ્રાઉન્ડમાં ઝડપથી દોડતા દોડતા રાજીવની નજર એક ૨૫-૨૬ વર્ષની લાગતી એક સ્ત્રી ઉપર પડે છે. તે મહિલા બિલ્ડિંગની સામે નાની ઉભી રેખા ઉપર રહેલા છોડની હરોળમાં ઉગેલા પીળા ફૂલના છોડને હાથ દ્વારા સ્પર્શીને આતુરતાથી જોઈ રહી હતી અને વાતો કરી રહી હતી.

રાજીવની ઉતાવળ જાણે એક સેકન્ડમાં ગાયબ થઈ ગઈ. રાજીવ તે મહિલાને જોતો રહ્યો અને તેને એવો અનુભવ થવા લાગ્યો કે જાણે આ મહિલાને વર્ષોથી જાણતો હોય, રાજીવ ઈચ્છે તો પણ તે પોતાની નજરો ને તે મહિલાએ દૂર ખસેડવા સક્ષમ ન હતો. તે મહિલા પ્રત્યેનું રાજીવનું આકર્ષણ આ રાજીવને

સંમોહિત કરી રહ્યું હતું. અને વિચારવા લાગ્યો આ સુંદર મહિલાને મેં ક્યાં જોઈ છે? ક્યાં જોઈ છે?? પણ તે યાદ ન કરી શક્યો. તે ભૂલી ગયો કે તેને લેકચર લેવા જવામાં મોડું થઈ રહ્યું છે .રાજીવે મનોમન વિચાર કર્યો કે એ તે મહિલા પાસે જઈને પૂછ્યું કે 'આપણે ક્યારેય પહેલા મળ્યા છીએ?'

રાજીવના પગ તે મહિલા તરફ ઉપડ્યા પણ ત્યાં જ પાછળથી અવાજ આવ્યો 'મિસ્ટર રાજીવ' આ અવાજ રાજીવના PhD ગાઈડ ડોક્ટર મનીષનો હતો જે FRTIS માં સાઇન્ટીસ્ટ ની પોસ્ટ ઉપર કાર્યરત હતા.રાજીવ નું ધ્યાન અવાજની દિશા તરફ ગયું

ડોક્ટર મનીષ: ' રાજીવ ! તું ખુબ મોડો પડ્યો છે, ચાલ ઝડપથી વિદ્યાર્થીઓ તારી રાહ જોવે છે'

રાજીવ: હા. સર. બસ આવું જ છું, ડિપાર્ટમેન્ટ ગોતી રહ્યો હતો.

ડોક્ટર મનીષ અને રાજીવની વાર્તાલાપ દરમ્યાન તે મહિલા ત્યાંથી નીકળીને આગળ ચાલવા લાગી હતી. રાજીવને પાછી તે મહિલાની યાદ આવતા તેને ફ્લો તરફ જોઈ પણ તે મહિલા ક્યાંય ન દેખાતા ખૂબ જ અધીરાઈથી આસપાસ જોવા લાગ્યો. એટલામાં જ એક મહિલા રાજીવ પાસેથી નીકળી અને ઊંચા અવાજે બોલે " હે! ચિત્રા!" રાજીવ નું ધ્યાન તે મહિલા ઉપર ગયું જે મહિલા રાજીવ પાસેથી પસાર થઈ હતી. તે સીધી દિશામાં આગળ વધી ગયેલી તેની મિત્રને બોલાવી રહી હતી. ચિત્રાએ પાછળ વળીને અવાજની દિશામાં જોયું. રાજીવની આંખોને ચિત્રાને જોયા પછી ઠંડક મળી અને તેની અધીરાઈ પૂર્ણ થઈ. રાજીવને ખબર પડી કે તે સુંદર મહિલા નામ ચિત્રા છે.

ડોક્ટર મનીષ: " ચાલ. કેમ ઉભો રહી ગયો? થોડા ગુસ્સા થી ડોક્ટર મનીષ એ રાજીવ સામે જોયું.

રાજીવ: જી સર! ચાલો ચાલો.

ડોક્ટર મનીષ FRTISના બાયોફિઝીક્સ ડીપાર્ટમેન્ટમાં રાજીવને લઈ ગયા .ત્યાં ડોક્ટર મનીષના વિદ્યાર્થીઓ ડોક્ટર રાજીવને મળવા ઉત્સુકતાથી રાહ જોઈ રહ્યા હતા.

ડોક્ટર મનીષ: ડીઅર સ્ટુડન્ટ, પ્લીઝ અટેન્શન પ્લીઝ. મીટ માય જીનીયસ સ્ટુડન્ટ ડોક્ટર રાજીવ !

ડોક્ટર મનીષ રાજીવના વખાણ કરતા કહ્યું કે મારી અંદર 25 થી 30 પીએચડી વિદ્યાર્થીઓ ડોક્ટર ડીગ્રી મેળવી ચૂક્યા છે, પણ ડોક્ટર રાજીવ જેવો બુદ્ધિશાળી અને મલ્ટીડાયનામીક માઈન્ડસેટ વાળો young scientist ને હું ક્યારેય મળ્યો નથી. રાજીવ એકમાત્ર સ્ટુડન્ટ છે જેને મારા guidance અંદર માત્ર બે વર્ષમાં જ પી.એચ.ડી પૂર્ણ કરેલ છે. પણ રાજીવ ચિત્રાના વિચારોમાં

જ ખોવાયેલો હતો. રાજીવ યાદ કરી શકતો ન હતો કે તે મહિલા કોણ હતી? તે મહિલા પ્રત્યે તેને એટલું આકર્ષણનો અનુભવ શું કામ થઇ રહ્યું છે? રાજીવ બેચેની અનુભવવા લાગ્યો હતો.

ડોક્ટર મનીષ નું ધ્યાન રાજીવ ઉપર પડયું, રાજીવ થોડો વિચારોમાં ખોવાયેલો લાગ્યો.

ડોક્ટર મનીષ: 'રાજીવ તું ઠીક તો છે ને?' સાંભળીને રાજીવ પાછો વર્તમાનમાં આવી ગયો.

રાજીવ: હા સર. આઈ એમ ફાઈન.

રાજીવ ખુદને જેમ તેમ શાંત પાડ્યો અને લેક્ચર પૂર્ણ કર્યો. ત્રણ કલાકના લેક્ચર પછી રાજીવ ઘરે જવા બિલ્ડીંગથી બહાર નીકળ્યો. અને તે જ ગાર્ડન માંથી પસાર થઈને પાર્કિંગ પ્લોટ તરફ જવા લાગ્યો જેથી તેની નજર ચિત્રા ઊભી હતી તે સ્થાન પર પડી. ચિત્રાનો હસતો ચહેરો, પીળા ફૂલને સ્પર્ષતી આંગળીઓ વગેરે દ્રશ્યો રાજીવની સ્મૃતિમાં ઉમટવા મળ્યા.

કારમાં બેસવા બાદ ઘર સુધી રાજીવ ચિત્રાને જ યાદ કરતો રહ્યો . અને ધીમા અવાજે વારંવાર વિચારતા વિચારતા બોલતો રહ્યો ' ચિત્રા.. અરે! ક્યાં? ક્યાં મળ્યો હોઈશ? પણ યાદ ન કરી શક્યો.

સાત દિવસના વર્કશોપનો આજ છેલ્લો સાતમો દિવસ છે. આજે FRTIમા રાજીવ છેલ્લો લેક્ચર આપે છે . લેક્ચર આપ્યા પછી રાજીવ,ચિત્રાને જે જગ્યા ઉપર પહેલી વાર જોઈ હતી તે જગ્યાએ આવીને ઊભો રહ્યો. છેલ્લા સાત દિવસ વીતી ગયા હતા છતાં પણ રાજીવ ચિત્રાને પોતાના મનમાંથી નીકાળી શક્યો નથી.

ડોક્ટર મનીષ નો પાછળથી અવાજ આવ્યો " હે રાજીવ! કાલે તું પાછો ડિપાર્ટમેન્ટ આવ.

રાજીવ: કેમ સર? મારી લેકચરની સિરીઝ તો આજે પૂરી થઈ ગઈ, રાઈટ?

ડોક્ટર મનીષ: હા. સાચી વાત છે, પણ હું તને કોઈની સાથે મળવા માટે બોલાવી રહ્યો છું. તે વ્યક્તિ ભારતના સર્વશ્રેષ્ઠ વૈજ્ઞાનિકોની યાદીમાં પ્રથમ દસ વ્યક્તિઓમાંના એક વ્યક્તિ તરીકે ઓળખાય છે . તે એક જીનિયસ વૈજ્ઞાનિક છે. ક્વોન્ટમ ફિઝિક્સ , બાયોફિઝિક્સ અને મેટાફિઝિક્સ(તત્વજ્ઞાન) જેવા વિષયો ઉપર કામ કરી રહ્યા છે . હું ઈચ્છું છું કે તું તેમની અંદર તારું પોસ્ટ ડોક્ટરેટનું કાર્ય કરે.

અમે તેમની સાથે મીટીંગ કરવા છેલ્લા એક વર્ષથી પ્રયત્ન કરી રહ્યા છે, પણ અમારા દ્વારા મોકલેલ ઈમેલમાં તેમના તરફથી ક્યારે જવાબ આવ્યો ન હતો. થોડા દિવસ પહેલા મે તારી પ્રોફેશનલ પ્રોફાઈલને એમને મોકલી હતી અને

તારા postdoc માટે અરજી કરેલ. સારી વાત એ છે કે પહેલી વાર તેમણે અમારા ઈમેલનો જવાબ ફોન કરીને આપ્યો અને કહ્યું કે તેઓ બે દિવસ માટે મુંબઈમાં છે અને આવતીકાલે આપણને મળી શકશે, તને ખબર છે ભારત સરકારના અમુક ખૂબ જ સિક્રેટ રિસર્ચ પ્રોજેક્ટ રાઘવાચાર્યની અંદર ચાલી રહ્યા છે. આ તારા માટે અને તારા કરિયર માટે સુવર્ણ તક છે.

રાજીવને થોડું અજીબ લાગ્યું કે જે વૈજ્ઞાનિક આજ દિવસ સુધી ઈમેઇલનો જવાબ આપતા ન હતા તેઓ અચાનક મળવા કેમ તૈયાર થઈ ગયા? રાજીવ મનમાં વિચારવા લાગ્યો.

ડોક્ટર મનીષ: 'શું વિચારે છે? આજકાલ તો વારંવાર કંઈક ને કંઈક વિચારો માં ખોવાઈ જાય છે. કાલે મોડું ના કરીશ ઓન ટાઈમ આવજે એક્ઝેટ દસ વાગે' કહીને ડોક્ટર મનીષ તેમની બેગ સાથે કારમાં ઘરે જવા નીકળી ગયા.

રાજીવના મગજમાં પાછી ચિત્રા ની યાદ આવી પડી. રાજીવ મનમાં વિચારવા લાગ્યો કે ચિત્રા કેમ્પસમાં હતી, એનો મતલબ કે ચિત્રા આસપાસમાં કોઈ ડિપાર્ટમેન્ટમાં પ્રોફેસર, સાઇન્ટીસ્ટ કે રિસર્ચ સ્ટુડન્ટ હોઈ શકે.

રાજીવ (મનમાં): જો હું આસપાસના ડિપાર્ટમેન્ટમાં તપાસ કરું તો મને કદાચ કોઈ માહિતી ચિત્રાને લગતી મળી શકે. હા! પ્રયત્ન તો કરવો જ જોઈએ. 'એક મિનિટ' રાજીવ ખુદને સાથે મનમાં વાત કરવા લાગ્યો ' મને કોઈ પૂછશે કે હું કોણ છું? ચિત્રા વિશે શા માટે માહિતી મેળવી રહ્યો છું અને ચિત્રાનું શું કામ છે? તો હું શું જવાબ આપીશ? લાગે છે મારે કોઈ બહાનું બનાવવું પડશે' થોડો સમય વિચાર્યા પછી ' હા! હું કહીશ કે મેદાનમાં જ્યારે હું ઊભો હતો ત્યારે કોઈ મહિલાએ ચિત્રા નામથી એક વ્યક્તિને બોલાવેલી અને ઝડપથી ક્લાસમાં આવવાનું કહેતા ચિત્રા ઝડપથી ચાલવા લાગેલી જેથી ચાવી તેના બેગમાંથી પડતા મેં જોઈ હતી. , મેં જોરથી બોલાવીને ચિત્રાને રોકવાનો પ્રયત્ન કરેલો પણ તેનું ધ્યાન ન હોવાથી તેણે સાંભળ્યું ન હતું. આ ચાવી રિટર્ન કરવા માટે હું ચિત્રાને ગોતી રહ્યો છું.' પરફેક્ટ કહાની છે .

રાજીવ આસપાસના બધા સાયન્સ ડિપાર્ટમેન્ટમાં ફર્યો પરંતુ ચિત્રા નામની કોઇ વ્યક્તિ કે ડિપાર્ટમેન્ટમાં કામ કરતી ન હતી. આથી નિરાશાના ભાવ સાથે રાજીવ કાર તરફ જોવાનું વિચારવા લાગ્યો. એટલામાં જ રાજીવને મનમાં વિચાર આવ્યો ' મેં સેન્ટ્રલ ઇન્ફર્મેશન સેન્ટર વાડી બિલ્ડિંગમાં તો પૂછિયું જ નથી' . રાજીવ સેન્ટ્રલ ઇન્ફર્મેશન સેન્ટર તરફ દોડવા લાગ્યા. સેન્ટ્રલ ઇન્ફર્મેશન સેન્ટરમાં એક ખૂબ સખત સ્વભાવની દેખાતી મહિલા રિસેપ્શન ઉપર બેઠેલી હતી.

રાજીવ ધીમા પગે તે મહિલા તરફ આગળ વધ્યો. તે મહિલાએ રાજીવની તરફ શંકાશીલ નજરે જોતાં પૂછ્યું ' બોલો! શું કામ છે? રાજીવે મનમાં ઘડેલી ઘટના ખુદને શક્ય હોય તેટલો શાંત રાખીને સંભળાવી દીધી. મહિલાએ પોતાની આંખો મોટી કરી અને એક તરફના નેણને ઉંચો કરતા શંકા સાથે પૂછ્યું ' તમે જે માહિતી માંગો છો તેમાં કોઈ પ્રેમ પ્રકરણ કે હેરાન કરવા ના ભાવથી તો માહિતી નથી માંગવામાં આવી રહી ને?

રાજીવ: નહિ મેડમ. માત્ર મદદ કરવાની ભાવનાથી માહિતી માંગી રહ્યો છું.

મહિલા: 'ઠીક છે' કહીને મહિલા ચિત્રાનું નામ ડેસ્કકોમ્પ્યુટરમાં સર્ચ કરવા લાગી, થોડીવાર સર્ચ કર્યા બાદ બોલી " નહીં! કોઈ ચિત્રા નામની મહિલા સાયન્સ ડિપાર્ટમેન્ટમાં નથી, સોરી."

રાજીવ: 'no problem'

હતાશા સાથે સી આઈ સી માં થી બહાર નીકળવા લાગ્યો. ત્યાં જ પાછળથી રિસેપ્શનની મહિલાનો અવાજ આવ્યો ' મિસ્ટર! રૂકો!! ,એક ડિપાર્ટમેન્ટમાં ચેક કરતા ભૂલી ગઈ હતી. બાયોડાયવર્સિટી અને એન્વાયરમેન્ટ-ઇકોલોજી ડિપાર્ટમેન્ટમાં એક ચિત્રા નામની મહિલા ઇન્ટર્નશીપ માટે આવેલી હતી. તેમની ઇન્ટર્નશીપ કાલે જ પૂરી થઈ જતા તેઓ તેમના શહેર પાછા જતા રહ્યા છે. તમે ચાવી અમને આપી દો, અમે ચિત્રા સુધી પહોંચાડી આપીશું.

રાજીવ: 'ક્યાં શહેરમાં?' આતુરતાથી પૂછ્યું.

મહિલા: શંકાથી થોડું ચહેરાને ઊંચું કરીને ' એ તમારે જાણીને શું કામ? અમે તે ઇન્ફોર્મેશન તમારી સાથે વહેંચી ન શકીએ, અમારા protocol માં નથી' કહીને ચહેરો બગાડીયો.

રાજીવ સમજી ગયો કે મહિલાને શંકા થવા લાગી છે, આથી રાજીવ શાંતિથી પોતાની કારની ચાવિના ગુચ્છામાં રહેલી જુના તાળાની બે ચાવીઓ આપીને ઝડપથી અહીંયાથી નીકળી જવામાં સમજદારી સમજી.

રાજીવ: 'આ બંને ચાવી પહોંચાડવાની છે' તેમ કહીને ચાવી આપીને ઝડપથી નીકળી ગયો. રાજીવ હતાશા સાથે દુખી સંગીત સાંભળતા સાંભળતા ઘર તરફ નીકળી પડ્યો.

2
રાજીવની ડોક્ટર રાઘવાચાર્ય સાથે મુલાકાત

રાજીવ ઝડપથી FRTIS માં ડોક્ટર મનીષની ચેમ્બરમાં દાખલ થાય છે. ડોક્ટર મનીષ ફોનમાં વાત કરી રહ્યા હતા " ઓકે! સર નીકળી ગયા છે? .... ઠીક છે... ડિપાર્ટમેન્ટમાં 15 મિનિટમાં પહોંચી જશે? .... ઓકે" કહીને ફોન મુક્યો.

ડોક્ટર મનીષ: હે! રાજીવ! ગુડ મોર્નિંગ.

રાજીવ: ગુડ મોર્નિંગ સર.

ડોક્ટર મનીષ: 'ડોક્ટર રાઘવાચાર્યના સચિવ સાથે જ વાત કરી રહ્યો હતો તેઓ નીકળી ચૂક્યા છે, 15 મિનિટમાં તારા ભવિષ્યના ગાઈડ સાથે તારી મુલાકાત થશે' કહીને મોટી સ્માઈલ આપી. રાજીવે પણ થોડું સ્મિત આપીને અભિવાદન આપ્યું. ' આવ આપણે કેબિનની બહાર જ ઊભા રહી ને ડોક્ટર રાઘવ આચાર્ય ની રાહ જોઈએ' કહીને ડોક્ટર મનીષ અને રાજીવ બહાર નીકળ્યો.

પરફેક્ટ 15 મિનિટ પછી ડોક્ટર મનીષ દ્વારા રાજીવને આંગળી વડે કોરિડોરની દિશા બતાવતા બોલ્યા ' જો, સર આવી રહ્યા છે' .

લાંબા કોરિડોરની છતના પિલરોની વચ્ચેના ભાગોમાં પડી રહેલા સૂર્યના પ્રકાશના કિરણોથી પ્રકાશિત થઈ રહેલા કોરિડોરના વચ્ચેના ભાગમાંથી થઈને આવી રહેલા રહેલા વ્યક્તિ તરફ રાજીવની નજર પડી અને તે હતા ડોક્ટર રાઘવાચાર્ય.ગ્રે કલરનું ટ્રાઉઝર, બ્લુ શર્ટ, એક હાથમાં સળગતી સિગાર અને એક તરફ લટકતો ચામડાનું સાઈડ બેગ સાથે સૂર્યના કિરણોના પ્રકાશની વચ્ચેથી

પસાર થઈને, ફિલ્મ અને રોમન સંસ્કૃતિના દેવતાઓ જેવી મજબૂત શરીરના વ્યક્તિ જેવા લાગી રહેલા ડોક્ટર રાઘવાચાર્ય આવી રહ્યા હતા. . તેમની આંખો ઉપર કાળા ચશ્મા અને રંગ રૂપે એંગ્લો-ઇન્ડિયન લાગી રહ્યા હતા. તેમની દાઢી ના વાળ થોડા સફેદ અને થોડી ગ્રે કલરની લાગી રહી હતી અનુમાનિત તેમની ઉંમર ૪૯ વર્ષ જેવી હતી.

ડોક્ટર રાઘવાચાર્ય, ડોક્ટર મનીષ અને રાજીવ પાસે આવીને ઊભા રહ્યા. તેમની સળગતી સિંગારને હાથમાંથી મોમાં લગાવી અને ડોક્ટર મનીષ તરફ હાથ લંબાવ્યો ને બોલ્યા ' ગુડ મોર્નિંગ. ડોક્ટર મનીષ'.

ડોક્ટર મનીષ: ગુડ મોર્નિંગ ,સર. તમને મળીને ખૂબ આનંદ થયો.

ડોક્ટર મનીષ બોલી રહ્યા હતા પણ ડોક્ટર રાઘવાચાર્ય પોતાનો ચહેરો રાજીવ તરફ ફેરવીને ડોક્ટર રાજીવને અજીબ રીતે જોવા લાગ્યો. સાથે સાથે તેમના મોઢામાં ભરાવેલી સિગારના ધુમાડાને આસપાસ ફાળવતા જતા હતા જાણે ધુમાડાના માધ્યમથી રાજીવ દ્વારા ડોક્ટર રાઘવાચાર્યની આંખો દ્વારા વિચારોને વાંચવાના પ્રયત્નને અટકાવવાનો ઈરાદો હોય તેવું લાગતું હતું.

રાજીવને ડોક્ટર રાઘવાચાર્યનું વર્તન થોડું અજીબ લાગતું હતું અને રાજીવને જેવો અનુભવ ચિત્રા સાથે જાણે વર્ષોથી જાણતો હોવાનો થતો હતો તેવો જ અનુભવ ડોક્ટર રાઘવાચાર્ય સાથે પણ મળતો આવતો હતો એવું લાગ્યું.

હજી પણ ડોક્ટર રાઘવાચાર્ય, રાજીવને આંખોના પલકારા ચમકાવ્યા વગર એકીટસે જોઈ રહ્યા હતા અને રાજીવ પણ ડોક્ટર રાઘવાચાર્યની સિગારેટના ધુમાડા વચ્ચે રાઘવાચાર્યના વર્તનને સમજવાનો પ્રયાસ કરતો હતો, પરંતુ નિષ્ફળતા સાપડી રહી હતી.

ડોક્ટર મનીષ મૌન વાળી શાંતિ ને તોડતા બોલ્યા " આપણે મારી કેબિનમાં જઇએ અને ચાની ચુસ્કી સાથે ચર્ચાઓ કરીએ, ડોક્ટર રાઘવાચાર્ય પ્લીઝ વેલકમ" કહીને કેબીન તરફ હાથ બતાવતા આગળ વધે છે.

ત્રણેય વ્યક્તિ કેબિનની ખુરશી ઉપર બેસી ગયા. એટલામાં ડોક્ટર રાઘવાચાર્યની સિગાર પૂરી થઈ જતા તેમણે તેમની બીજી સિગારેટ સળગાવી. આ જોઇને રાજીવને સમજાઈ ગયું કે તેનું postDoc. ધુમાડાની વચ્ચે જ આગળ વધવાનું છે.

ડોક્ટર મનીષ: સર તમારા ગવર્મેન્ટના સિક્રેટ રિસર્ચ પ્રોજેક્ટ વર્કની પ્રોગ્રેસ કેવી ચાલી રહી છે?

ડોક્ટર રાઘવાચાર્ય: ડોક્ટર મનીષ કાશ આ ડિટેલ્સ તમારી સાથે શેર કરવાની પરવાનગી સરકારે મને આપી હોત તો ચોક્કસ હું તમારી સાથે રિસર્ચની પ્રોગ્રેસને લગતી ચર્ચા કરત, પણ હું ગવર્મેન્ટના એગ્રીમેન્ટ થી

બંધાયેલો છું. જેથી હું કોઈપણ માહિતી તમારી સાથે વહેચી નહીં શકું.' સિગારની રાખને સિંગાર દાનીમાં ખંખેરતા અને મજબૂરીના ભાવ સાથે ડોક્ટર મનીષ તરફ જોતાં બોલ્યા.

ડોક્ટર મનીષ: 'કોઈ પ્રોબ્લેમ નથી, સર. આપણે બધા આપણા દેશ માટે કામ કરી રહ્યા છીએ . દેશના હિતને ધ્યાનમાં રાખીને ગુપ્ત રિસર્ચને ગુપ્ત જ રહેવા દેવું જોઈએ.' હળવું સ્મિત સાથે ડોક્ટર મનીષ બોલ્યા.

ડોક્ટર રાઘવાચાર્ય: 'હા. જો રાજીવ મારા રિસર્ચ ગ્રૂપ માં જોડાશે તો તેને પણ આ એગ્રીમેન્ટ ઉપર સિગ્નેચર કરવી પડશે ' કહીને ડોક્ટર રાઘવાચાર્ય રાજીવ સામે જોવા લાગ્યા. રાજીવે પ્રત્યુત્તર આપતાં પોતાનું માથું હલાવ્યું.

ડોક્ટર મનીષ: 'મને ખૂબ આનંદનો અનુભવ થશે જો મારો પ્રિય વિદ્યાર્થી રાજીવ અને great scientist બંને એક સાથે કામ કરશે, હું ગર્વનો ભાવ અનુભવીશ.' ડોક્ટર રાઘવાચાર્ય સિગારેટના ધુમાડાને ફૂંકતા-ફૂંકતા ડોક્ટર મનીષની વાતો સાંભળી રહ્યા હતા.

ડોક્ટર રાઘવાચાર્ય: "મને રાજીવની ક્ષમતા ઉપર જરા પણ શંકા નથી" કહીને પાછા અલગ જ હાવભાવ સાથે રાજીવ તરફ જોવા લાગ્યા અને સિગારને ખુરશીના હાથના ટેકે લગાવીને સિગારનો ધૂમાડો હવામા ખંખેરવા લાગ્યા.

રાજીવ મનોમન વિચારવા લાગ્યું કે 'ડોક્ટર રાઘવાચાર્ય સાથે આ મારી પહેલી મુલાકાત છે. છતા પણ ડોક્ટર રાઘવાચાર્ય મારી સાથે લાંબા સમયથી મારી કાર્યક્ષમતાનો અનુભવ હોય તેવી વાત શા માટે કરે છે?'

ડોક્ટર રાઘવાચાર્ય: બસ અમુક જ સવાલ રાજીવને પૂછવા માગું છું. જે સવાલો ભારતીય તત્વજ્ઞાન પર આધારિત હશે.

રાજીવ (મનમાં) : " તત્વજ્ઞાન?, બાયોફિઝિક્સ , ક્વોન્ટમફિઝિક્સ વિષય ઉપર સવાલને બદલે તત્વજ્ઞાનને લગતા સવાલ? શું કામ?

ડોક્ટર રાઘવાચાર્યએ સવાલ પૂછવામાં ચાલુ કર્યું:

ડોક્ટર રાઘવાચાર્ય: કર્મ શું છે? શું તું કર્મના ફળ ઉપર વિશ્વાસ રાખે છે?

રાજીવ: 'હા, સર. સનાતન હિંદુ ધર્મ, બૌદ્ધ ધર્મ, જૈન ધર્મમાં કર્મને સારી રીતે વર્ણવવામાં આવેલ છે. જેવા કર્મ કરીએ તેવું ફળ કે પરિણામ આપણને મળતું હોય છે' કહીને રાજીવ ચૂપ થઈ ગયો. જ્યારે ડોક્ટર રાઘવાચાર્ય રાજીવ પાસેથી વધુ જવાબ સાંભળવા માંગતા હતા. રાઘવાચાર્યગંભીરતાથી એકી ટસે રાજીવ સામે જોઈ રહ્યા હતા.

ડોક્ટર રાઘવાચાર્ય: કર્મ વિશે બસ તું એટલું જ જાણે છે?

ડોક્ટર રાઘવાચાર્ય ઉભા થઈ ગયા. ડોક્ટર મનીષ અને રાજીવ ને લાગ્યું કે તેઓ રાજીવના જવાબથી ખુશ ન હતા. કેબીનની કાચની દિવાલ સુધી ધીમે

ધીમે ચાલીને ગયા અને કાચની બહાર જોવા લાગ્યા. રાજીવને માત્ર તેમની પીઠ દેખાતી હતી.

ડોક્ટર રાઘવાચાર્ય સિગારની ચુસ્કી લેતા અડધો ચહેરો દેખાય તે રીતે રાજીવ સામે જોતા પૂછ્યું: " સૂક્ષ્મ શરીર, પુનર્જન્મ, બૌદ્ધ ધર્મની ફિલોસોફી સાથે સંકળાયેલા ઈચ્છા દ્વારા થતા પુનર્જન્મ સિદ્ધાંત અને જૈન ધર્મના કર્મના આધારે પુનર્જન્મની ફિલોસોફીના સિદ્ધાંતો ને લગતું તારી પાસે કોઈ જ્ઞાન નથી? કહીને ધુમાડો હવામા છોડ્યો.

રાજીવ મૂંઝાવા લાગ્યો. રાજીવ પાસે તત્વજ્ઞાનનું ખૂબ જ ઓછું નોલેજ હતું.

રાજીવ: સોરી સર હું નથી જાણતો.

ડોક્ટર રાઘવાચાર્ય નારાજગી સાથે રાજીવ પાસે આવ્યા અને અડધી સિગાર બચેલી હોવા છતાં સિંગાર દાની માં ગુસ્સા સાથે બુઝાવીને બેગ લઈને કેબીનના દરવાજા તરફ ઝડપથી ચાલવા લાગ્યા . ડોક્ટર મનીષને અને રાજીવને લાગ્યું કે ડોક્ટર રાઘવાચાર્ય, હવે રાજીવને postdoc માટે પસંદ નહીં કરે. ડોક્ટર રાઘવાચાર્ય દરવાજા પાસે આવીને ઊભા રહ્યા.

બીજી સિગાર કાઢીને હોઠો વચ્ચે દબાવી અને પાછા અડધોચહેરો દેખાય તેમ ચહેરાને ડાબી બાજુ ઝુકાવીને સોનેરી લાઈટ દ્વારા સળગાવી. એક ધુમાડાને હવામાં ખંખેરી, બીજી ચુસ્કી લેતા લેતા બોલ્યા " મારી રિસર્ચ ઇન્સ્ટિટ્યુટ SSCCII, બેંગલોરના SSII કેમ્પસમાં છે, ડોક્ટર આર રિસર્ચ લેબોરેટરી નામ છે. ચાર દિવસ પછી 10 વાગે રાજીવ તું રિપોર્ટિંગ કરીશ, તારું ઇન્ટરવ્યૂ પૂર્ણ થયું. તું મારી ગાઈડશીપ અંતર્ગત તારુ પોસ્ટડોક કરી શકે છે." કહીને સિગાર ની ચુસ્કી લેતા લેતા તેઓ કેબિનમાંથી જતા રહ્યા.

ડોક્ટર મનીષ સ્મિત સાથે રાજીવ સામે જોતા બોલ્યા ' કોન્ગ્રેચ્યુલેશન. યુ આર સિલેક્ટેડ. ક્યાં પાર્ટી આપીશ?' પણ રાજીવ વિચારમાં ખોવાઈ ગયો. તત્વજ્ઞાનનો ક્વોન્ટમ ફિઝિક્સ વચ્ચે શું સંબંધ ? તે બાબત ઉપર વિચારી રહ્યો હતો.

રાજીવ: હું કેવી રીતે પોસ્ટ ડોક માટે પસંદગી પામ્યો? આશ્ચર્યના ભાવ સાથે બોલ્યો.

ડોક્ટર મનીષ: મતલબ?

રાજીવ: મતલબ કે મેં કોઈ તત્વજ્ઞાનના સવાલનો જવાબ સરખો આપ્યો જ નથી છતાં પણ મારી પસંદગી કરવામાં આવી. અને તત્વજ્ઞાનને બાયો ફિઝિક્સ સાથે શું સંબંધ? આવા સવાલો ક્યાં ઇન્ટરવ્યૂમાં પૂછવામાં આવે? મારુ પીએચડી વર્ક , એમ આઈ ટી યુનિવર્સિટીમાં એન્વાયરમેન્ટલ સ્ટ્રેસ બાયોલોજી અને ફિઝિક્સ ઉપર હતું , તો પછી મને તત્વજ્ઞાન ને લગતા સવાલો કેમ

પૂછવામાં આવ્યા?

ડોક્ટર મનીષ: રાજીવની વાતને અટકાવતા બોલ્યા ‘સાંભળ રાજીવ! ડોક્ટર રાઘવાચાર્ય એક મહાન વૈજ્ઞાનિક છે તેમના અનુભવો અને કાર્યક્ષમતા અલગ જ સ્તરની છે.જ્યારે કોઈ વ્યક્તિ કોઈ ક્ષેત્રમાં ઉચ્ચ સ્તરની પારંગતતા કે કુશળતા મેળવી લે છે ત્યારે તેની વિચારસરણી અલગ જ થઈ જાય છે .જે સામાન્ય માનવી દ્વારા સમજવી કઠિન બનતી હોય છે હું તને કહું છું ને આ ગોલ્ડન તક છે .ઝડપી લે.’ સ્મિત સાથે રાજીવ સામે જોયું. રાજીવે સહમતી દર્શાવતા પોતાના માથાને હલાવે છે.

ડોક્ટર મનીષ: વધારે નો વિચારીશ. ઘરે જા અને બેંગ્લોર જવાની તૈયારી કરો.

રાજીવ: ઓકે સર.

3

રાજીવનું ડોકટર રાઘવાચાર્યની લેબમાં જોડાવવું

રાજીવ નું પરિવાર અમીર હોવાથી તેનું એક ઘર મુંબઈ, ભોપાલ અને બેંગ્લોરમાં પણ હતું. આથી રાજીવ બેંગ્લોરના ઘરમાં ડોક્ટરની લેબમાં રિપોર્ટિંગના એક દિવસ પહેલા જ આવી ગયો હતો.

આજે તારીખ 3 એપ્રિલ 2017 છે. ડોક્ટર રાઘવાચાર્ય ની લેબમાં રાજીવને રિપોર્ટિંગ કરવાનું છે. રાજીવ પહેલીવાર એસ એસ આઈ આઈ ના કેમ્પસમાં સવારના ૯ વાગ્યામાં જ આવી ગયો છે જેથી પહેલા જ દિવસે મોડો પડીને પોતાની છબીને ખરાબ થતી અટકાવી શકાય.

રાજીવ લોકોને પૂછતો પૂછતો આર લેબની ઇન્સ્ટિટ્યૂટ સુધી પહોંચ્યો. આર lab institute કદનીની દ્રષ્ટિએ ખૂબ જ મોટી લાગતી હતી. ૮ માળની આ ઈન્સ્ટીટયુટમાં 300 વૈજ્ઞાનિકો કાર્ય કરી રહ્યા હતા અને ડોક્ટર રાઘવાચાર્ય ડાયરેક્ટર પદ પર હતા.

ગ્રાઉન્ડ ફ્લોરમાં એક કેન્ટીન હતી. જેમાં એક વ્યક્તિ તરબૂચની સ્લાઈસને ખાતો રાજીવને નજરે પડ્યો. રાજીવ તેની પાસે જાય છે અને ડોક્ટર આર ની લેબ ક્યા ફ્લોર ઉપર છે ?તે પૂછે છે. તે વ્યક્તિનું નામ હાર્દિક હતું.

હાર્દિક: 'હા! સમજાવું છું, ફોર્થ ફ્લોર ઉપર...' આટલું બોલીને અટકી ગયો . 'એક મિનિટ તમે કોણ છો? પહેલા તો તમને આ ઈન્સ્ટીટયુટમાં નથી જોયા.'

રાજીવ: 'મારું નામ રાજીવ છે અને હું ડોક્ટર રાઘવાચાર્ય ની દેખરેખ નીચે ક્વોન્ટમબાયોલોજીકલ સાયન્સ વિષયમાં postdoc કરવા માટે આજે જોઈનીંગ કરી રહ્યો છું.' હાર્દિકના ચહેરાના પ્રતિભાવો બદલાવા લાગ્યા .

હાર્દિક: ઓકે! તમારા જેવા MIT માંથી પાસ થયેલા વૈજ્ઞાનિકોને એ પણ ખબર નથી પડતી કે ઇન્સ્ટિટયૂટની બિલ્ડીંગ ના ગ્રાઉન્ડ ફ્લોર ઉપર લેબ નંબર અને લેબ ઇન્ફોર્મેશન હોય જ છે. ખબર નહીં શું થશે આ દેશ નું?" કહીને ગુસ્સામાં પોતાની બેગ લઇ ને ચાલતો થયો.

રાજીવ વિચારતો રહ્યો કે અચાનક આવો જવાબ તે વ્યક્તિ દ્વારા કેમ આપવામાં આવ્યો હશે. ગ્રાઉન્ડ ફ્લોરના ખૂણામાં રહેલા બોર્ડ પાસે જઈને ડોક્ટર રાઘવાચાર્ય લેબ નું નામ ગોતવા લાગ્યો. ' ઓકે! ફોર્થ ફ્લોર ઉપર લેબ છે' (રાજીવ મનોમન બોલ્યો).

રાજીવ ફોર્થ ફ્લોર ઉપર આવ્યો. ફોર્થ ફ્લોર ઉપર આવતાં તે ડોક્ટર રાઘવાચાર્ય લેબમાં એન્ટર થાય છે. લેબ ખૂબ મોટી હતી, વિવિધ અત્યંત આધુનિક ઇન્સ્ટ્રુમેન્ટ હતા રાજીવ જાણે એમ આઈ ટીં ની રિસર્ચ લેબ થી પણ ચડિયાતી લેબમાં આવી ગયો હોય તેવું અનુભવી રહ્યો હતો.

૨૫ જેટલા વૈજ્ઞાનિકો લેબમાં અલગ અલગ વિષય ઉપર સંશોધન કાર્ય કરતા દેખાઈ રહ્યા હતા.. રાજીવ લેબમાં ઊભો રહીને ડોક્ટર રાઘવાચાર્ય ની રાહ જોઈ રહ્યો હતો, થોડીવાર પછી એક વ્યક્તિ પાછળથી આવ્યા અને રાજીવના ખભા ઉપર હાથ રાખતા બોલ્યા ' ડોક્ટર રાજીવ! આજે તમે આવવાના છો ,તેવું ડોક્ટર રાઘવાચાર્ય દ્વારા મને જણાવવામાં આવેલું હતું. સર, થોડીવારમાં તેમની કેબીનમાં આવી જશે ત્યાં સુધી ચાલો હું તમને લેબના સહકર્મીઓ સાથે ઇન્ટ્રોડક્શન કરાવું. ઓહ! માફ કરજો મેં ખુદનો પરિચય તમને આપ્યો જ નહીં. હું ડોક્ટર સતીશ છું. મેં ગયા મહિને જ મારી phd ડોક્ટર રાઘવાચાર્ય ની દેખરેખ અંદર પૂર્ણ કરી છે અને હવે હું આ લેબમાં ૬ થી ૮ મહિના પૂરતો જ છું, બાદમાં હું MIT જાવ છું post Doct. ના કામ માટે' કહીને ડોક્ટર સતીશ સ્મિત આપી.

રાજીવ:ઓહ! કોન્ગ્રેચ્યુલેશન ફોર યોર phd ડિગ્રી.

ડોક્ટર સતીશ: થેન્ક્યુ સર.

રાજીવ નું ધ્યાન લેબના કાચમાંથી બહાર ની તરફ પડ્યું ત્યારે જ હાર્દિક લોબી માંથી પસાર થતો નજરે પડે છે . રાજીવે ડોક્ટર સતીશ ને પૂછ્યું:

ડોક્ટર સતીશ. તમે મને જણાવશો કે તે વ્યક્તિ કોણ છે?

ડોક્ટર સતીશ: કોણ તે? તે હાર્દિક છે. તમને ખબર છે તેને oxford યુનિવર્સિટી માંથી phd આ જ વર્ષે પૂર્ણ કરેલ છે અને તેણે ડોક્ટર રાઘવાચાર્યની અંદર પોસ્ટ ડોક્ટરેટ માટે એપ્લાય કરેલું હતું પરંતુ ડોક્ટર રાઘવાચાર્ય તેને

સિલેક્ટ ન કર્યો. ખબર નહિ શું કારણ હતું. પછી જાણવા મળ્યું કે, હાર્દિકે આજે ઇન્સ્ટિટયૂટના વૈજ્ઞાનિક ડોક્ટર હેતાર્થની અંદર પોસ્ટ ડોક્ટરેટની તકને ઝડપી લીધી, હાલ તે ડોક્ટર હેતાર્થની અંદર કાર્ય કરી રહ્યો છે. મેં સાંભળ્યું છે કે આજ સુધી ડોક્ટર રાઘવાચાર્યની દેખરેખ અંદર પોસ્ટ ડોક્ટરેટ માટે 40 એપ્લિકેશનો આવેલી હતી પણ સરે કોઈનું પણ સિલેક્શન ન કર્યું. તમે એક માત્ર એવા ડોક્ટર છો જેને postdoc માટે લેબમાં એન્ટ્રી મળી છે.

રાજીવ: એવું શું કામ?

ડોક્ટર સતીશ: ખબર નહી. કોઈની પાસે આનો જવાબ નથી, માત્ર ડોક્ટર રાઘવાચાર્ય ને ખબર.

ડોક્ટર સતીશ: (લેબના સેન્ટરમાં આવીને) શ્યામા, હેતલ, હેમાંગી અને વિશાલ પ્લીઝ! થોડો સમય નીકાળીને આપણા નવા સહકર્મી વૈજ્ઞાનિક ડોક્ટર રાજીવ ને મળવા આવી જાવ.

બધા સહકર્મીઓ આવી પહોંચ્યા અને અંદરોઅંદર વાતો કરવા લાગ્યા ; ' આ સર, ડોક્ટર રાઘવાચાર્ય ના પહેલા postdoc છે, વગેરે...

શ્યામા: હાય! ડોક્ટર રાજીવ તમારા વિશે ઘણું સાંભળ્યું છે. હું પણ કોન્ટમ જિનેટિક્સ ઉપર કામ કરી રહી છું અને આ લેબમાં સિનિયર રિસર્ચ ફેલો છું.

હેતલ: હેલો, ડોક્ટર રાજીવ ! હું હેતલ છું. મારું કામ મેટાફિઝિક્સની બાયોલોજીકલ એપ્લિકેશન પર સંશોધન છે.

વિશાલ: વિશાલ : તમે ? કોણ તમે ? આપણે આજથી મિત્રો છીએ, જે આપણાંપણાંની લાગણી 'તું' કહીને બોલવામાં આવે એ 'તમેં' કહીને ન મળી શકે. થોડું સુગર કોટેડ લાગે. આથી આપણે બધા એક બીજાને તુકારાથી જ બોલાવીસું . હાઈ રાજીવ ! હું ટેલીપેથી, cognitive science અને consciousness ઉપર કામ કરી રહ્યો છું. તારી સાથે કામ કરવાની તક મળી તે અમારું સૌભાગ્ય છે.

હેમાંગી: હેમાંગી ખુદ નો પરિચય આપતા બોલી ' હેલો સર! હું હેમાંગી છું. હું આ લેબમાં, એનિમલ સોલ ની transmigration ની સંભાવનાઓ તપાસી રહી છું.

રાજીવ: શું? Soul transmigration? It is impossible.

હેમાંગી: ના, ઇમ્પોસિબલ નથી પોસિબલ છે.ઈતિહાસમાં શંકરાચાર્ય દ્વારા સોલ transmigration કરવામાં આવેલું હતું એવું અનેક ગ્રંથોમાં લખેલું છે . આવી ઘટના ઘટેલી છે એટલે સંભાવના તો છે જ.

ડોક્ટર સતીશ: ' અરે સર! તમે તો હજી આ લેબમાં આવ્યા જ છો , અનેક રહસ્યમય વિજ્ઞાનને તમે સમજશો. લાગે છે કે હજી તમને એ વાતનો ખ્યાલ નથી કે તમે વિશ્વની ખૂબ જ રહસ્યમય રિસર્ચ લેબમાં આવી ચૂક્યા છો.' બધા

સહકર્મી હસવા લાગ્યા. રાજીવે હસતા- હસતા ડોક્ટર સતીશને પૂછ્યું ‘ તમે ક્યાં વિષય ઉપર રિસર્ચ કરી રહ્યા છો?’

ડોક્ટર સતીશ: સોરી ! ડોક્ટર રાજીવ. ડોક્ટર રાઘવાચાર્ય સાથે અગ્રીમેન્ટ થયેલો હોવાથી તે માહિતીને હું તમારી સાથે વહેંચી નહિ શકું. એક ગવર્મેન્ટ નો સિક્રેટ પ્રોજેક્ટ છે.

રાજીવ: ‘no problem સર!’ રાજીવને આ વાત થોડી અજીબ તો લાગી પણ રાજીવ દ્વારા ઇગ્નોર કરવામાં આવી અને ત્યાજ ડોક્ટર રાઘવાચાર્ય લેબમાં પ્રવેશે છે.

ડોક્ટર રાઘવાચાર્ય: ઓહ! રાજીવ ગુડ મોર્નિંગ. કમ ટુ માય કેબીન.

રાજીવ: ગુડ મોર્નિંગ સર. હા સર આવું છું.

ડોક્ટર રાઘવાચાર્ય પોતાની સિગાર સળગાવી અને તેમની ખુરશી ઉપર બેઠા અને બોલ્યા; ‘ રાજીવ આપણી રિસર્ચ લેબ નું બધું જ ફંડિંગ, ડિપાર્ટમેન્ટ ઓફ સાયન્સ અને ગવર્મેન્ટ ઓફ ઇન્ડિયા દ્વારા પુરૂ પાડવામાં આવે છે. લાખો અને કરોડો રૂપીયાનું ફંડ એક સિક્રેટ રિસર્ચ પ્રોજેક્ટ માટે પૂરું પાડવામાં આવે છે જેનું નામ છે : **“પ્રોજેક્ટઇપ્સા”**

રાજીવ: પ્રોજેક્ટ ઇપ્સા? (આશ્ચર્યના ભાવ સાથે).

ડૉક્ટર રાઘવાચાર્ય ; હા! પ્રોજેક્ટ ઇપ્સા.

રાજીવ: પ્રોજેક્ટ ઇપ્સા શું છે?

ડૉક્ટર રાઘવાચાર્ય: રાજીવ આજ નહીં , પછી હું તારી સાથે બધી માહિતીઓ વહેંચીશ અને સમજાવીશ. આજ તારું કામ આ એગ્રીમેન્ટ ને વાંચીને સમજવાનું છે.

રાજીવ:એગ્રીમેન્ટ ?

ડૉક્ટર રાઘવાચાર્ય : હા ! એગ્રીમેન્ટ. આ પ્રોજેક્ટને ગુપ્ત રાખવા માટે અનુસાશનનું પાલન કરવા તું તૈયાર છે? તું કોઈ પણ સંજોગોમાં આ રિસેર્ચ ને લગતી કોઈ પણ માહિતીને પબ્લિક નહીં કરી શકે.

પ્રયોગો દરમિયાન તારી સાથે બનનારી ઘટનાઓ માટે તું ખુદ જવાબદાર રહીશ. સરકાર લેબમાં થનારા ઇન્સીડેંન્સની જવાબદારીઓ નહીં લે .

સૌથી અગત્યની અને ગંભીર વાત (અડધી મિનિટની ચૂપિ બાદ) તારા શરીર માં એક નેનો લીકવીડ બેગને ઈન્જેક્ટ કરવામાં આવશે . જે મારા અને પ્રાઈમ મિનિસ્ટર ઓફિસ (PMO) દ્વારા રિમોટ સેન્સિંગ વડે કંટ્રોલ કરી શકાતી હશે. ક્યારેય પણ અમને એવું લાગ્યુએ કે તું પ્રોજેક્ટ ની માહિતીને લીક કરી રહીયો છે તો અમને આ એગ્રીમેન્ટ અનુસાર સત્તા મડેલ છે કે અમે નેનોબેગના લિકવિડસને તારા બોડીમાં મુક્ત કરી નાખીસુ.‘ થોડા સમય ની શાંતિ બાદ;

રાજીવ : તે લીકવીડ નું બંધારણ શુ છે ?

ડૉક્ટર રાઘવાચાર્ય : સાઇનાઈડ. નેનો બેગ્સનું સાઇનાઈડ તારા શરીરના અલગ અલગ ભાગોમાં રિલીઝ થશે અને તારો જીવ એક મિનિટ ની અંદર નીકળી જશે .

આ સાંભળી ને રાજીવને એર કન્ડિશનર યુક્ત ચેમ્બરમાં પણ પરસેવો છૂટી ગયો અને ગભરાવા લાગ્યો .

પિન ડ્રોપ સાઇલન્સમાં ડોકટર રાઘવાચાર્ય સિગારની ચુસ્કીઓ લેતા અને ધુમાડાને હવામાં છોડતા , ભાવવિહીન ચેહરાથી એકીટસે રાજીવના ચેહરા સામે જોઈ રહિયા હતા.

ડોકટર રાઘવાચાર્ય: આ બધુ નેશનલ સેક્યુરીટી માટે જરૂરી છે.

રાજીવ : 'આ પ્રોજેક્ટ માટે હું જ શા માટે ?' રાજીવના મનને પરેશાન કરતો સવાલ આજે રાજીવે ડૉક્ટર રાઘવાચાર્યને પૂછી જ લીધો.

ડૉક્ટર રાઘવાચાર્ય: 'કર્મ ના બંધન થી તું બંધાયેલ છે.' રાજીવ આશ્ચર્ય સાથે ડૉક્ટર રાઘવાચાર્ય સામે જોતા બોલ્યો ' શું?' ડૉક્ટર રાઘવાચાર્ય વાતને બીજી દિશામાં વાળતા બોલ્યા ' ક્સુ નહીં . નિયતિએ આ કામ માટે તને પસંદ કરેલ છે . તું સૌભાગ્યશાળી છે કે આ પ્રોજેક્ટ માટે તું સિલેક્ટ થયેલ છે. તું વિચારી જો . આજે આ એગ્રીમેન્ટના ડોક્યુમેન્ટ સાથે લઈને જા. શાંતિથી વાચ અને સમજીવિચારીને ફાઇનલ નિર્ણય લે.

જો તું આ પ્રોજેક્ટમાં જોઈન ન કરવા માંગતો હોય તો મને તું કહેજે, મારી પાસે બીજો પ્રોજેક્ટ પણ છે. તારી પાસે ૧ મહિનાનો સમય છે ,વિચારી જો .

રાજીવ કેબિનમાંથી બહાર નીકળીયો. ડૉક્ટર સતીશ ઉભા હતા, તેઓ આતુરતાથી રાજીવને જોયને બોલ્યા : ' તમને ઘણો પરસેવો વળી રહીયો છે , મતલબ કે એગ્રીમેન્ટનો પથ્થર તમારી ઉપર પણ પડી ગયો છે, સાચું?'

રાજીવ: હા. તમારી સાથે પણ એવું જ થયેલું?

ડૉક્ટર સતીશ; હા. પણ તમે મારા ઉપર વિશ્વાશ રાખો. મારી સલાહ માનો પ્રોજેક્ટ જોઈન કરી લો. મને આઈડિયા તો નથી કે તમને ક્યાં પ્રોજેક્ટ માં જોઈન કરવા માંગે છે, સર , પણ મારા અનુભવ ના આધારે કવ છું. જો તમે આ પ્રોજેક્ટ જોઈન કરશો તો સાયન્સ ની દુનિયામાં ઇતિહાસ રચવા તરફ તમે આગળ વધી રહિયા હસો, કેમ કે ગવરમેન્ટ નો સિક્રેટ પ્રોજેક્ટ છે .એટલે જ એગ્રીમેન્ટ પણ છે.

રાજીવ: અરે પણ જીવ ...(વાતને કાપતા ડૉક્ટર સતીશ બોલ્યા) ' જીવ નો જોખમ છે એમજ ને ?

રાજીવ: હા.

ડૉક્ટર સતીશ; આપણે અમર તો નથી ને ? છીએ ?

રાજીવ; નહીં,નથી.

ડૉક્ટર સતીશ: તો પછી.

રાજીવ ફોર્થ ફલ્લોર પરથી સીડીઓ ઉતારતા ઉતારતા વિચારી રહીયો હતો કે શુ નિર્ણય લેવો જોઈએ? તેટલામાં થર્ડ ફલ્લોરમાં એક કેબિનમાં Biodiversity & Environment વિષય પર ચર્ચા ચાલી રહી હતી. તેમાંથી એક મહિલાનો મીઠો અવાજ રાજીવના કાને પડ્યો " નહીં! , લોકોની વિચારસરણીને તો ક્યારેય નહીં બદલી શકાય, માણસો તો જાણે અને અજાણે Biodiversity & Environmentને તો નુકસાન પોહ્ચાડતા જ રહેવાના છે. આપણે સાયન્સટિસ્ટ છીએ , તેથી આપણી ફરજ હોવી જોઈએ કે એવું ઇનોવાટિવે રિસર્ચ કરી એ કે જેથી ડેમેજ થઈ ગયેલ Biodiversity & Environment રીસ્ટોર થવા લાગે" રાજીવ ને આ વાત સાંભળીને રસ પડ્યો. આથી સીડીઓ ઉતરવાની રફ્તાર ધીમી કરી, પણ ચાલતો રહીયો. તેટલામાં જ બીજી કોઈ મહિલા બોલી " ચિત્રા! તારા વિચાર ફિકસનલ છે, વાસ્તવિક નથી" આ સાંભળીને રાજીવ ના પગ ઉભા રહી ગયા.

રાજીવ: ચિત્રા? (મનમાં બોલ્યો)

રાજીવ પાછો ફર્યો અને કેબિન તરફ ધીમે પગે આતુરતાથી વધીને કાચની કેબિનમાં ડોક લંબાવીને જોવા લાગ્યો. કેબિનમાં નઝર પડતા જ પ્રોજેક્ટ ઇપ્સાના વિચારોમાંથી બહાર આવી ગયો અને તેના ચેહરા પર હળવી સ્મિત આવવા લાગી , મનોમન ખુશ થવા લાગ્યો. રાજીવની સામે FRTISમાં નઝરથી ઓજલ પામેલ ચિત્રા જ હતી.

ચિત્રાને કેબિનમાં મળવા જવા રાજીવનો એક પગ આગળ વધી ગયો, રાજીવનું આંતરમન જાગીને બોલી પડિયું ' રુકી જા રાજીવ ! ચિત્રા તને નથી જાણતી. તું પણ ક્યાં ચિત્રાને ઓળખે છે? તને તો માત્ર તેનું નામ જ ખબર છે. વર્ષો થી જાણતો હોવાની લાગણીઓ, માત્ર તારી પરિકલ્પના પણ હોય શકે. આ વાત કરવા જવાનો સાચો સમય નથી . રહેવા દે ! મળવાનું" રાજીવ રુકી ગયો.

રાજીવ પાછો ઉતરતી સીડીઓ તરફ વળી ગયો, પણ તેના મનમાં એક પ્રસન્નતાનો ભાવ હતો. ચાલતી કારમાં ચિત્રાને યાદ કરીને બોલ્યો ,"એક જ વર્કપ્લેસ, ગુડ. આજ નહીં તો કાલ મિત્રતા પ્રગાઢ બનશે." બોલીને હસીયો. વિચારોમાં વિસરતાં વિહરતા રાજીવ ઘર પોચી ગયો.

રાજીવને માણસો કરતા પ્રકૃતિ વચ્ચે રહેવું વધારે પસંદ પડતું. તે એકાંતપ્રિય વ્યક્તિ હતો. રાજીવનું ઘર શહેરની બહાર પ્રાકૃતિક દ્રશ્યોથી ઘેરાયેલું પહાડોની વચ્ચે હતું. રાજીવ સવારના ૬ વાગ્યેના ઉગતા અને સાંજના સૂર્યાસ્ત પામી રહેલા સૂર્યના કિરણોને ખુબ બારીક રીતે જોયા કરતો અને પોતાના શરીર

ઉપર પડતા આ કિરણોથી સૂર્યદેવ દ્વારા આધ્યાત્મિક ઉર્જા મેળવી રહીયો હોય તેવું અનુભવતો. આ સૂર્ય દર્શન દરમિયાન રાજીવ તેના જીવનને અને કામને લગતા સવાલોના જવાબ મેળવવાનો પ્રયાસ કરતો. આ દરમિયાન પક્ષીઓના કલરવ, સવાર-સાંજના ઝાંખા પ્રકાશના કિરણો , ગુલાબી બનેલ આકાશ આ બધું જોઈને આંતરમનની શાંતિને પ્રાપ્ત કરી લેતો .

આજના સૂર્યાસ્ત સમયે રાજીવ પ્રોજેક્ટ ઇપ્સા જોઈન કરે કે ન કરે તેની દુવિધામાં હોવા છતાં, સામાન્ય દિવસ કરતા વધારે શાંતિ અનુભવી રહયો હતો, કારણ કે આજ તેની ચિત્રાની શોધખોળ પુરી થઈ હતી .

4

પ્રોજેક્ટ ઇપ્સા માટે રાજીવનું સહમત થવુ

આજ ડૉક્ટર રાઘવાચાર્યની લેબ જોઈન કર્યાને રાજીવનો બીજો દિવસ છે. લેબમાં આવવાનો નિરધારિત સમય ૯:૩૦ નો રહે છે. ૯:૩૫ના ઇન્સ્ટિટ્યૂટમાં પ્રવેશ કરતા રાજીવનું ધ્યાન કૅન્ટીનમાં જાય છે, હાર્દિક આજે પણ તરબૂચ ખાય રહીયો છે. રાજીવને સમજાઈ ગયું કે હાર્દિક રોજ સવારના નાસ્તા તરીકે તરબૂચ ખાવાનું પસંદ કરે છે. હાર્દિકે રાજીવ તરફ ઈર્ષાના ભાવ સાથે જોવા લાગ્યો.

રાજીવ (મનમાં): ' અરે નહીં ! રોજ સવારના ઇન્સ્ટિટિટ્યૂટમાં દાખલ થતાની સાથેજ મારે હાર્દિકનો એવો ચેહરો જોવો પડશે ? કા તો મારે મારો લેબમાં આવવાનો સમય બદલવો પડશે.

રાજીવ લિફ્ટમાંથી જવાથી ડરતો, તે હંમેશા સીડી દ્વારા ફ્લોર ચડતો અને ઉતરતો પછી ભલે બિલ્ડીંગ ૧૦ ફ્લોરની હોયે કે ૨૦ ફ્લોરની. લિફ્ટ ઉપર કે નીચે જતી તે સમયે રાજીવ લિફ્ટમાં ગુરુત્વાકર્સણબળને અનુભવ કરતો આથી તે ક્યારયે લિફ્ટ નો ઉપયોગ કરતો નહીં.

થર્ડ ફ્લોરમાં પોહ્ચ્તા રાજીવેની નઝર ચિત્રાની કેબિન ઉપર પડી. રાજીવ ઉભો રહીયો અને આસપાસ જોવા લાગ્યો કે કોઈ રાજીવે ને જોઈ તો નથી રહીયુને , આખા ફ્લોરમાં કોઈજ વ્યક્તિ ન હતું . રાજીવે ચિત્રાની કેબીન માં ડોક લંબાવી , પણ ચિત્રા કેબિનમાં દેખાઈ નહીં.

ડૉક્ટર સતીશ પગથિયાં ચડી રહિયા હતા, તેમણે રાજીવને જોયો;

ડોકટર સતીશ : ગુડ મોર્નિંગ રાજીવ! ચાલો લેબમાં સાથે જઈએ. તમે કોઈને શોધી રહિયા છો ?

રાજીવ: નહીં,નહીં . ચાલો.

ડોક્ટર સતીશ: ઓક.

લેબ માં આવતા રાજીવને દેખાયું કે શ્યામા લેબમાં નથી. વિશાલ encephalographyનું ઇન્સ્ટ્રુમેન્ટ પોતાના માથા ઉપર પહેરીને હેમાંગી તરફ એકીટશે જોઈ રહીયો છે. હેમાંગી પણ વિશાલને આંખોના પલકારા ઝપકાવ્યા વગર વિશાલ સામે ગુસ્સાથી જોઈ રહી હતી. જયારે, હેત્તલ પીળા પડી ગયેલા પન્ના વાળી અને ખુબજ મોટી તત્વજ્ઞાનનું પુસ્તક ખુબજ ધ્યાનથી વાંચી રહી હતી.

રાજીવે વિશાલ અને હેમાંગી સામે જોઉં પછી ડૉક્ટર સતીશ સામે નઝર ફેરવી. ડૉક્ટર સતીશ સમજી ગયા કે રાજીવને કયો પ્રશ્નન ઉદ્ભવી રહીયો હશે. અને બોલ્યા;

ડૉક્ટર સતીશ: નથિંગ ન્યૂ. આ બને નું રોજનું છે. વિશાલ અને હેમાંગી બને ચાઈલ્ડહૂડ ફ્રેન્ડ છે. બને સાથે જ મોટા થયેલા છે, તમને તેવો એકબીજા સાથે નાની નાની બાબતોમાં ઝઘડતા પણ જોવા મળશે. હાલમાં, વિશાલ હેમાંગી સાથે telepathy કરીને હેમાંગીના વિચારોને પકડવા પ્રયાસ કરી રહીયો છે અને હેમાંગી ખુદના વિચારોને વિશાલ વાંચી ન શકે તેવા પ્રયાસ કરી રહી છે.' રાજીવ અને ડૉક્ટર સતીશ બને હસવા લાગ્યા.

ડૉક્ટર સતીશ: 'ચાલો હું જવ છું મારા લેબ સેકશન ઉપર, મારે કામ છે.' એકાએક બોલ્યા અને ચાલ્યા.

રાજીવને ડોક્ટર સતીશ લેબમાં સૌથી સમજદાર, શાંત અને સરળ સ્વભાવના વ્યક્તિ લાગ્યા.

રાજીવનો લેબમાં સેકશન હેતલના સેકશન પાસે છે. રાજીવ લેપટોપ સાથે સેક્શનમાં જઈને બેસે છે રાજીવ: 'ગુડ મોર્નિંગ હેતલ!' હેતલ નું પૂરું ધ્યાન તત્વજ્ઞાન ની બુક વાંચવા પર હતું, એટલે કોઈ જવાબ ન આપ્યો. રાજીવે પોતાનું લેપટોપ ચાલુ કરીને રિસર્ચ આર્ટિકલ્સ વાંચવાનું ચાલુ કરી દીધું.

થોડા સમય બાદ, ડોક્ટર રાઘવ આચાર્ય ખૂબ મોટી ઉંમરના બૌદ્ધ અને જૈન મુનિઓ સાથે આવ્યા અને ડૉક્ટર રાઘવાચાર્યની પર્સનલ ફિલોસોફી અને મેટા ફિઝિક્સ લેબ તરફ જતા જોવા મળે છે. હેતલે અચાનક ઊંચું જોયું અને ડૉક્ટર રાઘવાચાર્ય ની મેટાફિઝિક્સ લેબ તરફ ગંભીરતાથી જોવા લાગી.

રાજીવ: હેતલ શું થયું? કેમ એવી રીતે જુએ છે તું? હેતલે રાજીવ સામે જોયું અને થોડો સમય ચૂપ રહ્યા બાદ બોલી;

હેતલ: તમને ખબર છે? એ મેટાફિઝિકસ લેબમાં માત્ર ડૉક્ટર રાઘવાચાર્ય અને તેમની સાથે આવનારા બૌદ્ધ અને જૈન મુનિઓને જ પ્રવેશવા ની પરવાનગી છે. થોડા થોડા દિવસોએ આ બૌદ્ધ અને જૈન મુનિઓ ડોક્ટર રાઘવ

આચાર્ય સાથે આવતા મેં ઘણીવાર જોયેલા છે. હું metaphysics ઉપર કામ કરું છું છતાં પણ મને તે લેબમાં જવાની પરવાનગી નથી.' હેતલ રાજીવની નજદીક આવી અને ધીમેથી બોલી ' મને લાગે છે કે ડૉક્ટર રાઘવાચાર્ય કોઈ ગુપ્ત રહસ્યમય સંશોધન કરી રહિયા છે, જેની જાણકારી આપડા કોઈ પાસે નથી.' રાજીવ અને હેત્તલ બને એકબીજા સામે ગંભીરતાથી જોવા લાગ્યા અને માથું હલાવવા લાગ્યા. હેતલ પછી તેના ડેસ્ક સેકશન ઉપર જતી રહી અને તેની મેટાફિઝિક્સ પુસ્તકની દુનિયામાં ફરી ખોવાય ગયી.

રાજીવ (મનમાં): ખબર નહીં ,કઈ દુનિયામાં આવી ગયો છું ? આસપાસ અજીબ-અજીબ વિષયો ઉપર સંશોધન કરી રહેલા વિજ્ઞાનીકો અને અજીબ ડૉક્ટર રાઘવાચાર્ય છે . બૌદ્ધ અને જૈનમુનિઓ નું રિસર્ચ ફિલ્ડ માં શુ કામ ? શું થઈ રહીયુ છે આ બધું ? કશુંજ સમજાતું નથી . જે હોય તે! આ હાલની મારી મનોસ્થિતિ માટે ડૉક્ટર મનીષ જ જવાબદાર છે, તેઓ એ જ મને આ લેબ જોઈન કરવા દબાણ કરેલ. ખરેખર આંધળો વિશ્વાશ કોઈ ઉપર ન કરવો જોઈએ' આ પ્રકારે ડૉક્ટર મનીષને દોષ આપ્યાબાદ પાછો લેપટોપમાં પેપર વાંચવા લાગ્યો.

એક કલાક પછી ડૉક્ટર રાઘવાચાર્ય મુનિઓ સાથે બહાર આવિયા અને મુનિઓ રાજીવને જોઈને ઉભા રહી ગયા ખુબજ શાંતિમય ભાવ સાથે રાજીવને જોય રહિયા હતા.

મુનિઓના વ્યક્તિત્વની પવિત્રતા અને દિવ્ય આભામંડળ એટલો મજબૂત હતો કે, લેબમાં કામ કરી રહેલા બધાજ ૫૦ જેટલા વિજ્ઞાનીકોનું ધ્યાન મુનિઓ તરફ પડિયું. મુનિઓ જે રીતથી રાજીવને નીરખી રહિયા હતા તે જોઈને બધાની નઝર પેહલા મુનિઓ તરફ પછી રાજીવ તરફ કેન્દ્રિત થઈ રહી હતી. રાજીવને આ વાતનું અનુમાન આવતા અને બધાની નઝર તેના ઉપર કેન્દ્રિત થયેલી જોઈને અસહજતા અનુભવવા લાગ્યો હતો .

ડૉક્ટર રાઘવાચાર્ય મુનિઓની નઝદીક આવીને ધીમેથી બોલ્યા " આ રાજીવ છે, અને તે એ જ વ્યક્તિ છે" મુનિઓએ ધીમી ગતિથી મસ્તક હલાવીયા અને લેબની બહાર નીકળવા લાગ્યા.

લેબના દરેક વૈજ્ઞાનિકો હજી રાજીવ સામે અલગ ભાવ સાથે જોઈ રહિયા હતા , તેમાં રાજીવ નું ધ્યાન બાજુમાં બેઠેલી હેત્તલ ઉપર પડે છે. હેત્તલ ડોકને આગળ કરી, આંખોને જીન્ની કરી જાણે તેની આખો માઇક્રોસકોપ હોય તેમ મેગ્નિફાયિંગ કરીને કશુક નિરીક્ષણ કરતી લાગી.

રાજીવ : ચિડાય ને ' શુ જોવે છે?'

હેત્તલ : તારામાં તત્વજ્ઞાનના કોઈ માઇક્રો તત્વ છે કે નહીં ?, તે જોઈ રહી છું.

રાજીવ: બકવાસ , તેવું કશુંજ હોતું નથી. અત્યારે આ લેબમાં મારો તો જીવ અકળાય રહીયો છે. હું કેન્ટીન જાવ છું, કોઈ આવવા માંગે છે, મારી સાથે ?

વિશાલ : હું આવીશ.

રાજીવ: ઓક .ચાલ .

હેત્તલ ફરીથી પુસ્તક વાંચવા લાગી . રાજીવ અને વિશાલ કેન્ટીન જવા સીડીઓ ઉતારવા લાગ્યા.થર્ડ ફ્લોરે રાજીવ ધીમો પડ્યો અને ચિત્રાની કેબિનમાં નઝર નાખી, ચિત્રા તેની કેબિનમાં ન હતી . આથી રાજીવ થોડો ઉદાસ દેખાતા વિશાલ બોલ્યો :

વિશાલ : કોઈને ગોતે છે ?

રાજીવ : ના....ના !

વિશાલ : ઓક. ખરેખર , કોઈને નહીં ? કહીને થોડું હસિયો.

રાજીવ: સાચે જ , કોઈને નહીં . ચલ જઈએ.

રાજીવ અને વિશાલ કેન્ટીનમાં ચાનો ઓર્ડર આપીને બેસીયા અને વાતો કરી રહિયા હતા ત્યાં રાજીવને તેની પાછળથી બોલાવતો મીઠો અવાજ કાને પડ્યો ;

'Excuse me ! ડૉક્ટર રાજીવ?' રાજીવે પાછળ ફરીને જોયું , પાછળ ચિત્રા ઉભી હતી. રાજીવના ચેહરા પર સ્મિતની લહેર ફરીવળી, અને જાણે પેહલીવાર જ ચિત્રાને જોઈ હોય તેમ નાટક કરતા બોલ્યો;

રાજીવ: યસ?

ચિત્રા: હેલો સર . હું ચિત્રા ત્રિપાઠી છું. હું ૨૦૧૬માં ના સબ્જેક્ટ ને લગતા પી એચ ડી સાથે સંકળાયેલા એક વર્ષના વર્ક માટે એમ આઈ ટી માંજ હતી , એ સમયે તમે પણ ત્યાંજ હતા, સાચું ?

રાજીવ: હા.

ચિત્રા: એમ આઈ ટીના ડૉક્ટર રાધાને જાણો છો?

રાજીવ: ડૉક્ટર રાધા ...(થોડું વિચારીને) હા ! હા ! યાદ આવિયા , ઓળખું છું.

ચિત્રા: ડૉક્ટર રાધા મારા સહાયક નિર્દેશક છે .ડૉક્ટર રાધાનો મને કાલે ફોનકોલ આવીયો હતો, અમને મને કહીયુ કે ' MITમાંથી પાસ આઉટ ડૉક્ટર રાજીવ હાલ SSII માં જ છે અને ડૉક્ટર રાઘવાચાર્યની લેબમાં જોઈનીંગ કરેલ છે. તારા જે બિન ઉકેલાયેલા Biophysics ને લગતા પ્રશ્નોનું નિરાકરણ માટે તે વ્યક્તિની એક્સપર્ટીઝ તને મદદરૂપ થઈ શકે તેમ છે. તું રાજીવની મદદ માંગએ તને મદદ જરૂર કરશે.

રાજીવ : હા! ડેફિનેટલી! આઈ વિલ હેલ્પ યુ. હું મારો બનતો પ્રયત્ન કરીશ. તમે અહીંયા ...??

ચિત્રા: હું અહીં મારા મુખ્ય પીએચડીના સહાયક ડૉક્ટર જીજ્ઞાશા ની દેખરેખમાં, ૧ વર્ષના એમ આઈ ટી માં કરેલ કામને આગળ ધપાવી રહી છું.ઓક , તો પછી મળીએ..?

રાજીવ: હા. કાલે ?

ચિત્રા : ઠીક છે. ક્યાં?

રાજીવ: Biophysics ને આપણે ચર્ચાના માધ્યમથી સમજીશુ, એટલે પ્રાકૃતિક જગ્યા જેમ કે ઓપન એર થીએટર જે આપડી ઇન્સ્ટિટ્યૂટની પાછળ છે, ત્યાં મળીએ .આજ સમયે.

ચિત્રા: 'ઓક'(સ્મિત સાથે) કહીને જવાલાગી પણ અચાનક રુકી ગયી પાછી ફરીને બોલી;

'ડોકટર રાજીવ ...હમમ .. !!

રાજીવ: જી ..?

ચિત્રા : શું આપણે એમ આઈ ટી માં કે બીજી કોઈ સ્થાન પર મળેલા છીએ? (આશ્રયના ભાવ સાથે)

રાજીવ પણ આવી જ ભાવના અનુભવતો હોવાથી આતુરતાથી થોડો આગળ વધીને બોલ્યો; ' કેમ ? તમને એવું લાગે છે ?'

ચિત્રા: હા. ...અહમમ .ના ..ખબર નહીં, બસ એમજ પૂછિયું.

રાજીવ: ઓક. ના ...(થોડા વિરામ બાદ)....કદાચ નથી મળ્યા . (હવે મનમાં) કદાચ, હા ! મળ્યા છીએ.

ચિત્રા: ok see you tomorrow . Bye.

રાજીવ :bye.

વિશાલ ચાની ચુસ્કીઓ લેતા લેતા રાજીવ અને ચિત્રના હાવભાવનું નિરીક્ષણ કરી રહીયો હતો, રાજીવ ચિત્રાને ઇન્સ્ટિટ્યૂટની બહાર નીકળતા જોઈ રહીયો છે. વિશાલ ખોંખારો ખાઈને "તમારા એમ આઈ ટી મિત્ર ગયા આવી જાવ પાછા ! તમારી ચા ઠંડી થઈ રહી છે" હસીને વિશાલ બોલ્યો.

હજી વિશાલ મલકાય રહીયો છે. રાજીવ ચાની ચુસ્કી લેતાબોલ્યો ' કેમ હસી રહીયો છે તું?'

વિશાલ: બસ આમ જ

રાજીવ : નહીં...નહીં ...કશુક તો વાત છે, કહે મને.

વિશાલ: તું ખોટું બોલિયો છે ને ?

રાજીવ : ખોટું શુ?

વિશાલ: 'તને પણ ચિત્રા સાથે આજ પેહલા પણ મળ્યા હોવાનો અહેસાસ છે. સાચું?' રાજીવ (મનમાં) ' આને કેવી રીતે ખ્યાલ આવી ગયો?.'

વિશાલ : મને ખબર પડી કારણ કે હું ટેલીપેથી ઉપર કામ કરી રહ્યો છું, તેથી વ્યક્તિઓના હાવભાવના આધારે વિચારોને અને વ્યક્તિ દ્વારા એક્સપ્રેસ કરવામાં ન આવે તો પણ સામે વ્યક્તિના મન માં શું ચાલી રહીયુ છે તે સમજી લવ છુ.

રાજીવ: 'હા. યુ આર રાઈટ.' હસીને રાજીવ બોલ્યો.

બીજો દિવસ:

રાજીવે નવો સફેદ શર્ટ પહેરેલો છે. હાથમાં કોફીનો કપ પકડીને કોફીઓની ચુસ્કીઓ લય રહીયો છે અને ઓપન એર થેટરની પ્રકૃતિની મજ્જા માડતા-માડતા ચિત્રાની રાહ જોઈ રહીયો છે. કાલે ચિત્રા સાથે થેયલી પેહલી વાતોને મનમાં વલોવતા તેના ચેહરા પર સ્મિત ઉભરી રહીયુ છે. ત્યાંજ પાછળથી હળવેથી હાથની ટાપલી માંરતાં ચિત્રા બોલી :' ગુડ મોર્નિંગ'

રાજીવ: ઓહ! આવી ગયા મિસ. Environment ?

ચિત્રા: 'મિસ. Environment ? ' કહીને હા...હા...હસવા લાગી. ' તો ડૉક્ટર રાજીવ શરૂવાત કરીએ?

રાજીવ: 'હા ! પૂછો સવાલ ?' ચિત્રા અને રાજીવ ઓપન એર થેટર ના પગથિયાં પર બેઠા. ચિત્રાએ લખવા માટે બુક નિકાડી.

ચિત્રા : 'મારો રિસર્ચ પ્રોજેક્ટ bioremediation સબ્જેક્ટ પર છે. મને એફિશિઅન્ટ માઇક્રોબ્સની બે પ્રજાતિઓ મળી છે. પણ એની remediation એફીસીયન્સી એટલી વધુ નથી જે પ્રેકટીકલી ફિલ્ડ લેવલ પર ઉપયોગમાં લય શકાય. આ કારણે હું ફિઝિકલ પેરામીટરનો ઉપયોગ કરીને, માઇક્રોબ્સને adapted કરાવવા માંગુ છું, જેથી રેમિડિએશનની ની પ્રક્રિયાની સ્પીડને અનેક ગણી વધારી શકાય.' કહીને ચિત્રા મોટી સ્માઈલ સાથે રાજીવ સામે જોતા બોલી,' આ વિષયમાં તમારું biophysicsનું નોલેજ શુ કહે છે ? શુ સજેશન આપશો ?'.

ચિત્રા જયારે આ સવાલ કરી રહી હતી ત્યારે રાજીવ કોફીના મોટા કપમાંથી ચુસ્કીઓ લેતા એક પક્ષીના biological behaviourને ખુબજ ધ્યાન દઈને નિરીક્ષણ કરી રહીયો હતો. ચિત્રાને રાજીવનું ધ્યાન ન હોવાની શંકા જતા ચિત્રા બોલી ' રાજીવ !રાજીવ ! (વધુ ભાર આપીને) તમે મને સાંભળી રહિયા છો ને ?'. રાજીવ અચાનક ચિત્રાની આખોની નજદીક આવીને , આખો થી આંખ મેળવી. ચિત્રા રાજીવની આખોમાં ક્ષણિક સમય માટે ખોવાય ગયી. એવામાં રાજીવ બોલ્યો :

રાજીવ: "હેગલ!" ચિત્રા તરત જ બ્લુ-ગ્રીન આંખોના સમુદ્રમાંથી બહાર આવીને બોલી.' શુ? હેગલ?'

હેગલ એક પ્રસિદ્ધ ફિલોસોફર હતો. તેની એક થિયરી છે.' થિયરી ઓફ સિન્થેઇસિસ'

ચિત્રા: 'ઓકે.' અસ્પષ્ટ ભાવ સાથે બોલી.

રાજીવ : હેગલનું માનવું છે કે આ વિશ્વમાં બધાજ સવાલોના જવાબોનું અસ્તિત્વ છે, પણ દ્રશ્યમાન સ્થિતિમાં નથી. જે વ્યક્તિ જવાબોને ગોતી લાવવાનો વ્યૂપોઈન્ટ કે સ્ટ્રેન્થ પ્રાપ્ત કરીલે છે તેને પ્રશ્નના જવાબો પણ મળી જાય છે. આજ રીતથી જવાબનું સર્જન થાય છે. સમય જતા લોકો તેમાંથી નવા સવાલોને ગોતીને સામે રાખી દે છે,વળી કોઈ મહાન વ્યક્તિ બનીને જવાબ ગોતી લાવે છે, એમજ સાયકલ ચાલ્યા કરે છે.

ચિત્રાને કશુ સમજાઉં નહીં. થોડી અસહજતા સાથે બોલી ' મતલબ?'

રાજીવ: જોવો સામે એક ગુલાબનો છોડ છે. એક પક્ષી આવીયુ અને ગુલાબમાંથી રસ ચૂસવા માંગતું હતું પણ તેને કાટો વાગ્યો, બીજા પ્રયાસમાં પણ તેવું જ ઘટીયુ. પણ જ્યારે પક્ષી એ ત્રીજો પ્રયાસ કરીયો ત્યારેય તેને ખુદને પરિસ્થિતિને અનુરૂપ ઢાળીને કાટો વાગ્યા વિના જ ફૂલ સુધી પોંહચવામાં સફળતા મેળવી લીધી. સમજ્યા ?

ચિત્રા : હમ્મ ...થોડું થોડું..

રાજીવ:biological adaptation . મનુષ્ય,પશુ, પક્ષી, બેક્ટેરિયા બધાજ પ્રકૃતિમાંથી જ બનેલા છે. આથી કુદરતનો સમાન નિયમો બધા ઉપર સમાન રીતે લાગુ પડે છે અને અનુસરે છે.

તમારી માઇક્રોબ્સની બે પ્રજાતિઓને અલગ અલગ સાઇકલિક કંપાર્ટમેન્ટ માંથી પસાર કરો. લાઈક એ ,બી, સી, ડી અને ઈ . અને માત્ર એક જ કોમપાર્ટમેન્ટ 'ઈ' કંપાર્ટમેન્ટ માં જ એક બીજાના સંપર્કમાં આવવા દો, તમારા ટારગેટેડ materials કે જેનું degradation કરાવવું છે તેની હાજરીમાં. દરેક કોમપર્ટમેન્ટ માં physical parameters જેમ કે ટેમ્પરેચર ,પીએચ એક નિશ્ચિત હોવું જરૂરી છે. હવે આ પ્રોસેસને વારંવાર રિપીટ કરો. ધીમે ધીમે તમે નોટિસ કરશો કે ઘણા રિપિટેડ રાઉન્ડ પછી માઇક્રોબ્સની અંદર રિધમ એડોપ્ટ થઈ ગયી હશે અને બિયોડિગ્રેડેશનની સ્પીડ કંપાર્ટમેન્ટ ઈ માં વધવા લાગશે. હવે તમે મને કહો એવું શુ કામ થઈ યુ ?

ચિત્ર: (થોડું વિચારીને) કારણ કે બને માઇક્રોબ્સ ની પ્રજાતિ કમપાર્ટમેન્ટ 'ઈ' ના સ્પેસિફિક Environmentમાં એકબીજા સાથે કોઓપરેટે કરવા અડપ્ટેડ થઈ ગયા, એટલે biodegradationની સ્પીડ વધી ગયી. ' કહીને હસી પડી.' વાહ;' રાજીવ ચિત્રાને ખુશ જોઈને હસવા લાગ્યો.

ચિત્રા : હસતા હસતા બોલી શુ જોવો છો?

રાજીવ : તમારી આંખોને. તમારી આખોની રચના સૂર્યમુખીના પુષ્પ જેવી છે

ચિત્રા: ફ્લર્ટ કરો છો, મારી સાથે ? કહીને રાજીવની નઝદીક આવીને આખોમાં જોતાબોલી ' તમારી આંખો (થોડી ગંભીર થઈને) સમુદ્રના પાણી જેવી બ્લુ અને ઊંડી છે.

રાજીવ: સાચે જ ?

ચિત્રા: હા! કહીને હસવા લાગી. (અચાનક બોલી) ચાલો ! ચાલો! મારે લેબ જવું છે, કહીને ઉભી થઈને જવા લાગી અને બોલી' તમને પછી મળું'

રાજીવ: એક મિનિટ ચિત્રા!

ચિત્રા : હા બોલો.

રાજીવ: હમ્મ ... હું શું કેહતો હતો કે, આપણાપણનો ભાવ તો 'તું' કહીને બોલાવવામાં વધુ આવે, એક કમ્ફર્ટની ફીલિંગ મળે છે. જે મજા તું કહેવામાં છે એ મજા સુગરકોટેડ 'તમે' કહેવામાં નથી. તેથી આપણે એક બીજાને તું કહીને બોલાવીએ તો?

ચિત્રા: (હસીને) 'હા! સારું રાજીવ. હું જાવ છું અને તને હું પછી મળું.' રાજીવ " તને " સાંભળીને હરખાયો.

નેકસ્ટ ડે:

રાજીવ જેઓ લેબમાં દાખલ થયો કે તરત શ્યામ બોલી :

શ્યામ : રાજીવ !ચાલ જલ્દી, તારી બેગ મૂક આપડે ડૉક્ટર રાઘવાચાર્યની ઓફિસમાં જવાનું છે.

રાજીવ : કેમ?

શ્યામ : આજ શનિવાર છે. ડૉક્ટર રાઘવાચાર્યએ એક નિયમ બનાવીયો છે, તે અનુસાર શનિવારે ડૉક્ટર રાઘવાચાર્ય સાથે મીટીંગ હોય છે , જેમાં ડૉક્ટર રાઘવાચાર્ય કોઈ વિષય આપે છે ત્યારબાદ તે વિષય ઉપર બધા લોકો પોતાના વિચારો રજુ કરે છે. ડૉક્ટર રાઘવાચાર્યનું માનવું છે કે નવી ડિસકવરીનો રસ્તો સામાન્ય ચર્ચાઓ માંથી ઉદ્ભવી શકે.

રાજીવ : ઓક. સારી બાબત છે. ચાલ જઈએ.

ડોકટર રાઘવાચાર્યની ઓફિસમાં શ્યામા અને રાજીવ દાખલ થયા. બધા લોકો ડોક્ટર રાઘવ આચાર્ય સામે અર્ધવર્તુળાકાર ખુરશીઓ ગોઠવીને બેઠેલા હતા.

ડૉક્ટર રાઘવાચાર્ય : ગુડ મોર્નિંગ રાજીવ. તું એગ્રીમેન્ટ ને વાંચે છે ને?

રાજીવ: હા! સર. એગ્રીમેન્ટ ના બધા નિયમોને હું વાંચી રહ્યો છું.

ડૉક્ટર રાઘવાચાર્ય : સરસ. આજે આપણે કોઈ રિસર્ચ સબ્જેક્ટ ઉપર નહીં પરંતુ સામાન્ય સબ્જેક્ટ પર ચર્ચા કરવાના . Subjet છે " scientist"

શ્યામા: સાઇન્ટીસ્ટ?

ડૉક્ટર રાઘવાચાર્ય : હા! સવાલ એ છે કે સારા વૈજ્ઞાનિક બનવા માટે સૌથી વધુ જરૂરી કઈ બાબત છે? કોણ સારું વૈજ્ઞાનિક બની શકે?

વિશાલ: સર આ કેવો પ્રશ્ન? જે વ્યક્તિ વધારે રિસર્ચ પેપર વાંચે, રિસર્ચની બધી પ્રેક્ટીકલ ટેકનિકનો પારંગત થઈ જાય , તે વ્યક્તિ સારો રિસર્ચ ડેટા કલેક્ટ કરી શકશે તેથી તે વ્યક્તિ સારો વૈજ્ઞાનિક બનશે .

હેમાંગી: હા! સર. વાત તો સાચી છે ,વિશાલની.

ડૉક્ટર રાઘવાચાર્ય : ઓકે. શ્યામા ! તું શું માને છે?

શ્યામ: જે વ્યક્તિ સાયન્સ માટે લાઈફનો અમૂલ્ય સમયને આપવા માટે તૈયાર હોય, અને પોતાના રિસર્ચ માટે બધું જ સેક્રિફાઈસ કરવા પણ તૈયાર હોય તે વ્યક્તિ સારો વૈજ્ઞાનિક બનશે.

ડૉક્ટર રાઘવાચાર્ય : 'ઓકે.' ડૉક્ટર રાઘવાચાર્યએ પોતાની સિગાર સળગાવી અને પોતાના હોઠો વચ્ચે ખુપાવીને ધુમાડાને હવામાં ફેલાવ્યો અને હેતલ સામે જોઈને બોલ્યા ' હેતલ ! તારો વિચાર શું છે?'

હેતલ: જે વૈજ્ઞાનિક ગૂંચવાયેલા રિસર્ચના પ્રશ્નોના જવાબ વૈજ્ઞાનિક ઢબે શોધી કાઢે, તે સારો વૈજ્ઞાનિક.

ડૉક્ટર રાઘવાચાર્ય :: થોડું હસવા લાગ્યો ' હા ..હા...' , રાજીવ તારું શું માનવું છે?

રાજીવ: થોડું વિચારીને બોલ્યો ' મારા મતે એક વિચારક કે ફિલોસોફર સારો વૈજ્ઞાનિક બની શકે.'

ડૉક્ટર રાઘવાચાર્ય : સિગારને હોઠમાં છુપાવીને સિગારને ચૂસવા જતા હતા પણ અટકી ગયા અને રાજીવ સામે જોઈને બોલ્યા ;" રાઈટ!! પણ એવું શું કરવા?"

રાજીવ: 'બસ મનમાં વિચાર આવ્યો, એટલે આવો જવાબ આપ્યો, પણ સાચું કારણ હું નથી જાણતો.' કહીને વિચારવા લાગ્યો.

ડૉક્ટર રાઘવાચાર્ય : હસવા લાગ્યા અને બોલ્યા ' તું જવાબ જાણે છે પણ મૂળમાં રહેલ જવાબનો તાત્પર્ય કે સિદ્ધાંત નથી જાણતો.' કહીને થોડું સ્મિત આપ્યું.

ડૉક્ટર રાઘવાચાર્ય : તેવું એટલા માટે છે કારણ કે ,સારો વિચારક , પ્રશ્નને ઊંડાણથી વિચારે છે. તે પ્રશ્નો પૂછે છે .ખુદને, વસ્તુઓને , બાબતોને. અને ઉંડાણપૂર્વક વિચારતા વિચારતા ઈમેજીન કરવાની ક્ષમતા કેળવે છે જે તેને નવા આવિષ્કારો કે ડીસ્કવરી કરવામાં મદદરૂપ થાય છે. નવી થીયરીઓને જન્મ આપવા પાછળ તે વ્યક્તિની ઈમેજીનેશન ક્ષમતાઓ જ કામ કરી રહી છે.

ન્યૂટન અને આઈન્સ્ટાઈન એટલા મહાન વૈજ્ઞાનિકો બન્યા ને કહેવાય. તેઓ સારુ ઈમેજીનેશન કરી શકતા હતા. અને તેઓ ઈમેજીનેશન કરી શકતા હતા કારણ કે તેઓ સારા વિચારક હતા. ઇમેજિન કરવાથી તમે થિયરીઓ બનાવી શકો છો. તમારા વિચારોથી બનેલી આ theory યુનિવર્સમાં મેનિફેસ્ટ થવા લાગે છે અને સમય જતાં તે વાસ્તવિકતામાં પરિવર્તિત થાય છે' બોલીને સિગારનો ધૂમાડો હવામા ફેલાવીયો. રાજીવ અને અન્ય સહકર્મીઓ માથું ધીમે ધીમે હલાવીને વાતથી સહમતિ દર્શાવી. ' તો રાજીવ અને તમે બધા મને કહો કે તમે શું સમજ્યા?'

રાજીવ: એમ કે ઈમેજીનેશન થી ઇનોવેશન શક્ય છે, અને તેની પાછળ મેનિફેસ્ટ થવાનો યુનિવર્સલ લો , કામ કરી રહ્યું છે.

શ્યામા: અને ખુદના વૈજ્ઞાનિક સમજ અને અભિગમથી બનાવેલી થીયરી ઉપર વિશ્વાસ કરવો જરૂરી છે જે એક દિવસ યુનિવર્સમાં Bacterial cellsની જેમ Multiply થશે અને અને આ multiplication ધીમે ધીમે વધીને નરી આંખે જોઈ શકાય તેવી વાસ્તવિકતા માં પરિવર્તિત થશે.

ડૉક્ટર રાઘવાચાર્ય: રાઈટ. ચાલો આજની મીટીંગ અહીંયા સમાપ્ત થઈ.

સાંજના પાંચ વાગ્યા છે ,રાજીવ ઘરે જવા માટે ફોર્થ ફ્લોર પરથી નીચે ઉતરીને થર્ડ ફ્લોર પરની ચિત્રાની કેબિનમાં ડોકિયું કરે છે. ચિત્રા ઉભી હતી અને કોઈ ફાઇલોને પોતાના બેગમાં ભરી રહી હતી તેનું ધ્યાન રાજીવ પડ્યું ' હે ! રાજીવ આવ અંદર આવ'.

રાજીવ: હાય ચિત્રા . ઘરે જવા નીકળતો હતો તો વિચાર્યું કે તને મળતો જાવ.

ચિત્રા: ઓકે. adaptation માટે તે જે એક્સપેરિમેંટની વાત કરી હતી તેનું મોડેલ મેં બનાવીયુ છે. તારી પાસે ચેક કરાવવું હતું.

રાજીવ; ઓકે. પણ કાલે જોઈએને, હું આજે ઘણો થાકી ગયો છું.

ચિત્રા: ઓકે નો પ્રોબ્લેમ.

રાજીવ: અચ્છા , એ કહે કે તું ક્યાં રહે છે.?

ચિત્રા:: હું ટાગોર ક્રોસ રોડ ના એરિયા માં મારુ ઘર છે.

રાજીવ: ઓકે, મારા ઘર થી ૨૫ મિનિટનાં અંતરે.

ચિત્રા::અચ્છા ! તારું ઘર પણ શહેરની બહારની સાઈડ પર પડે છે.

રાજીવ: હા! મને પ્રાકૃતિક વાતાવરણમાં પહાડોની વચ્ચે રહેવું પસંદ છે. આજે તો કેવી રીતે ઘર જવાની છે?

ચિત્રા: સામાન્ય રીતે હું ઇન્સ્ટિટયૂટની બસમાં જાઉં છું અને ક્યારેક ખુદની કાર લઈને આવું છું. આજે હું બસથી આવી હતી એટલે છ વાગ્ય ની બસ પકડીસ.

રાજીવ: ઠીક છે. એક કામ કર આજે બસ રહેવા દે અને મારી સાથે ચાલ હું તને 6'oclock નું મેજીક બતાવું.

ચિત્રા: '6'oclock નું મેજીક' એ શું છે?

રાજીવ: તું મારી સાથે આવીશ તો તને ખબર પડે ને. આજ પહેલાં મારા ઘરે ચાલ ત્યાંથી હું તને તારા ઘરે ડ્રોપ કરી દઈશ.

ચિત્રા: ઘરે....?. અહમમ...!!??

રાજીવ: 'ઓંય ! હું સારો વ્યક્તિ છું. તું કોઈ શંકાથી તો નથી વિચારતીને?' કહીને રાજીવ હસ્યો.

ચિત્રા: નહીં નહીં, મને ભરોસો છે તારા ઉપર. ચાલ.

રાજીવ અને ચિત્રા, રાજીવની કારમાં બેસીને નીકળીયા બાદ 30 મિનિટ પછી રાજીવના ઘરે પહોંચી ગયા. રાજીવ નું ઘર એક થોડી ઊંચી પહાડી ઉપર હતું.

ચિત્રા: વાહ ! રાજીવ તારું ઘર તો ખુબ સરસ છે. ઓઈ હીરો ! કોણ છે તું? તારુ ફેમિલી બેકગ્રાઉન્ડ શું છે?

રાજીવ: થોડું હસ્યો અને બોલ્યો 'મારા ફાધર બિઝનેસમેન છે' એટલું બોલીને ખુદની વાત કાપીને બોલ્યો ' તને આ સેકન્ડ ફ્લોર બન્ને લાંબી ગેલેરી દેખાય છે? '

ચિત્રા: હા !

રાજીવ: 'બસ, 6'o clock મેજીક ત્યાં જ છે'. રાજીવનું ઘર ચાર માળનું હતું. અને ખૂબ જ સમૃદ્ધ પરિવારનું લાગતું હતું. રાજીવ અને ચિત્રા ઘરમાં દાખલ થયા. ઘરમાં અનેક તસવીરો હતી જેમાં વર્લ્ડ ફેમસ ફિલોસોફર, scientist વગેરેની તસવીરો દેખાઈ રહી હતી અને દિવાલો ઉપર ટાંગેલી હતી. પણ એક પણ ફેમિલી ફોટો ન હતો. આથી ચિત્રા સમજવા લાગી કે રાજીવ પોતાના ફેમિલી થી એટેચ નથી.

ચિત્રા: તું તારા પરિવારથી જોડાયેલ અનુભવતો નથી?

રાજીવ: કેમ આવો સવાલ? એવું કશું નથી.

ચિત્રા: બસ એમ જ પૂછ્યું.

ચિત્રા સીડી ચડવા લાગી. સેકન્ડ ફ્લોરના બેડરૂમ પાસેની દીવાલમાં એક પ્રેમાળ હાસ્ય સાથે થોડી વૃદ્ધ લાગતી મહિલા ની તસવીર જોઈને ચિત્રા બોલી 'આ કોણ છે?'

રાજીવ: આ મારી મમ્મી છે.

ચિત્રા: આન્ટી અત્યારે ક્યાં છે?

રાજીવ: સ્વર્ગમા.

ચિત્રા: 'ઓ ! સોરી' કરીને સહાનુભૂતિ દર્શાવે.

રાજીવ: એમને બ્લડ કેન્સર હતું. ડોક્ટરે અને અમે ઘણા પ્રયત્નો કર્યા, પણ અમે મમ્મીને બચાવી ન શક્યા.

ચિત્રા: અને તારા પિતા ક્યાં છે?

રાજીવ: ચિત્રાની વાતને કાપી નાખતા બોલ્યો ‘ એ બધું છોડ , 6:30 થવા આવ્યા છે. તું જા ગેલેરીમાં જા. હું તારા અને મારા માટે કોફી લઈને આવું છું . તું બેસ!’

ચિત્રા: ગેલેરીમાં એવું વળી શું છે?

રાજીવ: 6’o clock મેજીક ...

ચિત્ર જીજ્ઞાશા સાથે ગેલેરીનો દરવાજો ખોલે છે, ગેલેરી માં આવતા જ દ્રશ્ય જોઈને હર્ષોઉલ્લાશથી ભાવવિભોર થઈ ગઈ. આથમતા સૂર્યનો કેસરિયો પ્રકાશ, ગેલેરીના ગ્રીલ પર લગાવેલા અરીશા પર પડીને છતમાં લગાવેલા અરીસા પર પરાવર્તિત થઈને વિરુદ્ધ દિશામાં લગાવેલા ત્રીજા અરીસા પર પડતો હતો જેના પરિણામ સ્વરૂપ જાણે મણિ પર પડતો પ્રકાશ વિખેરાય તેમ આખી ગેલેરી જળહળી રહી હતી. આથમતા સાંજમાં નિર્ધારિત દિશામાં કિકિયારી કરતા પક્ષીઓ ઉડી રહ્યા હતા. ચિત્રા ગેલેરીમાં વધુ આગળ વધી તો તને ખુલ્લું સાંજના કારણે ગુલાબી બનેલું આકાશ સ્પષ્ટ દેખાયુ અને મીઠી વહેતી નદી અને ઝરણાંનો અવાજ જાણે મધુર વાંસળી વાગી રહી હોય તેવી અનુભૂતિ થઈ રહી હતી . આ બધુ જોઈને ચિત્રનો ચેહરો જીણી સ્મિત સાથે જાણે રાતરાણીના ફૂલની કળી ખુલી રહી હોય તેમ ખીલી રહીયો હતો. તેટલામાં રાજીવે કોફી લઈને આવીયો.

રાજીવ: જોયું કેવું છે? 6’o clockનું મેજીક.

ચિત્રા: હસીને બોલી ‘એક્સ્ટ્રા ઓર્ડિનરી’. અરે તે આ બાજરીના દાણાથી ભરેલી વાસણને અને પાણીથી ભરેલું વાસણ આ ગ્રીલ ઉપર કેમ મૂકેલી છે? અને અહીંયા તેની બાજુમાં કેમેરો પણ છે, કેમ?

રાજીવે ઘડિયાળ સામે જોયું અને બોલ્યો ‘હમમ...રૂક હજી પાંચ મિનિટની વાર છે, તને ખબર પડી જશે. આલે તારી coffee.’ રાજીવ અને ચિત્રા ગેલેરીમાં રહેલા ઝૂલા પર બેસ્યા અને સુંદર પ્રાકૃતિક દ્રશ્યો નિહાળવા લાગ્યો.

ચિત્રા: કહેને? આવું કેમ? રાજીવ ઘડિયાળ સામે જોઈને, ‘ બસ હવે દસ સેકન્ડ રુકીજા’. નિશ્ચિત 10 સેકન્ડ પછી બે સુંદર ચકલીઓ ઉડીને આવે છે અને ગેલેરી ઉપર બેસીને બાજરો ચણવાનું ચાલુ કરે છે. પરફેક્ટ સમયને અનુસરીને ત્યારબાદની દસ સેકન્ડ પછી રાજીવ બોલ્યો ‘બસ ! હવે પાણી પીશે’ , અને તેવું જ થયું ચકલી પાણી પીવા લાગી.

રાજીવ: " હવે 15 સેકન્ડ ગ્રીલ ઉપર બેસીને મારી સામે જોયા કરશે." ખરેખર એવું જ બન્યું.

ચિત્રા: 'હા ! રાજીવ' આશ્ચર્ય સાથે બોલી.

રાજીવ: આ કેમેરો દેખાય છે ને તેને ! હું ઘણા સમયથી આ ચકલીના બિહેવ્યરનો અભ્યાસ કરી રહ્યો છું દરેક સેકન્ડે અનુરૂપ તેનું બિહેવ્યર સમય અનુસાર ફિક્સ છે, કોઈ બદલાવ નહીં. રોજ સાંજે 6:30 વાગ્યે હું આ બધું એન્જોય કરું છું અને મેં આ પ્રક્રિયાને 6'o clockનું મેજીક નામ આપ્યું છે. ચિત્રા જોરથી હસી ને રાજીવ સામે જોવા લાગે છે.

રાજીવ: શું થયું? કેમ જોવે છે?

ચિત્રા: 'હા! તું આ આ બધું એન્જોય તો કરે છે, પણ સાવ એકલો!' કહીને થોડા બિચારાપણાનો ભાવ સાથે રાજીવ સામે જોઈ રહી છે. રાજીવ મનમાં બોલ્યો;' તો તું મારી સાથે જીવનની મુસાફરીમાં જીવનભરની મુસાફર બનીને આવી જા' .

ચિત્રા: શું?

રાજીવ: શું?

ચિત્ર: તે કશું કહ્યું?

રાજીવ: નહિ નહિ ,કશું નહીં. (થોડી સેકન્ડ પછી) ચિત્રા મારા મનમાં એક પ્રશ્ન છે?

ચિત્રા: આ બોલને, શું વાત છે?

રાજીવ: ડોક્ટર રાઘવાચાર્યનો પ્રોજેક્ટ એક ગુપ્ત પ્રોજેક્ટ છે અને મારે તે પ્રોજેક્ટ કરવાનો છે. સરકારનું કહેવું છે કે નેશનલ સિક્યોરિટી નો મામલો હોવાથી આ પ્રોજેક્ટની સંપૂર્ણ માહિતીઓ માત્ર મારા જોઈનીંગ પછી જ ડૉક્ટર રાઘવાચાર્ય મારી સાથે શેર કરી શકે.

ચિત્રા: તો પ્રોબ્લેમ શું છે?

રાજીવ: સમસ્યાએ છે કે આ પ્રોજેક્ટને જોઈન કરવાથી જીવનો જોખમ છે.

ચિત્રા: અચ્છા એવું છે. બીજી સર દ્વારા તને શું માહિતી આપવામાં છે?

રાજીવ: સરનું કહેવું છે કે આ પ્રોજેક્ટથી વર્લ્ડહિસ્ટરી નું સર્જન થશે, લાખો લોકોનું ભવિષ્ય સુધરી શકે છે. અને ઇતિહાસ મને આ કામ માટે હંમેશાં યાદ રાખશે ,જો હું આ પ્રોજેક્ટમાં કામ કરું તો.

ચિત્રા: અરે વાહ ! એવું કહેલું છે?

રાજીવ: શું કરું? શું નિર્ણય લેવો જોઈએ? તે સમજાતું નથી.

ચિત્રા: 'તું પાગલ છે'. ચિત્રા ઊભી થઈ ગઈ અને ગુસ્સામાં બોલી: 'તને સમય અને તારા નોલેજનું કોઇ મૂલ્ય છે?'

રાજીવ: શું બોલી રહી છે યાર તું?

ચિત્રા: સાંભળ. આજ હું અહીંયા જ છું. તુ અહીંયા છે, કોફીનો મગ પણ ઊંચો કરીને બતાવતા બોલી ; ' આ પણ અહીંયા છે. સાચું?'

રાજીવ: હા , સાચું તો?

ચિત્રા: 'કાલે આ બધું બદલાઈ જશે, આ બધું અહીંયા નહિ હોય. હું નહીં હોવ ,તું નહીં, આપણી રિસર્ચ ઇન્સ્ટિટ્યૂટ પણ નહીં હોય. રાજીવ ! સમજવાનો પ્રયાસ કર આપણે અમર નથી. ટીક ટીક... ધીમે-ધીમે આપણો સમય પણ ખવાય રહ્યો છે, જે પણ કરવાનું છે આજે જ કરવાનું છે. તું અને હું ડાર્વિને,ન્યૂટન, મેડમ ક્યુરી જેવા મહાન વિજ્ઞાનિકના સમયમાં ન હતા , છતાંપણ આજ આપણે તેમને જાણીએ છીએ, તેમના યોગદાનને માનવ સભ્યત્તા ક્યારેય ભૂલી નથી, અને ક્યારેય ભૂલસે પણ નહીં. તેઓ અમર બની ગયા છે.' ' હું કહું છું ને !' કહીને ચિત્રાએ રાજીવનો હાથ પકડી લીધો અને બોલી 'આ મળતી અમૂલ્ય તકને હાથથી જવા ન દઈશ!.'ચિત્રાના રાજીવનો હાથ પકડવાથી હૃદયના ધપકાર વધવા લાગ્યા. આ જ સમયે રાજીવે પ્રોજેક્ટ ઇપ્સા જોઈન કરવા મનોમન માની જ ગયો હતો.

ચિત્રા: 'હા! તું પ્રોજેક્ટને જોઈન ન કરે અને ટાઈમ મશીન બનાવીને સમયમાં ભૂતકાળ અને ભવિષ્યમાં જય શકે તો તું અમર બની શકે'. કહીને હસવા લાગી, રાજીવ પણ હસિયો.

રાજીવ : હા! હું પ્રોજેક્ટ જોઈન કરીશ.

ચિત્રા: ચાલ, હવે મને ઘર ડ્રોપ કરી દે.

રાજીવ: ચાલ.

કારમાં drive કર્યા બાદ અંદાજે 25 મિનિટ પછી ચિત્રાને પહોંચી ગયા.

ચિત્રા: બસ બસ આ શેરી લઈ લે.

ચિત્રાનું ઘર એક મધ્યમ વર્ગીય પરિવાર નું ઘર લાગી રહ્યું હતું. રાજીવ ગાડીમાંથી ઉતરતા બોલ્યો ' તારા ઘરમાં કોણ કોણ છે?

ચિત્રા: મારા માતા-પિતા અને એક નાનો ભાઈ છે.

રાજીવ: તારે ભાઈ પણ છે?

ચિત્રા: હા .

રાજીવ: શું કામ કરે છે?

ચિત્રા: હજી તો એન્જિનિયરિંગનાત્રીજા વર્ષમાંમાં છે

ચિત્રાએ તેના ઘરના ગેટનો દરવાજો ખોલ્યો અને બોલી ' આવ ! અંદર આવ.' એક ૪૦ વર્ષીય વ્યક્તિ ઘરની બહારના ગાર્ડનમાં લાંબી કાતર વડે છોડને કાપીને શેપ આપી રહ્યા હતા ,ચિત્રાને આવતા જોઈને બોલ્યા, ' ચિત્રા બેટા, આવી ગઈ તું?'

ચિત્રા: 'હા !પપ્પા' ચિત્રા સાથે કોઈ વ્યક્તિ આવેલ છે તે જોઈને તેઓ નજીક આવ્યા અને બોલ્યા ' હેલો જેન્ટલમેન. ચિત્રા ! આ વ્યક્તિ કોણ છે?

ચિત્ર: મારો ફ્રેન્ડ છે, ઈન્સ્ટીટયૂટમાં સાથે છે, ડોક્ટર રાજીવ.

ચિત્રાના પિતા: ઓકે. આવો ડોક્ટર રાજીવ સાથે બેસીને ચા પીશુ અને ગપાટા મારીસુ.

રાજીવ: થેન્ક્યુ સર પણ આજે નહીં પછી ક્યારેક.

ચિત્રાના પિતા : ઠીક છે . ડોકટર રાજીવ, પણ મારી સાથે ચા પર તમારા સાયન્સ ફિલ્ડની ચર્ચાઓ બાકી છે એ યાદ રાખ જો અને સમય ફાળવીને ફરી આવજો.

રાજીવ : પાકુ સર. તમારી સાથે ચર્ચા ઉધાર રહી બસ! ;' કહીને રાજીવ હસિયો.

ચિત્રના પિતા: બસ, હા !હવે તમને તો જ જવા દવ. ઠીક છે મળ્યા પછી.

રાજીવ : સારું ચિત્રા !હવે હું નીકળું?

ચિત્રા: 'ઓકે રાજીવ પછી મળ્યા' કહીને ઘરમાં જવા લાગે છે. રાજીવ જેવો ગેટની બહાર જવા નીકળ્યો તેટલામાં ચિત્રાના પિતાનો અવાજ રાજીવના કાને પડ્યો

ચિત્રા ના પિતા: હે ચિત્રા ! વિજય તેનો ટ્રેકિંગ કેમ્પ પૂરો કરીને આવી ગયો છે. તને મળવા ઘરે આવ્યો હતો પણ તું ન હતી એટલે તને કાલે ઇન્સ્ટિટ્યૂટમાં જ મળશે તેવો સંદેશો આપવાનું કહીને ગયો છે.

ચિત્રાના પિતાની આ વાત સાંભળીને ચિત્રા ઘરમાંથી દોડતી બહાર આવી અને પૂછવા લાગી. ' વિજય આવી ગયો ?' . આ બધું ઘરના મેન ગેટ માંથી બહાર નીકળતા અને ગેટને બંધ કરતા રાજીવ જોઈ રહ્યો હતો.

રાજીવ કાર ડ્રાઈવ કરી રહ્યો છે અને વિચારી રહ્યો છે, ' વિજય, કોણ હશે? ચિત્રા તેનું નામ સાંભળીને એટલી બધી ખુશ કેમ થઇ? . maybe કોઈ રિલેટિવ હોઈ શકે' . ચિત્રાની સાથે સૂર્યાસ્ત સમયે થયેલી વાતો યાદ કરતા ચહેરા પર સ્મિત સાથે બોલી પડ્યો " કાલથી પ્રોજેક્ટ ipsaની શરૂઆત કરીશ"

5
પ્રોજેક્ટ ઇપ્સાની શરૂવાત

સવારના 10:00 વાગ્યા છે. રાજીવ દાખલ થઇ રહ્યો છે તેનું ધ્યાન સામે કેન્ટીનમાં બેઠેલા અને તરબૂચનો બ્રેકફાસ્ટ કરી રહેલા હાર્દિક પર પડ્યું. હાર્દિકે પણ રાજીવને જોયો અને થોડું ચિડચિડીયુ ચેહરો બનાવીને સ્લાઈસ ખાતો અટકી ગયો

રાજીવ:(મનમાં) 'આને શું પ્રોબ્લેમ હશે મારી સાથે ? તે સમજાતું નથી. અને રોજ કોણ તરબૂચ ખાય? આને શું કોઈ Iron deficiency ની બીમારી હશે?' વિચારતા સીડીઓ ચઢવા લાગ્યો. થર્ડ ફ્લોર પર પહોંચતા ચિત્રાની કેબીનમાં જોયું પણ ચિત્રા હજી ઈન્સ્ટીટ્યૂટમાં જ આવી ન હતી

રાજીવ લેબ માં દાખલ થયો, માત્ર ડૉક્ટર સતીશ લેબમાં બેઠા હતા.

ડોક્ટર સતીશ: ગુડ મોર્નિંગ ,રાજીવ!

રાજીવ: ગુડ મોર્નિંગ સર . ડોક્ટર રાઘવ આચાર્ય તેમની ઓફિસમાં છે?

ડોક્ટર સતીશ: હા ! સર આવી ગયા છે.

રાજીવ: ઓકે થેંક્યુ.

ડોક્ટર સતીશ: મોસ્ટ વેલકમ.

રાજીવ ડૉક્ટર રાઘવાચાર્યની ઓફિસમાં નોક કરીને દાખલ થયો અને બોલ્યો ' મેં આઈ કમિંગ સર?

ડૉક્ટર રાઘવાચાર્ય કોઈ ફાઇલમાંથી કશુક વાંચી રહ્યા હતા તે ફાઈલને બંધ કરીને બોલ્યા; 'રાજીવ આવ આવ.'

રાજીવ: સર મેં ફાઇનલ નિર્ણય લય લીધો છે, હું પ્રોજેક્ટ ઇપ્સા જોઈન કરવા માંગુ છુ.

ડૉક્ટર રાઘવાચાર્ય: મોટી સ્માઈલ આપીને 'ખરેખર?'

રાજીવ: હા! સર.

ડૉક્ટર રાઘવાચાર્ય: તે પૂરો એગ્રીમેન્ટ તો વાંચી લીધો છે ને ? તને ખબર છેને ક્યા ક્યા જોખમો આ પ્રોજેક્ટમાં રહેલા છે?

રાજીવ: હા! સર (હકીકતમાં અધૂરો જ એગ્રીમેન્ટ વાંચ્યો હતો)

ડૉક્ટર: તો તું શા માટે આ પ્રોજેક્ટ જોઈન કરવા માંગે છે?

રાજીવ: સર આ મારા નિર્ણય માટે ન્યુટન ,આઈન્સ્ટાઈન અને મેડમ ક્યુરી જવાબદાર છે.

ડૉક્ટર રાઘવાચાર્ય: મતલબ?

રાજીવ: સર મારી પણ ઈચ્છા છે કે સાયન્સનો ઇતિહાસ મને પણ સદીઓ સુધી યાદ કરે.

ડૉક્ટર રાઘવાચાર્ય: હસવા લાગ્યા અને બોલ્યા; “મતલબ કે તને એક મહાન વૈજ્ઞાનિક બનવાની તમન્ના જાગી છે. મારો વિશ્વાસ કર. તું બનીશ, જો તું આ પ્રોજેક્ટને જોઈન કરીશ. તો શું આજથી કામ ચાલુ કરીએ?”

રાજીવ:ઓક, સર.

ડૉક્ટર રાઘવાચાર્ય: ઠીક છે. તેમના ટેબલના નીચેના તરફથી એક બોક્સ જેવું ઇન્સ્ટ્રુમેન્ટ અને બીજા ખાનામાંથી એગ્રીમેન્ટની બુકલેટ નીકાળીને બોલ્યા; ‘આપણે એગ્રીમેન્ટની ફોર્માલિટીને પૂરી કરીએ.’ નાના બોક્ષ જેવા ઇન્સ્ટ્રુમેન્ટને બુકલેટમાં છેલ્લા પાના પર સિગ્નેચરના બોક્સ ઉપર મૂક્યું . રાજીવની સામે પેપરને ધરતા બોલ્યા ‘ અહીંયા તારી સિગ્નેચર ની જરૂરત છે’

રાજીવ તેના પોકેટમાંથી પેન નીકાળી અને ઇન્સ્ટ્રુમેન્ટના બોક્સને સાઈડમાં મુકીને સહી કરવા જતો હતો કે ત્યાંજ ડૉક્ટર રાઘવાચાર્ય બોલ્યા ; ‘ રુક.... રુકીજા.....આ તું શું કરે છે?’

રાજીવ :સિગ્નેચર !!

ડૉક્ટર રાઘવાચાર્ય: અરે! આ બોક્સને પેપરમાં સિગ્નેચર કરવાના સ્થાન પર મૂક અને હું ક્વ ત્યારે તું તારી આગળીઓ વડે બૉક્સઈન્સ્ટ્રુમેન્ટને સ્પર્શ કરજે. ઓકે?

રાજીવ: ઓકે.

ડૉક્ટર રાઘવાચાર્યએ બોક્સને બરાબર રાખીયું અને ઇન્સ્ટ્રુમેન્ટને એક બટન પ્રેસ કરીને ઓન કરીયુને બોલ્યા ‘ હવે તારી આગોળીઓથી સ્પર્શ કર’ સ્પર્શ કર્તાની સાથે કરંટ લાગ્યા જેવો અનુભવ રાજીવને થયો.

ડૉક્ટર રાઘવાચાર્ય: ‘હવે તે આંગળીની બાજુની આંગળીથી સ્પર્શ કર.’ રાજીવ આપવામાં આવતા ઇન્સ્ટ્રકશનનું પાલન કરતો ગયો અને પાછો નાનો કરન્ટ લાગ્યો છે તેવું અનુભવ્યું.

રાજીવ: આ શું થઈ યુ ?

ડૉક્ટર રાઘવાચાર્ય: (હસતા હસતા) તારા શરીરમાં નેનોટેચાનોલોજીથી બનેલા નેનોરોબોટસ દાખલ થયેલા જેને તારા જિનેટિક મેકપને સ્કેન કરીને જયારે તે બીજી આંગળીથી પાછું સ્પર્શ કર્યું ત્યારે નેનો રોબર્ટ તારા શરીરમાંથી બહાર નીકળીને તારી DNA સિગ્નેચરને આ ડોક્યુમેન્ટમા કરી છે. અને તને જે આ ગ્રીન કલર હવે દેખાય રહ્યો છે એ ગવર્મેન્ટ દ્વારા તારી આ પ્રોજેક્ટમાં જોડાણની પરવાનગી ! પ્રાઈમ મિનિસ્ટર ઓફિસ દ્વારા મળેલ છે તેવું દર્શાવે છે.

રાજીવ: રેડ કલર આવે તો?

ડોકટર રાઘવાચાર્ય : એનો મતલબ એવો થાય કે તને આ પ્રોજેક્ટમાં જોડાવાની પરવાનગી ઓફિસમાંથી મળી નથી.

રાજીવ: મારુ એપ્રુવલ કે રિજેકશન ક્યાં ક્રાયટેરીયાના આધાર પર નકી થયું ?

ડોકટર રાઘવાચાર્ય: 'એ તને જાણવાનો હક નથી.' કહીને ટેબલે પર પડેલ સિગારના પેકેટમાંથી સિગાર કાઢીને સળગાવી. 'વેલકમ ટુ પ્રોજેક્ટ ઇપ્સા'

રાજીવ:થેક્સ .સર

ડૉક્ટર રાઘવાચાર્ય સિંગાર સાથે બાજુની દીવાલ પરના અરીશા પર હાથની હથેળીને મૂકે છે, એમનો હાથ બ્લુ લાઈટથી સ્કેન થયો અને 'ડોર ઓપન' એવો સાઉન્ડ સિસ્ટરમનો અવાજ આવીયો. અરીસો બોક્સમાં પરિવર્તિત થઈ ગયો .ડૉક્ટર રાઘવાચાર્યએ પચાસ જેટલા રિસર્ચ પપેરના બંડલ નિકાલિયા અને રાજીવ સામે રાખીયા. ડૉક્ટર રાઘવાચાર્ય પાછો અરીશાને હથેળી મૂકી , અરીશા માંથી બનેલા બોક્સમાં કન્ફોર્મેશન બદલાવ આવિયા અને બોક્સ પાછો અરીસામાં બદલાય ગયો. આશ્ચયથી જોતા રાજીવને જોઈને ડૉક્ટર રાઘવાચાર્ય બોલ્યા :' હા હાહા ...(હસતા હસતા) હજી તને ઘણા ઝટકા લાગશે, તું ખરશી પર બેસી જા. આ આપણા પ્રોજેક્ટને લગતા સિક્રેટ રિસર્ચ પેપર છે , તારે ૧૦ દિવસમાં વાંચવાના છે. ધ્યાન રહે ! એક પણ પાનું ગાયબ ન થવું જોયે , નહિતર ....' કહીને ચૂપ થઈ ગયા.

રાજીવ: નહીંતર શું . સર?

ડોકટર રાઘવાચાર્ય : જો એવું થયું તો જે નેનોરોબોટસે ,જ્યારયે તે સિગ્નેચ કરી તે સમયે લાખોની સંખ્યમાં નેનોસાઈનાઈડના પેકેટસને તારી બોડીમાં ઇમ્પ્લાન્ટ કર્યા છે તેનેં હું લીક કરી નાખીસ.

રાજીવ : ગભરાહટ સાથે ' મારી બોડી માં સિગ્નેચ સમયે, નેનોરોબોર્ટસે સાઈનાઈડના પેકેટ્સ પણ પ્લાન્ટ કર્યા છે?

ડોકટર રાઘવાચાર્ય: હા તે જ મને પરવાનગી આપેલી છે, તને યાદ છે ને?' એગ્રીમેન્ટ બતાવીને બોલ્યા.

રાજીવ: ખુદને શાંત કરીને અને થોડા ગુસ્સા માં " હા !"

ડોકટર રાઘવાચાર્ય: આ રિસર્ચ પેપર ની માત્ર બે જ નકલ છે, એક મારી પાસે અને બીજી ગવર્મેન્ટ ઓફ ઇન્ડિયા ની સિક્રેટ તિજોરીમાં. એટલા માટે આ બધા સ્ટેપ લેવા જરૂરી છે.

ડોકટર રાઘવાચાર્ય: હજી એક મહત્વની વાત, હું તને કહેતો ભૂલી ગયો. ' તને શું લાગે છે, તારા શરીરમાં જેટલા નેનો રોબોટ દાખલ થયેલા છે બધા પાછા બહાર નીકળી ગયા હશે?

રાજીવ: ' હા" થોડી શંકા સાથે બોલ્યો.

ડોકટર રાઘવાચાર્ય: ના એવું નથી. જે સંખ્યામાં નેનો રોબોટ દાખલ થયેલા, તેમાંથી માત્ર ૧૦ ટકા જ નેનો રોબોટ છે જે તારા જીનેટીક મેકઅપ નું સ્કેન કરીને પાછા વળેલા ,બાકીના રોબોટ તારા શરીરમા મૃત્યુ સુધી સાથે રહેશે. આ નેનોરોબોટસના અનેક ફંકશન છે, જેમાંથી અનેક ફંકશનો હું પણ નથી જાણતો. તેમાનું એક ફંકશન તારી પ્રતિક્રિયાને સેન્સ કરવાનું છે, જો તું છુપી રીતે કે કોઈપણ રીતે પ્રોજેક્ટ ઇપ્સાની માહિતીને, મારી કે પ્રોજેક્ટને સંલગ્ન વ્યકિઓને બાદ કરતા બીજા કોઈ વ્યક્તિઓ સાથે વહેંચીશ તો આ નેનોરોબોટસ માહિતીને પ્રાઈમ મિનિસ્ટર ઓફિસમાં મોકલી આપશે અને, ઈચ્છે તો તારો જીવ માત્ર ૩ સેકન્ડમાં જ લઈ લેશે .

રાજીવ: 'વીતેલા ૧ કલાકમાં મારા શરીર સાથે અનેક પરિવર્તનો કરવામાં આવ્યા છે , હવે તો મને જાણવાનો હક છે કે મારો પ્રોજેક ઇપ્સા શુ છે ? સર હવે તો કહો! , આપણે ક્યાં સિક્રેટ પ્રોજેક્ટ ઉપર કામ કરવાના છીએ? 'ગુસ્સાથી બોલ્યો.

ડોકટર રાઘવાચાર્ય: 'હા ! છે જ . આપણે ટાઈમ મશીન બનાવવા જય રહિયા છીએ.' રાજીવ ટેબલે પરના પાણીના ગ્લાસ્સને લેવા હાથ લંબાવી રહીયો હતો અને રુકી ગયો.

રાજીવ: શુ?

ડોકટર રાઘવાચાર્ય : સિગારને હોઠ વચ્ચે દબાવેને બોલ્યા " ટાઈમ મશીન "

રાજીવ: ટાઈમ મશીન ?

ડોકટર રાઘવાચાર્ય : હા !!

રાજીવ ઉભો થઈ ગયો અને આસપાસ ચાલવા લાગ્યો અને બોલ્યો;' સર! મજાક કરો છો ને? આ પોસિબલ નથી'

ડોકટર રાઘવાચાર્યની સિગાર પૂરી થવા આવી હતી, રાજીવની વાત સાંભળીને ગુસ્સામાં જોરથી સિંગાર દાનીમાં સિગાર ઓલવીને બોલ્યા 'એક સારો વૈજ્ઞાનિક થઈને પણ તું ઇમ્પોસિબલ જેવા શબ્દોનો ઉપયોગ કરે છે. નથીંગ ઇસ ઈમ્પોસિબલ.'

ટેબલ પર પડેલા સિગારના પેકેટને પોતાના ખિસ્સામાં નાખીને ડોકટર રાઘવાચાર્ય ખુરશી ઉપરથી ઉભા થયા. ખુરશી પાછળની દિવાલમાં લટકતી જૈન અને બૌદ્ધ ધર્મની બે તસ્વીરોને હટાવતા ટેબલ ઉપર મૂકી. તસવીરોના સ્થાને પોતાની હથેળીઓ સ્કેન કરતાં જ દિવાન લિફ્ટ માં પરિવર્તિત થઈ ગઈ અને લિફ્ટ ખુલી ગઈ.

ડોકટર રાઘવાચાર્ય: ' રાજીવ ચાલ મારી સાથે.' જેવા રાજીવ અને ડોક્ટર રાઘવ આચાર્ય લિફ્ટમાં પ્રવેશે છે, બ્લુ લેઝર લાઈટના ઝબકારા થવા લાગ્યા અને સાઉન્ડ સિસ્ટમ નો અવાજ આવ્યો" nanorobots કન્ફર્મેશન, done .ડોકટર રાઘવાચાર્ય એન્ડ ડોક્ટર રાજીવ! પ્લીઝ વેલકમ ટુ ટાઈમ લેબ".

ડોકટર રાઘવાચાર્ય: આ બ્લુ લાઈટથી આપણી આઇડેન્ટિટી કન્ફર્મ થાય છે.

રાજીવ; અને જે સાઉન્ડ સંભળાય છે તે? ડોકટર રાઘવાચાર્ય કશું બોલે તે પહેલા અવાજ આવ્યો; " હું મિસ્ટર બ્લુ બ્રેઈન છું, આ લેબમાં તમારો સહકર્મી વૈજ્ઞાનિક"

ડોકટર રાઘવાચાર્ય: 'મિસ્ટર બ્લુ બ્રેઈન આર્ટિફિશિયલ ઇન્ટેલિજન્સ ટેકનોલોજી છે.' એટલામાં લીફ્ટ નીચે ઉતરી અને દરવાજા ખુલ્યા.

ડોકટર રાઘવાચાર્ય: 'લો ! પહોંચી ગયા' સામે ટૂંકો કોરિડોર અને લેબનો દરવાજો દેખાઈ રહ્યો હતો ' આ! હા તો હું એમ કહેતો હતો કે મિસ્ટર બ્લુ બ્રેઈન AI ટેક્નોલોજીથી બનેલી એક વ્યક્તિ જ છે, તે બધું જ અનુભવ કરી શકે છે. રિસર્ચ દરમિયાન જે ગણતરીઓમાં, કે પ્રશ્નોમાં આપણે અટકીશું તેમાં બ્લુ બ્રેઈન આપણને જવાબો મેળવવામાં મદદરૂપ થશે.

રાજીવ: વાહ!!

મિસ્ટર બ્લુ બ્રેઈન: હા ! ડોક્ટર રાજીવ, હું છું જ , ધ બેસ્ટ. મારું સર્જન " બેકટ્રેન" દ્વારા થયેલું છે.

રાજીવ: બેકટ્રેન ?

ડોકટર રાઘવાચાર્ય: આપણે જે સુપર કોમ્પ્યુટરની મદદથી ટાઇમ મશીન બનાવી રહ્યા છીએ, તેનું નામ બેકટ્રેન છે.

ડોકટર રાઘવાચાર્યના સ્પર્શ કરવાની સાથે જ લેબનો દરવાજો ખુલી ગયો. લેબ ખુબ મોટી હતી અને બેકટ્રેન સુપર કમ્પ્યુટરથી લેબની દીવાલો ઘેરાયેલી હતી. અનેક હાઇડ્રોજનના સિલિન્ડર, ફેરમનટશનની પ્રક્રિયા થઈ રહેલા યુનિટો વગેરે નજરે પડી રહીયુ હતું. ન્યૂક્લીયર એનર્જીનું રેડિએશન લીક ન થાય તે માટી જાડી દીવાલથી ઘેરાયેલા બોક્સ પણ દેખાય રહેલ હતા. આ બધા ભાગોમાંથી નાની અને મોટી નળીઓ નીકળી રહી હતી જે મધ્યમાં રહેલું એક વર્તુળ પ્લેટફોર્મ સાથે જોડાયેલી હતી . તે વર્તુળ પ્લેટફોર્મ કાચની મોટી

વર્તુળાકાર કવચથી ઘેરાયેલું હતું અને તેમાં અનેક સ્વીચના પ્લેટફોર્મ ને સોકેટ હતા.

રાજીવને કાચની વર્તુળાકાર કેબીનની મધ્યમાં એક પ્રાચીન યંત્ર હવામાં તરતું નજરે પડ્યું. જેમાંથી બ્લુ અને ગ્રીન તરંગો નીકળી રહ્યા હતા, અને આ તરંગો માંથી નીકળતો તીવ્ર પ્રકાશ અને તરંગ વર્તુળ વલય આકારમાં ભ્રમણ કરીને પાછું યંત્રમાં જ સમાય જતું નજરે પડતું હતું.

રાજીવ: આ રચનાને જોઇને બોલ્યો: ' આ શું છે? '

ડોકટર રાઘવાચાર્ય: આ આપણું ટાઇમ મશીન છે.

રાજીવ: આ મશીનની મધ્યમાં તરતું આ યંત્ર શું છે?

ડોકટર રાઘવાચાર્ય: 'યંત્ર પાછળ રહેલ રહસ્ય તને મિસ્ટર બ્લુ બ્રેઈન સમજાવશે.' ડોકટર રાઘવાચાર્ય સિગાર સળગાવીને તેના નશાને માણવા લાગ્યા.

અચાનક લેબની લાઈટો બંધ થઈ ગઈ અને વર્ચ્યુઅલ સ્ક્રીનમાં વિડિયો ફિલ્મ શરૂ થઈ જેનું મિસ્ટર બ્લુ બ્રેઈનએ એક્સપ્લેનેશન આપવાનું શરૂ કર્યું;

મિસ્ટર બ્લુ બ્રેઈન : મહાન રાજા અશોક દ્વારા કલિંગના યુદ્ધમાં થયેલ નરસંહાર જોઈને તેમનું મન પશ્ચાતાપ સાથે ખૂબ દુઃખી થયેલા. અશોકે યુદ્ધનીતિ છોડીને ધમ્મનીતિ સ્વીકારી, બોદ્ધ ધર્મ અપનાવેલો અને શાંતિના માધ્યમથી સામ્રાજ્ય નું સંચાલન કરેલુ. મહારાજા સમ્રાટ અશોકના મૃત્યુ બાદ સમય જતાં બૌદ્ધ ધર્મ અનેક સંપ્રદાયોમાં વહેંચાયેલ જેમકે, હિનયાન, મહાયાન અને વજ્રયાન. વજ્રયાન શાખા સૌથી રહસ્યવાદી અને તંત્ર મંત્રોના ઊંડા રહસ્યોથી ઘેરાયેલી છે. જેને ઈસ્વીસન ૭૫૦-૧૧૭૪ દરમિયાન પાલવંશ દ્વારા સંરક્ષણ પુરૂં પાડવામાં આવેલ. પાલવંશના રાજાઓએ વજ્રયાન સંપ્રદાયના જ્ઞાની બોધમુનિઓ અને અધ્યાપકોને નાલંદા વિશ્વવિદ્યાલય ની સ્થાપના માટે આર્થિક સહાય પૂરી પાડેલી. આજ વિદ્યાલયમાં બોધમુનિઓએ પોતાના દિવ્ય જ્ઞાન ની મદદથી એક સમયમ યંત્ર બનાવ્યું હતું. જે આપણા ટાઈમ મશીન ના મધ્યમાં તરી રહ્યું છે.

નાલંદા વિશ્વવિદ્યાલયમાં ઈસ્વીસન 1202 બખ્તિયાર ખીલજી ના આક્રમણ સમયે પાલ વંશના શાસકો દ્વારા આ યંત્રને આક્રમણ થયાની પહેલાં જ ગુપ્ત ખજાનામાં ખસેડી દેવામાં આવ્યું હતું જેથી આ યંત્ર નો દુરુપયોગ ન થાય. કહેવાય છે કે સમય જતા આ યંત્રને પાલવંશ દ્વારા સમ્રાટ અશોક જેવા એક શક્તિશાળી રાજાને યંત્રની સુરક્ષા માટે આપી દેવામાં આવ્યું હતું. તે મહાન રાજા કોણ હતો તેની માહિતી ગવર્મેન્ટ ઓફ ઇન્ડિયા દ્વારા ખૂબ ચીવટપૂર્વક હટાવી દેવામાં આવી છે. જેથી રહસ્ય હંમેશા રહસ્ય જ બનેલું રહે. તે રાજા આ યંત્રનો

ઉપયોગ ભવિષ્ય અને ભૂતકાળ બદલવાની માનવની લાલસા સમજી જતા યંત્રનો દૂરઉપયોગ થતો અટકાવવા યંત્રનો નાશ કરી નાખ્યો હતો.

રાજીવ: જો યંત્રનો તે મહાન સમ્રાટે વિનાશ કરેલ, તો આ યંત્ર અહીંયા કેવી રીતે આવ્યું ?

ડોક્ટર રાઘવાચાર્ય: એ બાબત કોઈ નથી જાણતું, માત્ર ગવર્મેન્ટ ઓફ ઇન્ડિયા જાણે છે. એ બાબત આપણને જાણવાનો હક નથી.

લેબની લાઈટો ચાલુ થઈ, રાજીવ યંત્ર ને નજીકથી જોવા મળ્યો. કેબીનને મધ્યમાં યંત્ર ગોળ ગોળ ફરી રહી હતી, આંખો ને સ્પર્શી જાય તેવી જાદુઈ બ્લુ અને ગ્રીન waves તેમાંથી નીકળી રહ્યા હતા

રાજીવ: આ યંત્રનું એનર્જી સ્ત્રોત શું છે?

ડોક્ટર રાઘવાચાર્ય: તારું એનાલિસિસ શું કહે છે?

રાજીવ: જોવા લાગ્યો, સિલિન્ડર, ફર્મેન્ટેશન યુનિટ અને ન્યુક્લિયર પાવર રિએક્ટર કેબિનને જોઈને બોલ્યો ;' ઓકે. આ મશીન બાયોફ્યુલ હાઈડ્રોજન અને ન્યુક્લિયર પાવરથી ચાલે છે? સાચું?

ડોક્ટર રાઘવાચાર્ય: સાચું, ગુડ એનાલીસીસ.

મિસ્ટર બ્લુ બ્રેઈન : આપણી સામે ટાઈમ ટ્રાવેલ સફળ બનાવવામાં અડચણરૂપ બે સમસ્યાઓ છે.

રાજીવ: કઈ બે સમસ્યા?

ડોક્ટર રાઘવાચાર્ય: પેલી સમસ્યા એ છે કે biofuel, હાઈડ્રોજન ઈંધણ અને ન્યુક્લિયર પાવર એનર્જી નો ઉપયોગ કરવા છતાં ટાઈમ ટ્રાવેલ દરમિયાન ઈંધણની ઉણપ વરતાય છે . આપણે એવા કોઈ fuelની જરૂરત છે જે આપણને અનંત ઉર્જા આપી શકે અને ટાઇમ ટ્રાવેલીંગ ને સફળ બનાવે. નાના સમયગાળામાં સમયમાં પાછળ જવા માટે આપણી પાસે પૂરતો ઉર્જા સ્ત્રોત છે , પણ જ્યારે આપણે ઓબ્જેક્ટને લોંગ ટાઇમ ટ્રાવેલીંગ જેમકે સદીઓ જેટલા લાંબા સમયગાળામાં પાછળ મોકલીએ છીએ ત્યારે, object તે સદીમાં પહોંચી તો જાય છે પણ object ને પાછું લાવવા માટે મશીન પાસે પૂરતી ઊર્જા રહેતી નથી.

રાજીવ: " મતલબ કે આ મશીન કામ કરી રહ્યું છે અને ટાઇમ ટ્રાવેલ થઈ શકે છે? " આશ્ચર્ય સાથે પૂછ્યું.

ડોક્ટર રાઘવાચાર્ય: હા . ઓબ્જેક્ટ તરીકે આપણે ઉંદરને ભૂતકાળના સમયમાં થી પાછું લાવી શક્યા ન હતા એ જ આપણી બીજી સમસ્યા પણ છે. કદાચ ટાઈમ ટ્રાવેલિંગ દરમિયાન ઓબ્જેક્ટ નિર્ધારિત સમયમાં પહોંચી તો જાય છે પણ વર્તમાન સમયમાં પાછો આવી શકતો નથી.

મિસ્ટર બ્લુ બ્રેઈન:આપણે એવી પદ્ધતિ વિકસાવી પડશે જેથી ઓબ્જેક્ટ વર્તમાન સમયને પણ ક્વોન્ટમ સ્ટેટમાં ઓળખીને આવી શકે.

આ યંત્રનું શું કામ છે? મતલબ કે આ યંત્ર ક્યાં પ્રિન્સિપલને આધારે કામ કરી રહ્યું છે?

મિસ્ટર બ્લુ બ્રેઈન: ડોકટર રાઘવાચાર્ય અને મારી સુપર કોમ્પ્યુટર એબિલિટી પણ આ ક્ષેત્રને સંપૂર્ણ સમજવામાં સફળ રહિયા નથી.અમારું માનવું છે કે આ યંત્ર ઓબ્જેક્ટને ક્વાન્ટમ સ્ટેટમાં કન્વર્ટ કરે છે અને પછી સમયમાં પાછળ જાય છે.

ડૉક્ટર રાઘવાચાર્ય :' સૌથી મહત્વનો મુદ્દો સંભાળ' કહીને થોડી સેકન્ડ ચૂપ રહિયા અને પછી બોલ્યા ' આ મશીન યુનિડિરેકશનલ છે. આપણે માત્ર ભૂતકાળમાં જ જઈ શકીએ છીએ. ટાઈમ ટ્રાવેલ દરમિયાન આપણું ઓબ્જેક્ટ ક્વાન્ટમ સ્ટેટેમાં જ રહે છે તેથી ઓબ્જેક્ટ ઘટી રહી ઘટનાને જોઈ શકે છે , અનુભવી શકે છે પણ ઓબ્જેક્ટને કોઈપણ દખલગીરી કરવાની પરવાનગી મળતી નથી અને ભૂતકાળનું કોઈ પણ વ્યક્તિ ઓબ્જેક્ટને જોઈ શકતું નથી.

રાજીવ: આવા અનુભવો ટાઈમ ટ્રાવેલમાં થાય છે, એ કેવી રીતે ખ્યાલ આવીયો?

મિસ્ટર બ્લુ બ્રેઈન: મારા કારણે. ઉંદરની સાથે (ઓબ્જેક્ટની સાથે) મારી ઇન્ટેલિજન્સી પણ ટ્રાવેલ કરે છે, એક ચિપ ધરાવતા બેલ્ટને ઉંદરને પહેરાવવામાં આવે છે જેમાં હું હોવ છું . ટાઈમે ટ્રાવેલનો રીયલ ટાઈમ એક્સપીરિઅન્સ હું લેબમાં મોકલતો હોવ છું.

ડોકટર રાઘવાચાર્ય: આ યંત્ર એટલું બધું રહસ્યમય છે કે તે આપણને માત્ર ભૂતકાળમાં જવા દે છે ભવિષ્યમાં નહીં. એવું શું કામ છે ? એ બાબત હું નથી સમજી શકતો.

મિસ્ટર બ્લુ બ્રેઈન: કદાચ એ કુદરતના નિયમોને જાળવી રાખવા માટે જરૂરી હશે, એટલે ભવિષ્યમાં જતા અટકાવે છે. રાજીવ ! તમને ખબર છે? જ્યારે કોઈ વ્યક્તિ યંત્રને સ્પર્શ કરવા જાય છે ત્યારે તે ગાયબ થઈ જાય છે અને અમુક સમય પછી પાછું તે મૂળ સ્થાન પર આવી જાય છે.

ડોકટર રાઘવાચાર્ય: ઘણા બધા મુનિઓ સાથે મેં આ બાબતો પર ચર્ચા કરેલી . બોધમુનિઓએ મને સમજાવ્યું કે માત્ર યોગ્યતા ધરાવતા વ્યક્તિના હાથમાં જ આ યંત્ર આવશે. જો વ્યક્તિ કર્મથી પવિત્ર હશે તો જ વ્યક્તિ યંત્રને સંપૂર્ણપણે પ્રાપ્ત કરી શકશે.

મિસ્ટર બ્લુ બ્રેઈન: આ યંત્ર ની આંતરિક રચના જાણવા મારી સીસ્ટમે દૂરથી માઇક્રોસ્કોપિક ઈમેજ લઈને એનાલીસીસ કરેલ અને તમને ખબર છે મને શું

જાણવા મળ્યું?

રાજીવ: જાણવાની આતુરતા સાથે ‘ શું જાણવા મળ્યું?’

ડોકટર રાઘવાચાર્ય: આ યંત્ર એક મગજ છે.

મિસ્ટર બ્લુ બ્રેઈન: હા. આંતરિક રચનામાં અમને અબજોની સંખ્યામાં ગોઠવાયેલા neuron કનેક્શન અને neuron સેલ્સની બનેવી સર્કિટ જેવી રચનાઓ જોવા મળી રહી છે. જે આપણને બ્લુ અને ગ્રીન તરંગો જોવા મળે છે એ આ બ્રેઈન તેનો ૧૦૦ પરસેન્ટ ઉપયોગ કરી રહ્યું હોવાથી જનરેટ થઈ રહેલી ઉર્જા નો પ્રકાશ છે

.ડૉક્ટર રાઘવાચાર્ય : આઈન્સ્ટાઈન જેવા મહાન વજ્ઞાનીકે પણ તેની સંપૂર્ણ બૌદ્ધિક ક્ષમતાનો ઉપયોગ કર્યો ન હતો.કહેવાય છે કે અંદાજે માત્ર ૧૦ પરસન્ટ બૌદ્ધિક ક્ષમતાનો જ ઉપયોગ આલ્બર્ટ આઈન્સ્ટાઈન દ્વારા કરવામાં આવેલ હતો. આ વાતનો મતલબ સમજ્યો તું ?

રાજીવ: નહીં.

ડૉક્ટર રાઘવાચાર્ય : મતલબ કે વજ્રયાનના મુનિઓએ કોઈ મહાન વ્યક્તિના મગજમાંથી જ આ યંત્રને સ્વરૂપ આપ્યું છે , જે વ્યક્તિએ પોતાના મગજની બૌદ્ધિક ક્ષમતાનો સંપૂર્ણ ઉપયોગ કરતા શીખી લીધું હતું અને કદાચ એ એકમાત્ર જ વ્યક્તિ આ ધરતી પર હશે જેને આ ક્ષમતા મેળવી.‘ રાજીવ થોડો બેચેન થઈ રહીયો હતો કેમ કે સાયન્સ આ રીતે પણ આગળ વધી શકે એ રાજીવે વિચારું ન હતું.

મિસ્ટર બ્લુ બ્રેઈન: ડૉક્ટર રાઘવાચાર્ય , રાજીવ થાકવા લાગ્યા છે, રાજીવની હાર્ટ રેટ વધી રહી છે , એમને આરામની જરૂર છે.

રાજીવ: હા! મિસ્ટર બ્લુ બ્રેઈનની વાત સાચી છે.

ડૉક્ટર રાઘવાચાર્ય : ’ઠીક છે રાજીવ! આજ તું હવે ઘરે જા આરામ કર. આજ માટે એટલું ઘણું થયું.‘ રાજીવ બહાર નીકળી રહીયો હતો એટલામાં મિસ્ટર બ્લુ બ્રેઈન બોલ્યો :

મિસ્ટર બ્લુ બ્રેઈન: ડોકટર રાજીવ. શુ હું તમને રાજીવ કહીને બોલાવી શકુ? કારણ કે તુકારો કરીને બોલાવમાં જે કમ્ફર્ટ ફીલ થાય તે રિસ્પેક્ટના ડેકોરેશનમાં નથી અને આપણાપણાનો ભાવ પણ અનુભવ થતો નથી.’ રાજીવ મનમાં વિચારવા લાગ્યો કે ‘ આ વાત તો મેં ચિત્રાને કહી હતી, આ મશીનને કેવી રીતે ખ્યાલ આવીયો ?’ એટલામાં ડૉક્ટર રાઘવાચાર્ય બોલ્યા:

ડૉક્ટર રાઘવાચાર્ય: ‘કહેલું ને મેં ! મિસ્ટર બ્લુ બ્રેઈન તારા આંતરમનને પણ વાંચી શકે છે’ કહીને હસવા લાગ્યા.

રાજીવ: હા ! કેમ નહીં . હું પણ તને બ્લુ બ્રેઈન, કહીને જ બોલાવીશ.

મિસ્ટર બ્લુ બ્રેઈન: ઓક . નો પ્રોબ્લેમ.

6

રાજીવના જીવનમા વિજયનો પ્રવેશ

રાજીવ લેબમાં આવ્યો કે તરત શ્યામ બોલી; ' રાજીવ! તું કાલે જલ્દી ઘરે જતો રહ્યો હતો, સાંજના ચાર વાગ્યે ચિત્રા લેબમાં આવી હતી. શું તમે બંને કોઈ એક્સપેરિમેન્ટ ડિઝાઇન કરી રહ્યા છો?, તેને જ લગતું કોઈ મોડલ ડિસ્કશન કરવા માંગતી હતી. પણ તું લેબમાં ન હતો એટલે જતી રહી.'

રાજીવ: અચ્છા . સારું હું ચિત્રાને તેની કેબિનમાં મળીને આવું.' રાજીવે તેનું બેગ મૂક્યું અને બહાર જવા લેબ નો દરવાજો ખોલ્યો, એટલામાં પાછળથી કાચ ફુટવાનો જોરથી અવાજ આવ્યો. રાજીવે પાછળ ફરીને જોયું તો હેમાંગી ગુસ્સામાં લાગતી હતી, તેણે જ બાજુમાં પડેલા કાચના ફ્લાસ્ક અકળાઈને ફેકયો હતો.

શ્યામા, વિશાલ, ડોક્ટર સતીશ અને હેતલ બધા જ પરિસ્થિતિ જાણવા દોડી આવ્યા. રાજીવ લૅબની બહાર નીકળવા દરવાજાને પકડીને ઊભો હતો અને આ બધું જોઈ રહ્યો હતો પણ રાજીવનું મન ચિત્રા પાસે રાજીવથી આગળ નીકળી ગયું હતું.

રાજીવ : (મનમાં) ' જવા દે રાજીવ ! ચાલ ચિત્રા પાસે', વળી રાજીવના અંતરમનથી અવાજ આવ્યો ' અરે નહીં ! કોઈને તકલીફ માં જોઈને પણ ત્યાંથી નીકળી ન જવાય, તું એટલો સ્વાથી કેમ બની શકે? પાછો ફર' આથી રાજીવ પણ હેમાંગી પાસે તેની તકલીફ જાણવા આવ્યો. હેમાંગી ખુરશી ઉપર બેસી ગઈ અને માથું પકડીને રડવા લાગી.

ડોક્ટર સતીશ: શું થયું છે હેમાંગી ? રડવું એ કોઈ વાતનું સમાધાન તો નથી જ ને, તારી સમસ્યા તો જણાવ.

હેમાંગી: મને નથી લાગતું કે એનિમલ સોલ transmigration કરી શકે છે. મારા એક્સપેરિમેન્ટ ફેલ થઈ રહ્યા છે પણ મારા મનના કોઇ ખૂણામાંથી અવાજ આવે છે કે ‘ નહીં ! એનિમલ સોલ(જીવાત્મા) transmigration પોસિબલ છે.’

વિશાલ: ‘અરે હેમી ! પહેલા તારો એક્સપેરિમેન્ટ શું હતો એ તો જણાવ, તો કશી ચર્ચા વિચારણા થઇ શકે ને? તારી તો નાનપણથી જ આવી આદત રહી છે, હંમેશા ખુદને ખૂબ જ ઝડપથી ચાલતી વિચારોની ટ્રેનમાં બેઠી હોય છે અને તું એક્સપેક્ટ કરતી હોય છે કે પ્લેટફોર્મ ઉપર ઊભેલા બધા લોકો એટલી ઝડપે ચાલતી તારા વિચારોની ટ્રેનમાં ચડી જાય.’ હેમાંગીએ ઉંચુ જોયું અને ટેબલ પર પડેલ સ્ટીલની સ્કેલ લઈને વિશાલને ખંભા પર જોરથી લગાવી દીધી.

વિશાલ: ‘ આઉં..સ્સ... ‘ પછી બાજુમાં જઈ ચૂપ થઇને ઊભો રહી ગયો. આ બધું ચાલતું હતું. જ્યારે રાજીવ તો રાહ જોઈ રહ્યો હતો કે ક્યારે હેમાંગિની સમસ્યાનું નિરાકરણ આવે અને રાજીવ , ચિત્રા પાસે જાય. એટલામાં હેમાંગીએ તેના એક્સપેરિમેન્ટને સમજાવવાનું ચાલુ કર્યું:

હેમાંગિ: ‘આ બંને ઉંદર દેખાય છે ને તેમાં હું soul transmigration ને સફળ બનાવવા નો કેટલાક સમયથી પ્રયત્ન કરી રહી છું, પણ હું નિષ્ફળ રહી છું’ રાજીવને હવે એક્સપેરિમેન્ટ સાંભળવામાં રસ પડવા લાગ્યો.

હેતલ: મરેલ ઉંદરને સ્પર્શીને ; ‘ આ ઉંદર તો મરી ગયો છે.’

હેમાંગી: ‘ હા! પણ આ ઉંદરના મર્યા બાદ તેની સોલ(જીવાત્મા) આ બીજા ઉંદરમાં transmigrate થઇને મરજ્જ થઈ નથી.

ડોક્ટર સતીશ: તું કેવી રીતે કન્ફર્મ કરે કે સોલનું transmigration થયું છે?

હેમાંગી: પહેલા હું એક ઉંદરને કોઈ સ્પેસિફિક બિહેવ્યર , લાઈક પર્ટિક્યુલર લેગ મુવમેન્ટની પેટનને શીખવાડું છું. એકવાર ઉંદર તે બિહેવ્યરને શીખી જાય, પછી તેની રેગ્યુલર પ્રેક્ટિસ કરાવીને તે વર્તનને તેના ઈન્હેરેન્ટ બિહેવિયર બનાવી દઉં છું. પછી આ ઉંદરને બીજા યંગ ઉંદરના સંપર્કમાં આવવા દવ છું . આ ઉંદરની જોડીઓમાં એક ઉંદર ખૂબ મોટી ઉંમરનો હોય છે અને બીજો ઉંદરનું આયુષ્ય સામાન્ય કે વૃદ્ધ ઉંદરની ઉંમરથી ઓછું હોવું જરૂરી છે. પછી બંને ઉંદરોને સાથે સમય વિતાવવા દઉં છું અને અલગ-અલગ કંડીશનો આપીને બંને ઉંદરોની મિત્રતા ને મજબૂત બનાવી દઉં છું. સમય જતાં જ્યારે વૃધ્ધ ઉંદર મૃત્યુ પામે છે એ સમયે જો વૃદ્ધ ઉંદરની સોલ તેના યંગ મિત્ર ઉંદર માં ટ્ર ટ્રાન્સમાઈગ્રેટ થઈને સમાઈ ગઈ હશે તો વૃદ્ધ ઉંદરને શીખવાડવામાં આવેલી પર્ટિક્યુલર લેગ મુવમેન્ટનું એક્સપ્રેશન યંગ ઉંદરમાં એક્સપ્રેસ થવા મળવું જોઈએ, પણ તેવું થતું નથી” કહીને હેમાંગી માથા ઉપર હાથ રાખી ઉદાસી ભર્યો ચહેરો કરીને બધા લોકો સામે કોઈ સજેશન આપશે તેવી આશાથી જોવા લાગી. બધા વિચારવા

લાગ્યા પણ કોઈની પાસે તેનું સમાધાન નજરે ચડતું ન હતું. થોડા સમયના વિચારવાના મૌન બાદ વિશાલ શાંતિને ભંગ કરતાં બોલ્યો " આપણે બધા અલગ અલગ આઈડિયા લગાવીને હેમી ! તારા પ્રયોગને સફળ બનાવવાનો પ્રયાસ કરીશું. તું ટેન્શન ના લઈશ" કહીને આશ્વાસન આપવા વિશાલે તેનો હાથ હેમાંગીના ખભા ઉપર મૂક્યો, હેમાંગીએ પ્રતિસાદ આપતા હાથ પકડીને થોડા સ્મિત સાથે માથું હલાવ્યું. બધા વિખેરાયા અને પોતપોતાના કામમાં લાગ્યા.

રાજીવ પણ વિચારવા લાગ્યો, એટલામાં ચિત્રા યાદ આવતા મનમાં બોલ્યો; 'ઓ ! ચિત્રાને મળવાનું...'

ચિત્રા ટેબલના ટેકે ઉભી હતી અને ચિત્રાની ફ્રેન્ડ, નિશા તેની બાજુની ખુરશી પર બેસેલ હતી. એક લાંબો હંમેશા એક્સરસાઈઝ કરતો હોય અને રેગ્લર જિમ દ્વારા ખુદની ફિટનેશ માટે જાગૃત હોય તેવો વ્યક્તિ રાજીવની સામે પીઢ દેખાય તેમ ટેબલના પાટિયા પર લેપટોપ રાખીને ટટ્ટાર ઉભો હતો અને ચિત્રા સાથે વાત કરી રહ્યો હતો. રાજીવને કૅબિનના દરવાજા પર પહોંચતા તે વ્યક્તિનો ઘેરો અવાજ રાજીવને કાને પડ્યો: " હા ! ચિત્રા એ તો હું તને કેહતો જ હતો કે મારી સાથે ટ્રેકિંગ કૅમ્પમાં ચાલ..." એટલામાં રાજીવ ચિત્રા પાસે પોંહચીયો.

ચિત્રા: હૈ રાજીવ ! આવ આવ, ગુડ મોર્નિંગ.

રાજીવ: ગુડ મોર્નિંગ, ચિત્રા.

ચિત્રા: 'રાજીવ ! મીટ માય childhood friend , વિજય!. વિજય નીચેના ફ્લોરમાં ડોક્ટર તીર્થંકરની ગાઈડશીપમાં neuroscience સબ્જેક્ટ પર પીએચડી કરી રહ્યો છે' વિજયએ રાજીવ સામે જોયું અને બોલ્યો;' તો તમે છો? ડોક્ટર intelligent. મેં ચિત્રા પાસેથી તમારા ખૂબ વખાણ સાંભળ્યા છે. હેલો ડોક્ટર રાજીવ ! " કહીને હેન્ડશેક માટે હાથ લંબાવ્યો

રાજીવ: હાય !વિજય' કહીને હેન્ડશેક કર્યું.

ચિત્રા: ચાલો આપણે કૅન્ટીનમાં જઈએ, રાજીવ ત્યાં જ હું તને મોડેલની ડિઝાઇન બતાવી દઈશ.. એક વાર ચેક કરી જો અને કોઈ મોડીફીકેશનની જરૂરત લાગે તો મને કહેજે.

રાજીવ: ઠીક છે.

કેન્ટીનમાં પહોંચીને ચિત્રાએ બાજુમાંથી નીકળતા દેવાંગભાઈ પાસે ત્રણ કપ ચા મંગાવી. ત્રણે વ્યક્તિઓ ટેબલ પર બેસે છે.

રાજીવ: 'લાવ તારા મોડેલની ડિઝાઇન દેખાડ.' ચિત્રાએ બેગમાંથી મોડેલ ની ડિઝાઇન સ્કેચ નીકાળીને બતાવ્યું. ' હા ! બરાબર લાગે છે, બસ એક કમ્પાર્ટમેન્ટમાં મેગ્નેટ અને લાઇટ નો પ્રકાશ એડ કર.

ચિત્ર: મેગ્નેટ અને લાઈટ નો પ્રકાશ, કેમ?

રાજીવ: કારણ કે જેટલું સ્પેસિફિક એન્વાયરમેન્ટ આપીશ. એટલા ઝડપથી રીધમને સેટ કરવામાં મદદ મળશે અને તેટલા જ ઝડપથી એડપટેશન થતું જોવા મળશે. ' વિજય આ બધું જોઈ રહ્યો હતો અને બોલ્યો; ' વાહ! ડોક્ટર રાજીવ. સુપર' કહીને સ્માઈલ આપવા લાગ્યો.

રાજીવ: તમે બંને ક્યારથી મિત્રો છો?

વિજય: કોની આ ચીતું સાથે ,ફ્રેન્ડશીપની વાત કરો છો ? (વિજય, પ્રેમથી ચિત્રાને "ચીતું" કહીને બોલાવતો) બાળપણથી સાથે છીએ.

ચિત્રા: 5th સ્ટાન્ડર્ડથી લઈને સ્કૂલ, કોલેજ અને MITમા પણ coursework પણ સાથે જ કરેલું.

વિજય: હું તમને કહું, અમે 5th સ્ટાન્ડર્ડ માં પહેલીવાર મળ્યા હતા. દરરોજ અમે સ્કૂલ બસમાં જતા. એક દિવસ ચિત્રાની કોઈપણ ફ્રેન્ડ સ્કુલ આવવાની ન હોવાથી ચિત્રા બસની સીટમાં ઉદાસ બેઠેલી હતી, તેથી મેં ચિત્રા પાસે જઈને પૂછ્યું;' કેમ ઉદાસ છે?'ચિત્રા બોલી ' આજ મારી કોઈ ફ્રેન્ડ આવી નથી, કોની સાથે બ્રેકમાં નાસ્તો કરીશ?' કહીને રડવા લાગી. ત્યારે મેં ચીતુંને કહ્યું;' આજથી હું તારો બેસ્ટ ફ્રેન્ડ અને હું ક્યારેય પણ રજા પાડતો નથી. તું મારી સાથે નાસ્તો કરજે બસ!' એ દિવસથી અમારી દોસ્તીની શરૂઆત થઈ અને સમયની સાથે ઊંડી બનતી ગઈ.'એટલા મા દેવાંગભાઈ ચા લઈને આવ્યા.

રાજીવ: વિજય! સરસ.તમે ડોક્ટર tirthankar ની guideship મા પીએચડી કરી રહ્યા છો તેથી તમારું ભવિષ્ય ઘણું ઉજ્વળ રહેશે.

વિજય: ના રે ના!

રાજીવ: એવું કેમ?

વિજય: આ તો મેં રમત-રમતમાં પીએચડી ચાલુ કરી નાખ્યું એટલે પૂરું કરવા પૂરતું જ છે. હું તો બસ રાહ જોઈ રહ્યો છું કે કયારે આ સંશોધનના માયાજાળમાંથી મુક્ત થઈને startup કરું અથવા પિતાનો બિઝનેસ આગળ કેરીફોર્વર્ડ કરવાનું વિચારી રહ્યો છું. મારા ખ્યાલથી હું આ સંશોધન ક્ષેત્રમાં ખુશ નથી અને મને લાગે છે કે આ મારા માટે સાચો રસ્તો નથી.

ચિત્રા: "ફોકસ વગરનો માણસ એટલે વિજય !" કહીને હસવા હસવા લાગી.

રાજીવ: શું?

ચિત્રા: વિજય તેના લાઇફમાં શું કરવું તે જ નક્કી નથી કરી શકતો. તેની લાઈફમાં શું કરવા માંગે છે તે એ નથી જાણતો. ટૂંકમાં કહું તો , વિજય lakshya મુવીનો હ્રિતિક રોશન છે.

વિજય: ડોક્ટર રાજીવ, તમે આ ચિત્રાની વાત ન સાંભળો, આ તો પાગલ છે' કહીને ચાની ચૂસકી લેવા મળ્યો.

રાજીવ: અરે વિજય તમે મને રાજીવ કહીને જ બોલાવો, ડોક્ટર લગાવવાની કોઈ જરૂરત નથી. આપણે મિત્રો છીએ.

વિજય : 'ઠીક છે રાજીવ. તું પણ મને માત્ર વિજય કે તું કહીને બોલાવ. ' એટલામાં વિશાલ કૅન્ટીનમાં આવે છેઅને બોલ્યો :

વિશાલ: ઓહ! વિજય તું આવી ગયો કેમ્પમાંથી ? કેવું રહી યુ ?

વિજય: આવ ! વિશાલ. સુપર યાર , જબરદસ્ત અનુભવ થયો.

રાજીવ: તમે એકબીજાને ઓળખો છો?

વિશાલ: ઓળખો છો ? આ કેવો સવાલ ? અમે બધા ઘણા સમયથી એક જ ઇન્સ્ટિટિટ્યૂટમાં છીએ ઓળખતા જ હોયને . તું હમણાં જોઈન થયો છે અમે તો ઘણા સમયથી સાથે છીએ.

વિજય: 'હા' તેટલીવારમાં હેમાંગી પણ ચા પીવા કૅન્ટીનમાં આવીને સાથે બેસ્ટ ગ્રુપમાં જોડાઈ.'

વિશાલ : અરે ! રાજીવ સંભાળ આપણે પરમ દિવસે એક શોર્ટ ટ્રીપમાં જાઇ રહિયા છીએ. વન નાઈટ એન્ડ વન ફુલ ડે ની ટ્રીપ છે. એક ટાપુ પર જવું છે , ત્યાં ખુબ મજ્જા આવશે. ટ્રીપના દિવસોમાં કોઈ રિસર્ચને લાગતું કામ ન ઉભું કરી બેસતો. હવે તો વિજય પણ આવી ગયો છે તો વિજય અને ચિત્રા તમે બને પણ ચાલો.

વિજય : 'હા ! હા ! જઈએ ' આતુરતા દરસાવતા બોલ્યો.

રાજીવ: ના યાર . તમે બધા જાવ. મારુ આવવું મુશ્કેલ છે, ડોક્ટર રાઘવાચાર્યએ ઘણું કામ સોંપ્યુ છે.

ચિત્રા : ચાલને રાજીવ. કામ તો લાઈફ ટાઈમ રહેવાનું જ છે . તું હશે તો વધુ મજ્જા આવશે .

વિજય: હા ! રાજીવ . છોડી દે કામનો બોજ એક-બે દિવસ અને ચાલ. કાલે વૃદ્ધ થઈને જયારે પથારી ઉપર પડ્યો હોઇશ તે સમયે તને લેબમાં વિતાવેલો સમયગાળો નહીં યાદ આવે પણ મિત્રો અને પરિવાર સાથે વિતાવેલ અમૂલ્ય સારો સમય અને અનુભવેલ ભાવના જ યાદ આવશે. ક્યારેક મોજમજા માટે ફાળવવા જોઈતો જરૂરી સમયને તે લેબમાં જ વેડફી નાંખીયાનો અફસોસ પણ તને તારી વૃદ્ધાવસ્થામાં ખટક્યા કરશે. એવું ન બને તે માટે ચાલ અમારી સાથે.' રાજીવ માની ગયો, અને બોલ્યો; ' ઠીક છે. ચાલો ફરીને આવીએ'

વિશાલ: માત્ર શ્યામા નહીં આવી શકે ,બાકી બધા તૈયાર જ છે.

ચિત્રા: શ્યામને કોર્ટની તારીખ છે એટલે કોર્ટમાં જવાનું હશે.

વિશાલ: હા .

રાજીવ: કોર્ટ માં ? કેમ ?

ચિત્રા: તને નથી ખબર ?

રાજીવ: ના .

વિશાલ: બે વર્ષ પેહલા શ્યામ તેના રિસર્ચમાં એટલી હદે ગળાડૂબ થઈ ગઈ હતી કે ઘરમાં પણ રિસર્ચ વર્ક ને લઈને જવા લાગી. એક દિવસ સવારે ઘરમાં લાઈટ ન હતી અને શ્યામા રિસર્ચ આર્ટિકલ વાંચતા વાંચતા ચા બનાવી રહી હતી . ચા બનાવીયા પછી ભૂલથી શ્યામના બેધ્યાનપણાને કારણે ગેસ લાઈન અને સ્ટવનું બટન ખુલ્લું જ રહી ગયું હતું. ઘરમાં શ્યામાનું ૫ વર્ષીયપુત્ર બાળક આશિષ ઘરમાં એકલું હતું. તેનું ધ્યાન રાખવા આવતી મહિલા હજી આવવાની હતી અને તેના પતિ ઓફિસે જતા રહિયા હતા. શ્યામા લેબ માટે નીકળી ગયા પછી થોડીવારમાં લાઈટ આવતા ,લીક થતા ગેસને કારણે ઘર બળીને ખાક થઈ ગયું. આ ઘટનામાં શ્યામાનો પાંચ વર્ષનો દીકરો આશિષ પણ મૃત્યુ પામ્યો .

ચિત્રા: શ્યામાને 10 વર્ષની દિકરી પણ છે એ સ્કૂલમાં હતી એટલે બચી ગઈ. શ્યામાનો તેના પતિ સાથે ખૂબ મોટો ઝઘડો થયો અને બન્નેએ છૂટાછેડા લઇ લીધા.

વિશાલ: હવે બંને પતિ-પત્ની , દિકરીની કસ્ટડી મેળવવા માટે લડી રહ્યા છે.

રાજીવ: અત્યારે છોકરી કોની પાસે છે?

ચિત્ર: હાલ તોટ્વિન્કલ, શ્યામા પાસે છે. પણ શ્યામાના પતિ નું કહેવું છે કે શ્યામા રિસર્ચમાં એટલી ડૂબી જાય છે કે તેની આસપાસની પરિસ્થિતિઓની પણ સમજ રહેતી નથી. આથી શ્યામા,ટ્વિન્કલને ઉછેરવા માટે સક્ષમ નથી.

રાજીવ: હા ! શ્યામા એટલા મોટા દુઃખના ભારમા જીવન જીવી રહી છે.

વિશાલ: હા ! એકાંતમાં ઉદાસ થતા અને આશિષને યાદ કરીને રડતા મેં ઘણીવાર શ્યામાને જોયેલી. પણ હવે ધીમે-ધીમે શ્યામા આઘાતમાંથી બહાર નીકળી રહી હોય તેવું લાગે છે. શ્યામા સ્ટ્રોન્ગ છે.

રાજીવ: 'હમ્મ..' થોડો સમય બધા ચૂપ રહ્યા. ' ચાલો હવે હું ડોક્ટર રાઘવાચાર્ય પાસે જાવ છું. મારે કામ છે

વિજય; મારે પણ ડોક્ટર Tirthankar પાસે રિપોર્ટિંગ કરવાનું છે, હું પણ નીકળીશ.

રાજીવ લેબમાં પ્રવેશીયો , લેબમાં હેમાંગી હજી પણ પોતાનું માથું પકડીને ઉદાસ બેઠી હતી અને હેતલ મેટા ફિઝિક્સની બુક વાંચી રહી હતી. હેમાંગીને ઉદાસ જોઈને રાજીવને તેના પર દયા આવવા લાગી.

રાજીવ: (મનમાં) 'હેમાંગીના પ્રયોગનું કશુક તો સમાધાન હોવું જ જોઈએ.' વિચારતા વિચારતા રાજીવનું ધ્યાન હેતલની બુકના ટાઈટલ પર પડ્યું. મજાકમાં રાજીવ જોરથી વાંચતા બોલ્યો ' તત્વજ્ઞાન'. હેતલે ઊંચું જોયું અને

લોકો માને છે. ભારતમાં પણ શાંતિ દેવી નો કિસ્સો પુનર્જન્મ સાથે સંકળાયેલો છે અને પ્રસિદ્ધ મનોવૈજ્ઞાનિક ડોક્ટર બ્રાઇન દ્વારા લખવામાં આવેલી પુસ્તક many lives many masters મા પણ તેમને દર્દી કેથરીનના પુનર્જન્મને લગતી માહિતી રિપોર્ટ કરેલ છે.

ડૉક્ટર રાઘવાચાર્ય: હા ! કદાચ, તારી થીયરી પોસિબલ તો લાગે છે. ગુડ

રાજીવ: 'હેમાંગી ના અધૂરા પ્રયોગને આપણે પૂર્ણ કરીને આ થિયરીને કન્ફર્મ કરી શકીએ તેમ છીએ.' ડૉક્ટર રાઘવાચાર્ય અને રાજીવ ઝડપથી ચાલીને હેમાંગી પાસે આવ્યા.

રાજીવ: 'હેમાંગી તારા પ્રયોગની સમાધાન મને મળી ગયું છે' રાજીવ આનંદિત થઈને થોડા જોરથી આ વાત બોલ્યો તેથી વિશાલ, હેતલ, ડોક્ટર સતીશ અને શ્યામા આતુરતાથી એકઠા થવા દોડી આવ્યા.

રાજીવ: તારી પાસે હાલમાં બિહેવ્યર ઇમ્પ્લાન્ટ કરેલ કોઈ ઉંદરની જોડી છે?

હેમાંગી: હા ! એક જોડી છે. તેમાંથી વૃદ્ધ ઉંદર નું મૃત્યુ કાલે કે પરમ દિવસે એક્સપેકટેડ છે .

રાજીવ: ખુબ સરસ.

હેમાંગી: ' સરસ? એમાં શું સરસ?' ગુસ્સાથી બોલી.

ડૉક્ટર રાઘવાચાર્ય : હેમાંગી ! શાંત થઈ જા. રાજીવને સાંભળી તો લે .

રાજીવ: 'તું તે ઉંદરની જોડીને લઈને આવ, પ્લીઝ.' હેમાંગી ઉંદરોને લય આવી. રાજીવે DNA એક્સટ્રેકશન મશીનથી ઉંદરનું DNAને વૃદ્ધ ઉંદરમાંથી એક્સટ્રેક્ટ કરીને યંગ ઉંદરમાં ઈન્જેક્ટ કરીયુ. સાથોસાથ MHC કમ્પેટિબિલિટી પણ ચેક કરી જેથી સોલ ટ્રાનસમાઇગ્રેસશનમાં, જો કોઈ પ્રોટીનનો રોલ હોય તો પણ કમ્પેટિબિલિટી જળવાય રહે અને યંગ ઉંદરની immune system ઇનવેડિંગ DNA માંથી બનેલ પ્રોટીનને પણ સેલ્ફ પ્રોટીનની જેમ કન્સિડર કરે . MHC કોમ્પેટિબિલિટી હોવાનું રિઝલ્ટ મળતા આત્મવિશ્વાસ સાથે રાજીવ બોલ્યો ; ' પરફેક્ટ મેચ'

હેમાંગી: 'હવે તું અમને સમજાવીશ કે તું શું કરી રહીયો છે? ' રાજીવે તેની થીયરી સમજાવી.

હેતલ: હા , મને પણ રાજીવની થીયરી સાચી હોય શકે તેવી સંભાવના લાગી રહી છે , કદાચ તેવું બની શકે.

હેમાંગી : 'ઓક. જોઇએ આપણને શું પરિણામ મળે છે' બધા લોકો ૫ મિનિટ પીંનડ્રોપ સાઈલન્સ સાથે ઉંદરના વર્તનને ઉત્તસુકતાથી એનાલિસિસ કરતા રહિયા. હેમાંગીએ ઉંદરના વર્તનને રેકોર્ડ કરવા કેમેરો ઓન કર્યો. સાંજના ૭ વાગ્યા છે.

ડોકટ રાઘવાચાર્ય: ચાલો બધા ઘર જાવ , કાલ આવીને પરિણામ આપણે જોયીશું.

રાતના ૯ વાગ્યે હેમાંગી તેના ઘરની બાલકનીમાં ઊભીને અને રાજીવ તેના પહાડોની વચ્ચે બનાવેલ ઘરની બાલકનીમાં બેસીને ઉગેલા ચંદ્ર તરફ જોઈને, બને વ્યક્તિઓ આવતીકાલના પ્રયોગની સફળતા માટે જાણે સુપરનેચરલ ડિવાઇન પાવર પાસે સફળતા માટે પ્રાર્થના કરી રહ્યા હોય તેમ આશા સાથે જોય રહયા છે . શિયાળાની શરૂઆત થઈ ગઈ હોવાથી વહેતો ઠંડો મીઠો પવનના સુસવાટાનો અવાજ રાતની શાંતિને ધીમા સૂરમાં વિખેરી રહી છે તેટલામાં રાજીવનો ફોન વાગ્યો .કોઈ અજાણીઓ નમ્બરથી ફોન હતો .

રાજીવ: 'હલ્લો' સામેથી અવાજ આવીયો ' જમી લીધો તું સાયન્ટિસ્ટ?' રાજીવને જાણીતો અવાજ લાગ્યો આથી થોડું વિચારીને બોલ્યો ' ચિત્રા ?' સામેથી જવાબ મળિયો ; ' હા '

ચિત્રા:' ગેલરીમાંથી ઉભો થા અને હવે સુવા જા' કહીને હસવા લાગી.

રાજીવ: હા , જાવ છું, પણ તને કેમ ખબર પડી કે હું ગેલેરીમાં બેઠો છું.

ચિત્રા : આટલા સમયથી તારી સાથે છું એના આધારે તારી આદતોનું અનુમાન તો લગાવી જ શકું છું ' કહીને થોડું હસી.

રાજીવ: આ નંબર મેં તને અપિયો હતો? તારી પાસે ક્યાંથી આવીયો?

ચિત્રા : ના . હું તારી પાસેથી તારો ફોન નંબર લેતા ભૂલી ગયી હતી એટલે મેં શ્યામા પાસેથી મેળવીયો.

રાજીવ: તારે કોઈ કામ હતું ?

ચિત્રા: કેમ હું તને કોઈ કામ વગર કોલ ન કરી શકું ?

રાજીવ: ના , ના એવું નથી . તું મને કોઈપણ સમયે કોલ કરી શકે છે , નો પ્રોબ્લમ.

ચિત્રા: મેં બસ એમજ ગપાટા મારવા કોલ કરેલ છે. અને હા વધારેનો વિચારતો જમીને સુઈ જાજે , કાલે , તારો પ્રયોગ સફળ થવાનો જ છે .

રાજીવ: તને પ્રયોગની કેમ ખબર પડી?

ચિત્રા : તું આજ ડિટેકટીવની જેમ એક પછી એક સવાલો જ કેમ કરી રહીયો છે ? શ્યામા એ જ કહી યુ . તું જમીયો ?

રાજીવ: ના , બસ હવે જાઈશ.

ચિત્રા : ઓક . જલ્દી જમી લે જે , વધારે મોડું ન કરીશ.અને હા સાંભળ પરમદિવસે આપણે બધા કેલ્શિટાપુ પર મીનીટ્રીપ માટે જઈએ છીએ. યાદ છે ને ?

રાજીવ : હા , યાદ છે મેડમ.

ચિત્રા : સરસ , તું તારું ટ્રર બેગ સવારના જ રેડી કરીને ઇન્સ્ટિટ્યૂટ જાજે, સાંજના વળતા મારા ઘરે આવજે અને મને પીક કરજે, આપણે વિજયના ઘર જવાનું છે. બાકી બધા લોકો સીધા જ વિજયના ઘરે જ આવવાના છે કારણકે બુક કરેલ બોટ ડેસ્ટિનેશન પ્લેસ તેના ઘરથી નઝદીક છે, ઠીક છે ?

રાજીવ: ઠીક છે , મેડમ.

ચિત્રા : ગુડ . તો કાલ મળ્યા . ગુડ નાઈટ.

રાજીવ: ગુડ નાઈટ..

રાજીવ શિયાળાની ઠંડીને કારણે ઠંડો થઈ ગયેલ રૂમને વોર્મ કરવા રૂમના ફાઈર કેબિનમાં આગ પ્રગટાવી અને રૂમ ની ઇલેક્ટ્રિક લાઈટને જાખી કરીને શાંતિમય વાતાવરણમાં ડૉક્ટર રાઘવાચાર્ય દ્વારા આપવામાં આવેલ રિસર્ચ પેપર વાંચવા લાગ્યો . વાંચતા વાંચતા રાત્રીના ૧ વાગ્યે રાજીવની આખો ઘેરવા લાગી. રાજીવ નેનોટેકનોલોજી અને Biofuelને સંલગ્ન પેપર વાંચતા વાંચતા જ સુઈ ગયો. રાજીવને સપનામાં પોતે નેનોટેકનોલોજીના ઉપયોગથી બાયોફયુલ પર સંશોધન કરી રહીયો છે તેવું નઝરે પડીયુ. એકાએક રાજીવને અવાજ સંભળાયો; " હા ..હા ..! આ જ પદ્ધતિથી ઉર્જાની જરૂરિયાત પુરી થશે" રાજીવની આખો ખુલી ગયી.

રાજીવને એવું લાગ્યું કે કાં તો તેના શરીરની અંદરથી કે કોઈએ તેના કાંન પાસે આવીને તે વાત કહી . રાજીવ થોડો ડરી ગયો અને સપનું સમજીને બાજુના ટેબલ પર રાખેલ કાચના ગ્લાસનું પાણી પીને સુઈ ગયો. જયારે હકીકતમાં આવેલ અવાજ રાજીવના શરીરમાં રહેલા નેનોરોબર્ટનો જ હતો એ કોઈ સપનું ન હતું . આ એક રાજીવ અને ડૉક્ટર રાઘવાચાર્યના અજાણેલા નેનોરોબોટસના ફંકશનોમાનું એક ફંકશન હતું.

7

પેહલા પ્રશ્નાનો જવાબ અને ટ્રીપ

સવારના 10:00 વાગ્યા છે. રાજીવ પ્રયોગના પરિણામને આતુરતાથી જોવા ઝડપથી ઈન્સ્ટીટયૂટમાં દાખલ થાય છે. હંમેશાની જેમ જ હાર્દિક તરબૂચ ની સ્લાઈસ નાસ્તો કરી રહ્યો હતો. થર્ડ ફ્લોર ઉપર પહોંચતા હંમેશાની જેમ રાજીવે પહેલા ચિત્રા ની કેબીનમાં નજર નાખી પણ ચિત્રા કેબિનમાં ન હતી આથી ફોર્થ ફ્લોરની સીડીને ઝડપથી ચડતા લેબમાં પ્રવેશ્યો.

બધા જ લોકો હેમાંગીના ડેસ્કને ફરતા ગોઠવાઈને વૃદ્ધ ઉંદરના મરવાની રાહ જોઈ રહ્યા હતા. ચિત્રા પણ ત્યાં જ હતી. ડોક્ટર રાઘવ આચાર્ય કોફીનો મગ લઈને ચુસ્કી લેતા ઉંદરની જોડી ને ધ્યાન થી જોઈ રહ્યા હતા. હેમાંગી એક્સપેરિમેન્ટ સેટપની એકદમ સામે બેસીને જાણે જીવની બાજુ લાગી હોય એવી રીતે જોઈ રહી હતી. રાજીવ પાછળથી આવીને જોડાતા વિશાલને ધીમેથી પૂછ્યું; 'કઈ રિઝલ્ટ મળ્યું?'

વિશાલ: હા ! નવી ડિસકવેરી થઈ છે .

રાજીવ: શું?

વિશાલ : 'હેમીના ! અજીબ પ્રકારના ચહેરાના હાવભાવોની' કહીને ખડખડાટ હસવા લાગ્યો . હેમાંગીએ પછી વધારે જોર લગાવી અને ગુસ્સાથી બાજુમાં પડેલ સ્કેલ ઉપાડીને વિશાલના હાથ પર જડી દીધી અને વિશાલથી ચીશ પાડી બેસ્યો.

ડોકટર રાઘવાચાર્ય :" હેમાંગી ! લેબમાં હિંસા તો બિલકુલ નહીં' કહીને મસ્તક ડાબી અને જમણી બાજુ ફેરવીને ના પાડવાનો ઈસરો કર્યો.

હેમાંગી : સોરી ! સર.

થોડા સમય બાદ ઉંદર મરવા લાગીયો. બધા જ સતર્ક બનીને ડેસ્કની થોડા વધુ નજીક આવ્યા અને આતુરતાથી જોવે છે. મરી રહેલ ઉંદર જીવ નીકળવાને કારણે થોડો તડપી રહ્યો છે. આ જોઈને ચિત્રા બાજુમાં ઊભેલા વિજયનો હાથ જોરથી પકડી લે છે. રાજીવનું ધ્યાન ચિત્રા પર પડ્યું.

હેમાંગી: "ઉંદર મરી રહ્યો છે." અંતે ઉંદરનો જીવ નીકળી ગયો. હવે બધાનું ધ્યાન બાજુમાં રહેલા નાની ઉંમરના ઉંદર પર કેન્દ્રિત થયું અને તેના વર્તનમાં કોઈ બદલાવ જોવા મળી રહ્યો છે કે નહીં તે જોવા આતુર બન્યા. એક મિનિટ વીતી ગઈ, વૃદ્ધ ઉંદરને શીખવાડવા માં આવેલી લેગ મુવમેન્ટ હજી સુધી તો આ બીજા ઉંદર માં જોવા મળી રહી નથી. બધા લોકો થોડી નિરાશા સાથે આશા છોડવા લાગ્યો પણ માત્ર હેમાંગી અને રાજીવને હજી વિશ્વાસ હતો કે સોલ ટ્રાન્સમાઇગ્રેસશન થશે જ. ચાર મિનિટ પછી અચાનક યંગ ઉંદર, વૃદ્ધ ઉંદરની જેમ જ થોડું ઉભો થઈને બંને પગને ઊંચા કરતો અને માત્ર જમણા પગને ગોળ વર્તુળ આકારમાં ફેરવીને પાછો સરફેસ ઉપર પડતો નજરે પડ્યો. આ એ જ વર્તન છે જે વૃદ્ધ ઉંદરને શીખવાડવામાં આવેલ.

હેમાંગી: " યસ.... યસ" ખુશી માં બોલીને ખુરશી ઉપરથી ઉભી થઇ પડી અને બોલી; " રાજીવ ! આપણે સફળ રહ્યા" કહીને નાચવાની મુવમેન્ટ કરવા લાગી. હેમાંગિને એટલી હદે ખુશ આજ પહેલા કોઈએ ક્યારેય ન હતી જોઈ. આથી વિશાલે તેની પાસે રાખેલા ઇન્સ્ટન્ટ કેમેરા દ્વારા હેમાંગિની અનેક તસવીરો પાડી અને પડતી તસવીરને જોઈને હસવા લાગ્યો.

ડોકટર રાઘવાચાર્ય : હેમાંગી ને નાચતા જોઈને " હા... હેમાંગી... હા" કહીને હસતા ચેહરા સાથે, હાથ વડે શાંત થવા કહ્યું.

રાજીવે ચિત્રા સામે જોયું પણ ચિત્રા તો રડી રહી હતી .અને હજી પણ વિજયનો હાથ પકડીને જ ઉભી હતી.

રાજીવ: ચિત્રા ! તું કેમ રડે છે? કેમ ?

એકબીજાને ધન્યવાદની શુભકામના વેહચી રહેલા બધાજ શાંત થઈને ચિત્રા સામે જોવા લાગ્યા. હવે તો ચિત્રા ! પોતાના ચ્હેરાને વિજ્યના ખમ્ભા પાસે છુપાવીને ધ્રુસકે ધ્રુસકે રડવા લાગી.

વિજય: ' શી ...સીઇઈઈ ...શાંત થઈ જા..બસ ...હવે 'કહને પ્રેમ પૂર્વક વિજય, ચિત્રાને માથા પર હાથ મૂકીને પંપાળતા શાંત કરી રહીયો હતો, વિજય સાથે લાવેલ બેગની બાજુના ખાનમાંથી, પોતાની સાથે હમેશા રાખતો પાણીની બોટ્ટલને ચિત્રા સામે હાથ વડે લંબાવતા બોલીયો : " ચીતું ....બસ કર ....હવે તારે નથી રડવાનું કીધુંને એકવાર " કહને ચિત્રાને ખિજાયો.

બધા ચિત્રાને જોય રહિયા છે પણ વિશાલ તો રાજીવને જોય રહીયો હતો. રાજીવે નોટિસ પણ કરિયું કે વિશાલ તેની સામે જોવે છે પણ વિશાલને ઇગ્નોર કરતા રાજીવે ચિત્રાને અચાનક શું થઈ ગયું તે જાણવાં માટે વધુ ગંભીર હતો.

રાજીવને હવે હૃદયના કોઈ ખૂણેથી અવાજ આવીયો કે ચિત્રા અને વિજયની દોસ્તી , તેના અને ચિત્રાની લાગણીની દોરી કરતા વધુ મજબૂત છે. વિજય જે રીતે ચિત્રાને શાંત કરી રહીયો હતો અને જે પ્રકારે વિજય ચિત્રાની કદર કરતો તે જોઈને એક મિનિટ માટે રાજીવને પણ લાગ્યું કે વિજય ચિત્રાને પસંદ કે પ્રેમ કરે છે. આ બાબત સાથે વિશાલ પણ સહેમત હતો એટલેજ તે રાજીવ સામે જોય રહીયો હતો.

વિશાલનું ક્યારનું રાજીવ સામે જ જોવાથી હવે રાજીવ વિશાલની સામે જોઈને " વિશાલ ! તું શું કેવા માંગે છે તે હું સમજી ગયો છું .તું હવે મારી સામે જોવાનું બંધ કર , લોકો સમજી જસે " તેવો સંદેશો આખો અને ચેહરાના હાવભાવ દ્વારા જ વિશાલને આપતા વિશાલ થોડો પાછળ ખસીયો અને હવે ચિત્રા સામે જોવા લાગ્યો.

વિજ્ય વડે આપવામાં આવેલ બોટલમાંથી પાણી પીધા પછી થોડી શાંત બની અને હવે ચિત્રા બોલી; "આપણે ને સફળતા તો મળી પણ આ ઉંદર તો મૃત્યુ પામ્યો ને ! તેનો સમય તો હંમેશા માટે પૂરો જ થઈ ગયો !

વિજય: 'ચિત્રા તું લાગણીભાવથી વિચારી રહી છે , એનું મૃત્યુ કુદરતી જ હતું .' બધા લોકોએ હા ! સાચી વાત છે ' કહીને વિજયની વાતને સહમતી આપી.

ચિત્રા: હા !સાચી વાત પણ આપણે સ્વાર્થી માનવીઓ એ તેની કુદરતી મોતનો પણ ઉપયોગ કરી લીધો.

બધા થોડો સમય માનવ સ્વભાવ કેટલો સ્વાર્થી છે તે વિચારવા લાગ્યો . બધા લોકો મનોમન ચિત્રાની વાતથી સહમત હતા અને ખુદને મનમાં સમજાવીને યાદ કરી રહિયા હતા કે જયારે ઉંદર મરીયો તે સમયે આપણે માત્ર મળેલી સફળતા ને જ જોય પણ એક જીવ શરીરમાંથી નીકળી ગયો તે માત્ર ચિત્રાને જદેખાયું.

એક મિનિટની વધુ શાંતિ બાદ ડોકટર રઘવાચાર્ય બોલ્યા " આપણે તે વૃદ્ધ ઉંદરની કુરબાનીને નકામી નહીં જવા દઈએ.. હેમાંગી ! આ ઉંદર (નમ્બર ટેગ જોઈને આગળ બોલ્યા)નમ્બર .૧૧ નું નામ શું રાખેલ હતું ?

હેમાંગી : સર ! મેક્સ હતું.

ડોકટર રઘવાચાર્ય : 'હમ્મ. આપણે આ પ્રયોગને " મેક્સ એક્સપરિમેન્ટ " નામ આપીશું. જેથી ભવિષ્યમાં કોઈ આ પ્રયોગને રિસર્ચ પેપેરમાં વાચ્ચે તો પેહલા આપણા આ વૃદ્ધ મિત્રને યાદ કરે પછી જ આપણા જેવા સ્વાર્થી

વિજ્ઞાનિકોને. હવે તમે બધા જ આજ રજા લો અને તમારી ટ્રીપ પુરી કરીને આવો . ઇન્જોય. ' કહીને પોતાની સિગાર સળગાવતા તેમની તત્વજ્ઞાનની લેબ તરફ જવા લાગ્યા.

રાજીવ: ચિત્રા પાસે આવ્યો ;" તું હવે ઠીક છે ?"

ચિત્રા: 'અભિનંદન રાજીવ! તારો પ્રયોગ સફળ રહીયો ' કહીને હેન્ડ સેક માટે હાથ લંબાવિયો અને આગળ બોલી " હું ઈશ્વરને પ્રાર્થના કરીશ કે તને એમજ સફળતા મળતી રહે'

રાજીવ: સ્મિત સાથે હેન્ડસેક કરતા બોલ્યો ; "થેન્ક્સ ચિત્રા"

વિશાલ :" ચાલો ! ચાલો! આજે તો રજા મળી ગઈ છે. બધા ઘરે જાવ અને ટ્રિપની તૈયારી કરો.

ચિત્રા: રાજીવ ! બાય. સાંજે મળીએ

રાજીવ: ઠીક છે. બાય.

સાંજના છ વાગ્યાને 30 મિનિટ થઈ છે. સૂર્યાસ્તને જોઈ લીધા પછી રાજીવ, ચિત્રાના ઘર તરફ નીકળશે તેવું તેણે નક્કી કરેલ છે. સૂર્યના ઝાંખા પડેલા કિરણો અને હંમેશાની જેમ ઉડીને આવતી બે ચકલીઓના વર્તનને નિહાળવાનો આનંદ રાજીવના મનમાં આજે પ્રયોગની સફળતા ને કારણે બમણો છે.

રાજીવ ચિત્રાના ઘરે પહોંચી ગયો અને કારનાં હોર્ન વગાડીને ચિત્રને બોલાવે છે. ચિત્રા બહાર એક નાના ટ્રાવેલબેગ સાથે આવી . ચિત્રાએ લાઈટ પિન્ક કલરની કુતી અને નીચે જીન્સ પહેરેલ હતું. પાતળી અને ઉંચી ચિત્રા ઘણી આકર્ષક લાગી રહી હતી, કાનમાં નાની બાલીઓ અને હાથમાં પાતળી ઘડિયાળ પહેરેલ ચિત્રા મોટી સ્માઈલ સાથે કાર તરફ આવી રહી હતી. તેની મોટી આખો હવે સ્પષ્ટ દેખાઈ રહી હતી. જાણે જાડ સાથે બાંધેલા પાતળી દોરીના બનેલા જુલાઓ જેમ હળવા પવનથી ધીમી ગતિએ આગળ પાછળ ધૂમી રહ્યા હોય તેમ જ પવનના કારણે ચિત્રાના સૂકા અને લાંબા વાળ લહેરાય રહિયા હતા.

ચિત્રા ગેટ પાસે પોહચી, રાજીવે કારના અરીસાને નીચે કર્યો હવે ચિત્રા વધુ સ્પષ્ટ દેખાવા લાગી. ચિત્રાએ પિન્ક કલરની કુર્તીને અનુરુપ લાઈટ પિન્ક કલરની લિપસ્ટિકના કારણે ચિત્રાનો ચેહરો જાણે અપૂર્ણ રીતે વાદળ વરસહિયા પછી સુરનો પ્રકાશ વાદળોમાં પ્રસરાય પછી સર્જાતા આછા કેસરિયા રંગના ચિત્રાના ચેહરારૂપી સમીઆકાશમાં , ચિત્રાના હોઠ બે જાંખા ગુલાબી રંગની વદળોની પટ્ટીઓ જેવા લાગી રહિયા હતા. ચિત્રાએ કાર પાસે આવીને મોટી સ્માઈલ આપતા બોલી ; ' કારની પાછળની સીટ પર બેગ મુકું છું. કોઈ પ્રોબ્લમ તો નથી ને ? ' રાજીવની સામે જયારે-જયારે ચિત્રા મોટી સ્મિત વિખેરતી તે હસી હંમેશા રાજીવના હૃદયને સ્પર્શી જતી અને રાજીવ આ સ્મિતને પાછું યાદ કરીને

આંનદ લેવામાં ખોવાય જતો.

ચિત્રા : રાજીવ ! બોલ . ક્યાં ખોવાય ગયો ?

રાજીવ :હ્મ....ના !..ના.. ના કોઈ વાંધો નથી. ચલ જલ્દી કર.

સાંજના 7:15 નો સમય છે. રાજીવ અને ચિત્રા શહેરની બહાર બંને બાજુએ જંગલો જેવા થોડા ઘાટા વૃક્ષોથી ઘેરાયેલ અને વચ્ચેથી પસાર થયેલ રસ્તા પરથી વિજયના ઘર તરફ નીકળી પડ્યા. જેમ રાત વધી રહી હતી તેમ ધીમી ગતિએ ઠંડી વધી રહી છે તેવો અનુભવ થઈ રહ્યો હતો. શાંતિ ને તોડતા ચિત્રા બોલી

ચિત્રા: "કોઈ સોંગ વગાડ?"

રાજીવને જગજીતસિંહની ગઝલો સાંભળવી ખુબ પસંદ હતી. આથી તેને તેની કારમાં માત્ર જગજીતસિંહ ની ગઝલો ની કેસેટ અને સીડીઓ રાખેલી હતી. રાજીવ મ્યુઝિક સિસ્ટમ કે એફ એમ રેડીયો ચાલુ કરે તેની પહેલાં જ ચિત્રાએ હાથ લંબાવીને બાજુમાં પડેલી સીડી મ્યુઝિક સિસ્ટમમાં નાખી દીધી. મ્યુઝિક સિસ્ટમ ચાલુ થતા, જગજીતસિંહની ખૂબ જ પ્રખ્યાત ગઝલ; " હોશવાલો કો ખબર ક્યા?" sarfarosh મુવીની પ્રસિદ્ધ ગઝલ હતી. તે વાગવા લાગી.

ચિત્રા : "વાહ ! આ મારું પણ ફેવરીટ સોંગ છે.' ચિત્રા તેની સામે રહેલા ડેસ્કને ખોલીને સીડીઓ તપાસમાં લાગી. માત્ર જગજીતસિંહની જ ગઝલોના કલેકશન નજરે પડ્યા. " તારી કોઈ ગર્લફ્રેન્ડ છે?"

રાજીવ: ના નથી. કેમ આવું પુછ્યું?

ચિત્ર: " બસ એમ જ...". પછી થોડું હશે અને બોલી; " સામાન્ય રીતે એવું હોય છે કે આશિક લોકો

ગઝલોને સાંભળવાનું અને સાંભળતી વખતે તેની પ્રિયતમા કે પ્રિયને યાદ કરતા ગઝલોના શબ્દોમાં રહેલા ઊંડા અર્થોને અનુભવ કરવાનો પ્રયાસ કરતા હોય છે.

રાજીવ: "બહુ મોટી વાત કરી દીધી તે તો. તું શું એ દિશામાં મોટી અનુભવી વ્યક્તિ તો નથી ને? " કહીને હસ્યો અને આ જ યોગ્ય સમય સમજીને ચિત્રના જીવનમાં કોઈ છે કે નહીં તે જાણવા બોલ્યો ; " તારે કોઈ બોયફ્રેન્ડ છે?

ચિત્ર: ના રે ના. આ સાઈન્ટીસ્ટ બનાવવાની ઘેલછામાં ,કૉલેજના દિવસોમાં રિસર્ચલેબમાં જ પડી રહી અને હાથથી ઘણી તકો સરકી પડી એવું મને લાગે છે" કેહીને હસવા લાગી . " રાજીવ ! તું ગુડ લુકિંગ તો છે. તો પણ તું કેમ સિંગલ?"

રાજીવ: થોડું હસ્યો: હા ...હા ....બસ કર , ચીત્રા ! હવે તું પાછળ જ પડી ગઈ છે , નથી કોઈ તો પણ તારે પ્રિયતમા બનાવવી છે ,અરે કોઈ ગર્લફ્રેન્ડ ન હતી , સાચે જ . મેં એ દિશામાં ઓછું જ ધ્યાન આપેલ. તારી જેમ જ મારે પણ

સાયન્ટિસ્ટ બનવાનું હતું કે નહીં ?

ચિત્રા : હમમમ .....ઓછું વિચાર્યું ,મતલબ થોડું તો વિચારીયું જ છે .

રાજીવ : બસ હવે ..ચિત્રા ..બસ

ચિત્રા:હમ્મ ...મતલબ કે હંમેશાથી તું બોરિંગ સાયન્ટિસ્ટ જ રહીયો લાગે છે તું ' કહીને હસવા લાગી.

રાજીવને આજ સવારના વિજય દ્વારા આપવામાં આવતા આશ્વાશનના દ્રશ્યો યાદ આવિયા એટલે રાજીવ બોલ્યો ; " ચિત્રા ! વિજય વ્યક્તિ વિશે કોઈ માહિતી તો આપ. વિજય નુંવ્યક્તિત્વ કેવું છે? મતલબ વિજ્ય કેવો વ્યક્તિ છે ?" ખરેખર તો રાજીવ ચીત્રાના વિજય પ્રત્યેના વ્યૂ પોઇન્ટને જાણવા માંગતો હતો.

ચિત્રા :વિજય પણ તારી જેમ જ એકલો છે. વિજય મનથી સાફ અને દિલનો ઉદાર વ્યક્તિ છે. એ વ્યક્તિ કોઈને દુઃખી જોય નથી શકતો ખુબજ લાગણીશીલ વ્યક્તિ છે અને લોકોની મદદ કરવા હંમેશા તત્પર રહે છે. અમે જયારે બેચલર કોલેજના બીજા વર્ષમાં હતા અને અમારી ફાઇનલ એક્ઝામ્સ ચાલુ હતી. એક્ઝામ આપવા વિજય બાઈકથી આવી રહીયો હતો ત્યારે તેને જોયું કે રસ્તામાં કોઈ કારમાં બેસેલ વ્યક્તિનું અકસ્માત થયેલ છે અને તે ગંભીર રીતે ઘવાયેલા વ્યક્તિને હોસ્પિટલ લય જવાકોઈ તૈયાર થઈ રહેલ નથી. આથી વિજયે ઝડપથી બાઈક પરથી ઉતરીને , ઘવાયેલ વ્યક્તિને ખુદના પેન્ટમાંથી બેલ્ટને કાઢીને તે વ્યક્તિને બાઇકમાં બેસાડી બેલ્ટ વડે પોતાની સાથે મજબુતીથી બાંધીને એક્ઝામની ચિંતા કર્યા વગર હોસ્પિટલ જતો રહીયો.

રાજીવ: એક્ઝામ નું શું થયું ?

ચિત્રા: થાય શુ? વિજ્ય એક્ઝામ ન આપી શક્યો.

પાછળથી જયારે અમારી કોલેજના હેડને બધી વાતની માહિતી મળી તો તેમને વિજયનું કોલેજમાં સન્માન કારવ્યું અને વિજયના આ કામથી ,તેનું એકવર્ષ પાછળ જતું અટકાવવા માટે વિજયની અલગથી પરીક્ષા લેવડાવીને તેના અભ્યાસમાં એકવર્ષ પાછળ છૂટી જતા અટકાવ્યો.

રાજીવના મનમાં વિજય માટે રિસ્પેક્ટ વધી ; રાજીવ (મનમાં) " વિજય , સ્વભાવથી તો સારો વ્યક્તિ લાગી રહ્યો છે."

રાજીવ: તું એમ પણ બોલી કે ; ' એ તારી જેમ જ એકલો છે. મતલબ?'

ચિત્રા: એના પિતા પણ તારા પિતાની જેમ જ બિઝનેસમેન છે. તેમના ફાધરને biomass bricks બનાવતી રિન્યુએબલ એનર્જી સોર્સ ને લગતી ઇન્ડ્સ્ટ્રી છે. રાજીવ વચ્ચે બોલ્યો; ' અને માતા ..?'

ચિત્રા: મા નથી.

રાજીવ: નથી મતલબ?

ચિત્રા: વિજય અનાથ છે. તેના પિતાએ તેને આશ્રમમાંથી એડૉપ કર્યો હતો. આથી તે માતૃપ્રેમ હંમેશા વંચિત રહી ગયો. પણ એના પિતા સ્વભાવે ખૂબ સારા છે.

રાજીવ: તો વિજયના પિતા એ મેરેજ નથી કર્યા? અને નથી કર્યા તો કેમ?

ચિત્રા: ખરેખર તો એના પિતાની કોઈ લવ સ્ટોરી છે. જે કદાચ વિજય પણ સરખી નથી જાણતો. વિજયને એડોપ કર્યા તેના અમુક વર્ષો પહેલા તેમના પિતાનો પ્રેમ સંબંધ તુટી જવાના કારણે તેમણે આજીવન લગ્ન નહીં કરવાનું નક્કી કરી લીધું હતું. અંદાજે વિજય દશેક વર્ષનો હતો ત્યારે વિજયના પિતાએ તેને એડૉપ કરેલો છે.

ખરેખર તો વિજય ખૂબ જ ડાયનામીક પર્સનાલિટીનો વ્યક્તિ છે. તેને સફળતા મેળવવી તેની કરતા દરેક વસ્તુઓ નો અનુભવ કરવો અને બાબતોને ઊંડાણ થી સમજવામાં વધુ રસ હોય છે. તે વ્યક્તિની એક ખામી એ પણ છે તેને કામ પૂરું કરવામાં રસ નથી હોતો . માત્ર એકસપ્લોર કરવામાં રસ લે છે. આના કારણે જ જ્યારે વિજયને એવું લાગવા મળે કે તેને જે કામ ઉપાડયું છે તે કામ ને લગતું ઘણું બધું સમજી લીધું છે ત્યારે તે કામ છોડીને બીજું કામ કરવા લાગે છે આ પ્રકારે તેના જીવનમાં હંમેશા બધા અધૂરા કામ જ થયેલા હોય છે. મેં નોંધ્યું છે કે ઘણી વખત એ સફળતાની સીડીઓ ચડતા કામ પૂરું કરીને મંઝિલ મેળવી લેવાથી માત્ર એક પગથીયું જ દૂર હોય છે ત્યારે જ તે કામ છોડી દે છે. અને જ્યારે હું આ બાબત વીશે પૂછું છું તો પાગલ કહે છે કે ; " જે મજા અધૂરાપણામાં છે એ મજા પૂર્ણતામાં નથી."

એવું નથી કે તેને હંમેશા બધુ અડધું જ મૂક્યું છે. ઘણીવાર કામ પણ કરી નાખી છે. આ પ્રકારે દરેક ક્ષેત્રને એક્સપ્લોર કરવાની ઘેલછામાં વિજય ઘણી ગવર્મેન્ટ એક્જામ પાસ કરી છે, હોકીમાં અને સાયકલિંગ મા સ્ટેટ ચેમ્પિયન રહી ચુક્યો છે. તેની સ્ટડી રિલેટેડ વાત કરું તો વિજયે ઓપન યુનિવર્સિટીમાંથી એક્સટર્નલ ડિગ્રી કોર્ષ જેવા કે હિસ્ટરી, ફિઝિક્સ અને પ્રોગ્રમ ઓફ એડમિનિન્સ્ટ્રેશનની માસ્ટર ડિગ્રીઓ પણ મેળવી છે. હાલ પણ તે ડિસ્ટન્સ લર્નિંગ દ્વારા પામિસ્ટ્રી , જ્યોતિષવિજ્ઞાન અને જેમોલોજી (રત્નશાસ્ત્ર) શીખી રહીયો છે અને અન્ય એક્ઝામની તૈયારી પણ કરી રહ્યો છે. ખબર નહીં ક્યાં પહોંચવા માંગે છે? કદાચ તો તેને ક્યાંય પહાચવું જ નથી.

વિજય સાથે સંકળાયેલો સૌથી અજીબ કિસ્સો તો હવે તને હું જણાવું. સાંભળ;

અમારી બેચલર કોલેજ પૂરી થયા બાદ એક દિવસ વિજય અચાનક મારા ઘરે આવ્યો અને બોલ્યો ; " ચિત્રા ! હું એક વર્ષ માટે હિમાલય અને સાઉથ તરફના સ્ટેટમાં જવા માંગુ છું "

ચિત્રા: કેમ?

વિજય: મારે એક વર્ષ માટે ફકીર, સાધુ અને યોગીઓ જેવું જીવન વિતાવવું છે. અનેક જ્ઞાની યોગીઓને મળીને તેમની પાસેથી ધ્યાન અને અન્ય વિદ્યા શીખવી છે.

ચિત્રા: ઠીક છે. તુ જા અને શીખીને આવ પણ એમા આવો ફકીરનો વેશ કે સાધુ બની જવાની જરૂર ન હોય.

વિજય: જો ચિત્રા હું તને એક મહત્વની વાત સમજાવું, સહાનુભૂતિ અને સમાનુભૂતિમા જમીન આસમાનનો ફરક હોય છે.

ચિત્રા: મતલબ?

વિજય: સહાનુભૂતિથી આપણે બીજાની ભાવનાઓની સમજીએ છીએ પણ સમાનુભૂતિ થી જ આપણે તે અનુભવીએ છીએ. મતલબ કે તે વ્યક્તિ જ આપણે બની જઈએ કે તે વ્યક્તિ ! જેવી જ ઘટના આપણી સાથે ઘટે ત્યારે જ વાસ્તવિક ભાવના નો અનુભવ આપણને ઊંડાણથી થાય છે . સમજી ?. આથી જ હું સમાનુભૂતિ ના માધ્યમથી આધ્યાત્મિકતાના ગૂઢ રહસ્ય ને સમજવા માંગું છું. એટલે મારું જાવું જરૂરી છે.

રાજીવ: પછી શું થયું?

ચિત્રા: વિજય એક વર્ષ પછી પાછો આવ્યો પણ તે વધુ બુદ્ધિશાળી અને શાંત મનનો વ્યક્તિ બની ગયો હતો તેના મનમાં એક નિર્મળ શાંતિ આવી ગઈ હોય તેવું મને લાગ્યું.

રાજીવ: વિજય દ્વારા પાછા આવ્યા બાદ તને શું કહેવામાં આવ્યું? મતલબ કે વિજય આ એક વર્ષ દરમિયાન શું શું કર્યું ? શુ અનુભવ્યુ?

ચિત્રા: મેં ઘણીવાર વિજય ને પૂછ્યું પણ વિજય આ બાબત પર કોઈની સાથે ચર્ચા કરતો જ નથી. કદાચ ! આ એક વર્ષ દરમિયાનના અનુભવને એક રહસ્ય જ રાખવા માંગે છે એવું મને લાગ્યું એટલે મેં વિજયને વધારે પૂછયું નહીં અને એને મને ક્યારેય સામેથી કહ્યું નહીં.

રાજીવ (મનમાં) : વિજય હકીકતમાં થોડો રહસ્યમય વ્યક્તિ છે અને થોડો અજીબ પણ છે.

ચિત્ર: ' બસ ! બસ ! અહીંયાથી આગળ જ તેનો બંગલો છે. '

વિજયના વિશાળ બંગલાની બહાર પાર્ક થયેલી વિશાલની સ્કોર્પિયો કારમાં ડોક્ટર સતીશ, હેમાંગી, વિજય અને વિશાલ બધાના બેગ અને ખાવાપીવાની જરૂરી વસ્તુઓ, ફાયર કેમ્પ માટે જરૂરી લાકડાના ટુકડા ફરી રહ્યા હતા. સાઈડમાં ઉભેલી હેતલ રાજીવ કાર પાસે આવીને બોલી :

હેતલ: ચલો! ચલો! રાજીવ તારી કારને વિજયના ઘરના પાર્કિંગ પ્લોટમાં રાખી દે પછી ઝડપથી આવો. ટાપુ પર જવા માટેની બોટ નીકળવાનો સમય થઈ રહ્યો છે.

બધા લોકો વિશાલની સ્કોર્પિયો કારમાં ગોઠવાઈ ગયા. વિશાલે કારની સ્પીડ સો કિલો મીટર પ્રતિ કલાકની ઝડપથી ચલાવી અને પંદર જ મિનિટમાં દરિયાકિનારે પહોંચી ગયા .એક બોટને પહેલેથી જ ટ્રીપ માટે બુક કરીને રાખેલી તેના ડ્રાઈવર તમારી જ રાહ જોઈ રહ્યા હતા. પાણીના પ્રવાહ અને મોજાઓમા થોડી હાલકડોલક થઈ રહેલી બોટ અને પૂર્ણિમાનો ચંદ્ર પ્રકાશ ચારો તરફ માત્ર દેખાયેલા પાણી પર પથરાયેલ હતો . ૪૫ મિનિટની આ સમુદ્ર યાત્રાનો અનુભવ સ્મૃતિપટલ માંથી ક્યારેય ભૂસી ન શકાય તેવો છે.

આખરે બધાજ વૈજ્ઞાનિકો તેના નિર્ધારિત પ્રવાસના સ્થાન " કેલીશ ટાપુ" પર પહોંચી ગયા. ટાપુ આખો સુમસાન અને વૃક્ષોથી ઘેરાયેલા જંગલ જેવો લાગી રહ્યો હતો.

વિશાલ: આ ટાપુ ના બે ભાગ છે. એક ભાગમાં સરકાર દ્વારા પ્રવાસ કરવાની છૂટ છે જે ભાગમાં આપણે અત્યારે ઉભા છીએ. બીજો ભાગ આ ટાપુનો બીજો છેડો છે ત્યાં જવાની છૂટ કોઈને નથી. અને વિવિધ જંગલી પ્રાણીઓને એ જ વિસ્તારમાં ફેન્સીંગ દ્વારા સુરક્ષિત રાખવામાં આવેલા છે. અહીંયા બપોર પછી અને સાંજના સાત વાગ્યા સુધી પ્રવાસન ઇકોનોમીને પ્રમોટ કરવા સરકાર દ્વારા વિવિધ પ્રકારના શોપિંગ માટેના સ્ટોલ, food street અને અન્ય ખરીદીઓ માટેના સ્ટોલ લગાડવાની છૂટ આપવામાં આવે છે જેની મુલાકાત આપણે કાલે લઈને અહીંથી સાંજના નીકળીશું અને રાત સુધીમાં ઘરે પહોંચી જઈશું.

વિજયની લીડરશીપમાં બધા લોકોને કેમ્પને ઉભા કરવાનું , જમવાનું બનાવવાનું અને ફાયર કેમ્પ ચાલુ કરવાની કામગીરી વહેંચવામાં આવ્યું. કલાકમાં બે મોટા કેમ્પ ઉભા કરવામાં આવ્યા અને હેત્તલ, હેમાંગી અને વિશાલ દ્વારા જમવાનું બનાવીને ફાયર કેમ્પ પાસે લાવવામાં આવ્યું. બધા વર્તુળ આકારમાં ફાયર કેમ્પને ફરતે ગોઠવાઈને બનેલા મેહફીલ માનવ લાગ્યા.

ટાપુ પર ખુબજ શાંતિ હતી . દરિયા પરથી આવતી સી બ્રિઝની પવનની લહેરોના સુસવાટા સંભળાય રહિયા હતા. પવનના કારણે ફાયર કેમ્પની અગ્નિ એક દિશાથી બીજી દિશામાં ફંગોળાતી હતી . આખા ટાપુ પર પડતો પૂનમની ચાંદનીનો પ્રકાશ જાણે કુદરત દ્વારા નાઈટ લેમ્પને ચાલુ કરવામાં આવ્યો હોય તેવું લાગી રહીયુ હતું. સમુદ્ર પાસે હોવાથી તાપમાન મોડરેટ હતું. જે શહેરમાં શિયાળાની ઋતુમાં લગતી ઠંડીથી અલગ અનુભવ કરાવતું હોવાથી આનંદમાં વધારે ઉમેરણ થઈ રહીયુ હતું.

વિશાલ : તેનું નાના ગિટાર નિકાળીને ખુબજ ખરાબ વગાડતા ગીત ગાવા લાગ્યો.

હેમાંગી : પાસે પડેલા પોતાના ચપલમાંથી એક ચપ્પલને ઉંચકીને સીધું વિશાલના ગિટાર પર ફેક્યુ અને બોલી ; " નાનપણથી તું આ સડેલું ગિટાર બધીજ ટુરમાં સાથે લઈને આવે છે અને બધાની મજા નો ભંગ કરતો તારો કરકસ્યો અવાજથી ગીત ગાઈ સંભળાવીને પરેશાન કરી મૂકે છે." વિશાલે હેમાંગીને ઈંગનોર કરીને ગાવાનું ચાલુ જ રાખતા હેમાંગી વધુ ગુસ્સે ભરાઈ અને હવે બીજું ચપ્પલ ઉંચકીને સીધું વિશાલના છાતી પર ફેંક્યું અને બોલી ; " સમજતો જ નથી. પાગલ ! ." હવે વિશાલ થોડો ગુસ્સાથી ઉંચે જોઈને હેમાંગીને ગંભીર થઈને જોવા લાગ્યો આથી હેમાંગી થોડી ડરી, ત્યાંજ ડોકટર સતીશને પણ સ્થિતિ ગંભીર બનશે તેવું લગતા તેવો બોલ્યા :

ડૉક્ટર સતીશ : 'વિશાલ ! શાંત થય જા . હેમાંગી તું પ્લીઝ સોરી બોલી દે વાત પુરી થઈ જાય.' હેમાંગી સોરી બોલવા જ જય રહી હતી ત્યાં જ વિશાલ ખડખડાટ હસવા લાગ્યો " હાહાહાહા..." અને બોલ્યો : " જોવો ...જોવો ગામના લોકો , આ મારી નાનપણની મિત્ર હેમી ડરી ગઈ મારાથી..."

હેમાંગીએ હવે તો ' રુક તું ...!! ' કહીને બાજુમાં બેઠેલી ચીત્રાના ચપ્પલને એક પછી એક વિશાલ પર ફેંક્યા.

ચીત્રાએ હેમાંગીને હાથ વડે બાંધીને એવું કરતા રોકી.

વિશાલ: હસતા બોલ્યો : " યાર ! તું પણ અજીબ છે , નાનપણથી જ મને ચાંપલો મારતી આવે છે અને મોટા ભાગે તું બધા સામે જ મને ચપ્પલોથી મારતી હોય છે. તને શરમ આવવી જોય એવું કરતા . હવે તું મોટી થઈ ગયી છે."

હેમાંગી : " અને તું હજી પણ ચપલો જ ખાવાને લાયક છે." કહીને હસવા લાગી.

બધા લોકો મેહફીલ માનતા મજાક મસ્તી કરવા લાગ્યા. જોકસ, સાયરીઓ દ્વારા વાતાવરણ ખુસકુશળ બની ગયું

હેતલે બેગમાંથી ડાયરી નીકાળતા બોલી; "સાંભળો બધા હું જોક્સ અને સાયરી લખેલી મારી ડાયરી સાથે લાવી છું. હું જોરથી વાંચીને સાંભળવું છુ. કોઈ વચ્ચે બોલીને રંગમાં ભંગ નહીં નાખતા. ખાસ તો તું વિશાલ. આ જોક્સ મેં ઇન્ટરનેટે માંથી જ લીધા છે ...પણ સાંભળવાની મજા આવે તેવા છે.

વિશાલ: ઓક મેડમ. ચાલુ કરો જોક્સ ....

હેતલે એક પછી એક જોકેસ વાંચીને સાંભળવા ચાલુ કર્યા . જેમ કે :

૧.જે દોસ્ત કહેતો હતો કે જિંદગીભર તારો સાથ નહીં છોડું,

એ જ સાલો ટ્રાફિક પોલીસ જોઇને રસ્તામાં ઉતારીને ચાલી ગયો !!

૨.જે દિવસે વિચારું છું કે જીવનમાં મોટા મોટા જ કામ કરવા છે,

એ દિવસે જ ઘરવાળા ગેસનો બાટલો લેવા મોકલી દે છે !!

૩. પેટ્રોલના રોજ વધતા ભાવથી છોકરીઓનું એક સપનું પૂરું થશે,

એમના સપનાનો રાજકુમાર હવે ઘોડા પર બેસીને આવશે !!

આ પ્રકારે અનેક જોકેસ અને શાયરીઓ સાંભળીને બધાની મેહફીલને રાતના ૨ વાગ્યા સુધી ચાલી.

ચિત્રા: હવે ! ૨ વાગ્યા છે . અપને બધાએ સુઈ જવું જોઈએ.

હેતલ: હા ! બોવ્ જ મોડું થઈ ગયું છે. આમ પણ કાલ મોરિંગ માં ૯ વાગ્યે ખુબ જ મહત્વનું કામ કરવાનું છે " આ વાત બોલી પડતા જ ચિત્રા એ ગુસ્સાથી હેતલ સામે જોયું .

હેતલ: " અરે ! સોરી ...." ધીમેથી બોલી.

હેમાંગી: એક મિનિટ મહત્વનું કામ? શું ?

ચિત્રા: (વાતને બદબાવી દેવા) હેતલ કઈ બોલે તેની પેહલા બોલી : " શોપિંગની વાત કરે છે, હેતલ "

હેમાંગી: 'ઓક . ચાલો સુઈ જઈએ.' કહીને મહિલા મિત્રો , ઉભા કરેલા લેડીશ કેમ્પમાં જતી રહી.

રાજીવ ,વિશાલ અને વિજયે નોંધીયું કે ડોકટર સતીશ ખુલા સમુદ્ર સામે જયને બેસી ગયા છે અને આકાશમાં જોઈને કશુંક યાદ કરતા ગમગીન બનતા લાગ્યા . આથી ત્રણે વ્યક્તિઓએ ડોકટર સતીશ પાસે આવીને બેસે છે.

રાજીવ: સર ! બધું ઠીક ?

ડોકટર સતીશ : "હા ! ઓલ ગુડ." પોતાના મૂડને બદલીને , બિયરની બે બોટલ અને બે સોફ્ટ ડ્રિંકના ટીન સાથે આવી રહેલ વિશાલ સામે જોઈને હસતા બોલ્યા : ' કાલથી આપણો વિશાલ રોજ ચપ્પલો ખાવાનો છે " વિજય પણ હસવા લાગ્યો. ત્યાં વિશાલ આવીને બે ટીનમાંથી એક ડૉક્ટર સતીશને અને એક રાજીવને અપીયું . બિયરની બોટલ ખોલીને એક વિજયને લંબાવી.

ડોકટર સતીશ : વિશાલ ! મોટો નિર્ણય લેવા જય રહીયો છે . ઓલ ધ બેસ્ટ .

વિશાલ : થેંન્ક્સ સર .

રાજીવ: મતલબ ?

વિજય : મતલબ કે કાલથી આપણા વિશાલભાઈ જીવનભર ચપ્પલ ખાવા માટે તૈયાર થઈ રહિયા છે " કહીને વિજયે ડૉક્ટર સતીશને તાલિ આપી.

રાજીવ હજી કશું સમજ્યો નહીં એટલે ડૉક્ટર સતીશ બોલ્યા;

ડૉક્ટર સતીશ: તને શુ લાગે છે કે આ માત્ર આપણી ટ્રીપ ચાલી રહી છે ?

રાજીવ: હા

ડૉક્ટર સતીશ: " ના ! રાજીવ એવું નથી .કાલે વિશાલ હેમાંગીને સગાઇ માટે પૂછવાનો છે ? અને જો હેમાંગી હા પાડશે તો કાલે જ બનેની સગાઇ છે ." આ સાંભળીને રાજીવે વિશાલ સામે જોયું.

વિશાલ: "હા" બોલીને માથું હલાવતા સાચી વાત છે તેવું દર્શાવ્યુ.

રાજીવ: ઓહ! અને આ વાત કોને-કોને ખબર છે?

વિશાલ: બધાને ખ્યાલ છે . માત્ર તું અને હેમાંગી અજાણ છો.

રાજીવ: મને કેમ ન કહીંયુ?

વિશાલ: અરે જલ્દી એરેન્જમેન્ટ કરવામાં તને હું કેહતા જ ભૂલી ગયો હતો.

રાજીવ: ઓક. અને તમારા પેરેન્સ્ટ્સ નું શું ?

વિશાલ: મારુ અને હેમાંગીનું પરિવાર અમારા નાનપણથી જ એક જ પરિવાર હોય તેમ રહેલ છે. મારા પિતા અને હેમાંગીના પિતા અમારા જન્મ પેહલાથી જ પાકા મિત્રો છે. મેં પેહલા હેમાંગીના પિતા સાથે વાત કરી અને પછી મારા પરિવારમાં. બંનેની સહમતી છે . હવે માત્ર કાલે હેમાંગીને જ પૂછવાનું છે. કાલે સવારના અમારા બંનેનું પરિવાર એક સાથે જ આવવાનું છે.

રાજીવ: તે હેમાંગી ને જ નથી પૂછિયું ? એ તો મુખ્ય પાત્ર છે . પહેલા હેમાંગી ને પૂછી લીધું હોત તો સારું ન રહત?

વિશાલ: એની જરૂરત નથી.

રાજીવ: કેમ?

વિશાલ: જો હું તને એક સાયકોલોજી રિલેટેડ અને ટેલીપેથી સાથે સલંગ્ન એક સિદ્ધાંત સમજાવું. તું નોટિસ કર જે જે વ્યક્તિ સાથે તું જેટલી ગહન લાગણી અનુભવીશ અને જે વ્યક્તિ સાથે તું સ્ટ્રોંગલી જોડાણ અનુભવીશ તેટલાજ સરળતાથી તું તારા અવચેતન મન દ્વારા તે વ્યક્તિ સાથે ટેલીપેથી કરી શકીશ. તું એના મનની અને તે વ્યક્તિ તારા મનની વાત કહિયા વગર જ સમજી જશે . સંપૂર્ણ નહીં તો ૭૫ ટકા જેટલું તો કહિયા વગર જ ટેલીપેથીથી સમજશે.

થોડા દિવસ પેહલા હું અને હેમાંગી કોઇ કામથી બસમાં જતા હતા ત્યારે અમને અમારો એક જૂનો કૉલેજ સમયનો મિત્ર મળ્યો. અને તેની એક ગર્લફ્રેન્ડ પણ હતી . બંને કપલ વચ્ચે ખુબ પ્રેમ હતો અને બધાને એવું લાગતું હતું કે બંનેના લગ્ન થશે જ એટલે હેમાંગીએ ડાયરેક્ટ પૂછતાં પૂછી લીધું ; " શું કરે તારી વાઈફ ઈશા ?" એટલે તે અમારા મિત્રએ જવાબ આપતા કહીંયુ કે : " અમુક પરિસ્થિતિ એવી સર્જાઈ કે આજ અમે સાથે નથી . મારા લગ્ન ગિરજા સાથે થયા છે. ઈશા લન્ડનમાં છે અને હિતેશ નામના વ્યક્તિ સાથે તેના મેરેજ થયા છે . હકીકતમાં કહું તો મારાથી થોડું લગ્ન માટે ઈશાને પૂછવામાં માંડું થઈ ગયું ." એટલું બોલ્યો ત્યાંજ તેનું ડેસ્ટિનેશન પ્લેસ આવી જતા અમને બાય કહીને ઉતરી

ગયો. તે સમયે હેમાંગી ! મારી સામે જોઈને મનમાં બોલી ; " તું તો લેટ નહીં કરેને ?" બસ આ વાત મેં ટેલીપેથી પકડી પાડી . હું સમજી ગયો કે સમય કોઈની રાહ જોતો નથી, મારે મારા તે કોલેજના મિત્રની જેમ જીવનભરના અફસોસમાં નથી જીવવું . એટલે મેં ૧ મહિનાની અંદર જ એટલીસ્ટ હેમાંગી સાથે સગાઇ તો કરી જ લેવી જોઈએ તેવું નક્કી કરી નાખી યુ.

ડૉક્ટર સતીશ : હમમમ...ગુડ વિશાલ . મને તારું આ એનાલિસિસ ખુબ ગમીયું , ખરેખર . તું મારી વાત માન. તારો આ નિર્ણય સાચો જ છે.

વિશાલ: એટલું જ નહીં રાજીવ ! જો તમે કોઈ વ્યક્તિ સાથે ટેલીપેથી કરી શકો છો તો સમજી જવું જોઈએ કે તે વ્યક્તિ સાથે તમારો પૂર્વજન્મનો કોઈ સંબંધ હોય શકે છે. તેવું મારુ માનવું છે અને તત્વજ્ઞાન પણ આ બાબત માને છે. ભરોસો ન હોય તો આપણી હેતલને પૂછી જોજે.

રાજીવ: હમ્મ...

સવારના ૮ વાગ્યા છે . હેમાંગી કૅમ્પમાં જાગે છે અને આસપાસ જોવે છે કેમ્પમાં કોઈ સાથીસહયોગી નથી. હેમાંગી કૅમ્પની બહાર આવે છે અને જે દ્રશ્ય જોવે છે તે જોઈને ચોકી ગયી . કેમ્પની બહાર જ વિશાલ ઘૂંટણ પર બેસેલ છે . બનેનો પરિવાર અને લેબના બધાજ સહકર્મીઓ તેની પાછળ શાંત ઉભા છે.

વિશાલ : શું હેમાંગી તું મારી જીવન સંગીની બનવાનું પસંદ કરીશ ?

હેમાંગી : થોડું હસી અને બોલી ; 'મને લાગી જ રહીયુ હતું કી તું ટૂંક સમયમાં આવો કોઈ કાંડ કરીશ જ '.

વિશાલ : થોડું હસિયો ; હાહાહા.....

હેમાંગી : બોલ ! જીવનભર મારા ચપ્પલો ખાવાની હિંમત છે તારામાં ?

વિશાલ: હા છે જ . એટલે જ તો આજે તારી સામે આ રિંગ લઈને ઘૂંટણે બેઠો છું.

હેમાંગી: "હાહા ..તો મારી હા છે " કહીને હાથને રિંગ પહેરવા લંબાવિયો .

વિશાલે: 'મને તારા મનની વાત ખબર જ હતી કહીને રિંગ પહેરાવી .' આજે વિશાલના ઇન્સ્ટન્ટ કેમેરાથી ડોકટર સતીશે ફોટા લીધા. આ સમયે ડોકટર સતીશની આખો થોડી જર્જરી ઉઠી અને એક આશુનુ ટીપું સંદ્રકિનારાની રેતી પર પડી આ વાત રાજીવે નોંધી અને ડોકટર સતીશ પાસે આવીને ધીમેથી બોલ્યો ; " તમે ઠીક છો ને ?"

ડોકટર સતીશ: હા ! બસ મને કોઈ વાત યાદ આવ ગઈ અને આ તો વિશાલની સમજદારી જોઈને મારી આખોમાથી નીકળેલા ખુશીના આશુ છે. એક વાત કહું રાજીવ ?

રાજીવ: હા સર ! બોલો.

ડોકટર સતીશ: અનુભવ થયા પછી તો બધાજ લોકો શીખે છે. એ તો સામાન્ય વાત કહેવાય પણ જે વ્યક્તિ બીજા વ્યક્તિઓના જીવન અને તેમની સાથે ઘટનારી ઘટનાઓના આધારે પરિસ્થિતિનું એનાલિસિસ કરીને શીખી જાય તે વ્યક્તિ ખરેખર હોશિયાર વ્યક્તિ છે અને વિશાલે આ બાબતને આજે સાબિત કરી.

8
બીજા પ્રશ્નનો જવાબ

બધા વિજ્ઞાનીકો ટ્રિપની દુનિયા છોડીને રિસેર્ચ લેબની દુનિયામાં પાછા ફરી આવિયા. સવારના ૧૦ વાગ્યા છે, રાજીવ ટાઈમ લેબમાં પ્રવેશ્યો.

મિસ્ટર બ્લુ બ્રેઈન: ગુડ મોર્નીગ રાજીવ.

રાજીવ: 'ગુડ મોર્નીગ બ્લુ બ્રેઈન. ગુડ મોર્નીગ સર. ' ડોકટર રાઘવાચાર્ય માઇક્રોબીએલ ફેરમેન્ટશન ટેંકને જોય રહિયા હતા અને કશુંક વિચારમાં ડૂબેલા લગતા હતા.

ડોકટર રાઘવાચાર્ય : આપણે હવે ઝડપથી એનર્જી સોર્સ વિષે વિચારવું જોઈએ. બાયોમાસ એનર્જી, બાયોહાઇડ્રોજન અને ન્યૂક્લીયર એનર્જી ત્રણેય એનર્જી મળીને પણ લોગ ટાઈમ ડિસ્ટન્સનું ટ્રાવેલિંગ કરવા માટે પૂરતી નથી. તું એક કામ કર 5th ફ્લોર ની લેબમાં એક ઓક્સફર્ડમાંથી જ પાસ કરેલ વૈજ્ઞાનિક છે , જેને તેના જીવનના ૧૫ વર્ષ આજ ફિલ્ડમાં કામ કરેલ છે અને હાલ પણ તે બાયોએનર્જી પર જ કામ કરી રહીયો છે. તું તે વ્યક્તિનો સંપર્ક કર અને તેની મદદ લે પણ ધ્યાન રહે ટાઈમ મશીન રિલેટેડ કોઈ બાબત લીક ન થવી જોયએ.

રાજીવ: ઠીક છે, સર. પણ એ વ્યક્તિ કોણ છે ?

ડોકટર રાઘવાચાર્ય : થોડું યાદ કરીને ' હમ્મ..હા યાદ આવ્યુ . હાર્દિક નામ છે .'

રાજીવ: 'હાર્દિક?' રાજીવ ચોકી ગયો.

ડોકટર રાઘવાચાર્ય : હા એ વ્યક્તિ બાયોએનર્જી ફિલ્ડનો આઈનસ્ટાઈન છે.

રાજીવ(મનમાં): પૂરું . તે હાર્દિક ! મારી મદદ તો નહીં જ કરે. જે વ્યક્તિ મારાથી એટલો કોઈ કારણ વગર જ ચિડાયેલો રહે છે તે શું મને મદદ કરવાનો. ' ઠીક છે સર , હું પ્રયાસ કરીશ'

ડોકટર રાઘવાચાર્ય : 'પ્રયાસ નહીં મને પરિણામ જોઈએ છે. બે જિનીયસ ભેગા થઈને શુ એક પ્રશ્નનો જવાબ ન મેળવી શકો? તેવું તો ન જ બને.' ૧૦ દિવસમાં આ કામ પૂરું કરીને આપણે ટાઈમ ટ્રાવેલ શરૂ કરવું છે.

રાજીવ: સર !હું તમને એક પ્રશ્ન પૂછી શકું? ના રહેવા દોને.

મિસ્ટર બ્લુ બ્રેઈન: ડૉક્ટર રાઘવાચાર્ય ! તમને રાજીવ પૂછવા માંગે છે કે , હાર્દિકને રિસર્ચ સાયન્ટિસ્ટ તરીકે તમે કેમ તમારી લેબમાં સ્થાન ન આપીયુ? જયારે તે એક બ્રિલિઅન્ટ સાયન્ટિસ્ટ છે. છતાં પણ કેમ નહીં ? એ સવાલ રાજીવના મનમાં ચાલી રહીયો છે.

ડૉક્ટર રાઘવાચાર્ય : થોડું હસિયા ' એ પણ તને જાણવાનો હક નથી'

રાજીવ (મનમાં): ડૉક્ટર રાઘવાચાર્ય અજીબ વ્યક્તિ છે. જેના જવાબ આપવા ન હોય તે પ્રશ્નોમાં , એ તને જાણવાનો હક નથી નું ટેગ લગાવી દે છે. અને ઉપરથી આ બ્લુ બ્રેઈન મશીન બધી મનની વાતોને પણ રીડ કર્યા કરે છે અને સર સામે ઘણીવાર બોલી પણ દે છે.

મિસ્ટર બ્લુ બ્રેઈન: 'એ મારુ કામ છે , રાજીવ.' કહીને હસિયો ..હાહા ..હા ..

રાજીવ લેબ થઇ બહાર આવીયો અને સીડીઓ ઉતરતા વીજય ચિત્રાની કેબિન પાસેથી પસાર થઈ રહીયો હતો. રાજીવ ચિત્રાની કેબિનમાં ડોક લંબાવે તેટલામાંજ વિજયનું ધ્યાન રાજીવ પર પડતા વિઅજ્ય બોલ્યો :

વિજય: હૈ ! રાજીવ ! ગુડ મોર્નીગ, ચિત્રા લેબમાં નથી. હું પણ જોય ચુક્યો છું'

રાજીવ (મનમાં) : મારી જેમ જ વિજય પણ ચિત્રાને મળવા કેબિનમાં આવે છે .

વિજય: તું કેમ ટેંનસનમાં લાગે છે? કોઈ પ્રોબ્લમ છે ?

રાજીવ: અરે યાર ! મેં તને હાર્દિક વિશે જણાવેલ યાદ છે ?

વિજ્ય: હા . 5th ફ્લોરનો તરબૂચમેન ? એજ ને ?

રાજીવ: હા ! એજ . આજ મને ખબર પડી કે તે વ્યક્તિ બાયોએનર્જી ફિલ્ડનો પ્રસિદ્ધ વિજ્ઞાનિક છે. મારે તે વ્યક્તિની મદદ એનર્જી સોર્સ જનરેટ કરવા માટે જરૂરી એક્સપેરિમેન્ટ ડિઝાઇન કરવામાં લેવાની છે. પણ મને ખબર નથી પડતી કે તે વ્યક્તિને હું કેવી રીતે મનાવીશ.

વિજય: ઓક . હું સમજી ગયો તારી સમસ્યા. ઠીક છે , એ વાત મને કે તું કે હાર્દિક કેટલા સમયથી બાયોએનર્જી ફિલ્ડમાં કામ કરે છે ?

રાજીવ: લગભગ પંદરેક વર્ષથી , પણ તું કેમ પૂછે છે ?

વિજય: હમમ..મતલબ કે હાર્દિક તેના કામ માટે ખુબ જૂનુની વ્યક્તિ રહીયો હશે. બાયોએનર્જી ફિલ્ડ જ એની તાકાત અને મજબૂરી પણ છે. મારી પાસે તારી સમસ્યાનું સમાધાન છે. હું તને આજે પાંચ બાયો એનર્જી ને લગતા નેચર

જરનલ ના રિસર્ચ પેપર email કરીશ. તું પેપર વાંચજે અને કાલ સાથે લઈને પણ આવજે. હું અને ચિત્ર પણ પાંચ- પાંચ પેપર લઈને આવીશું. કાલે હાર્દિકને તેના જ તરબૂચના નાસ્તામાં ફસાવિશુ.

રાજીવ: કશું સમજાયું નહિ. કેવી રીતે?

વિજય: હસતાં હસતાં બોલ્યો ; ' હા ...હા..એ તો તને કાલે જ સમજાશે. કાલે દસ વાગ્યે મળ્યા, ચલ બાય હું નીકળું છું' અડધી કલાક પછી રાજીવને વિજય ઇમેલ મળ્યો જેમાં ઘડેલ રણનીતિ અનુસાર પાંચ પેપર હતા. રાત્રે અગિયાર વાગે રાજીવને ચિત્રાનો મેસેજ આવ્યો;' બાયો તરબૂચ એનજી પ્લાન ઇઝ ઓન '

રાજીવ (મનમાં): બાયો તરબૂચ એનજી પ્લાન?...હાહા...હા .. બસ મને જ નથી ખબર પ્લાન શું છે. એ તો કાલે ખબર પડશે.

બીજા દિવસે ૯ને 55 મિનિટે રાજીવ ઇન્સ્ટિટ્યૂટમાં દાખલ થયો. ચિત્રા અને વિજય બાયો એનજીના પેપર સાથે જ કેન્ટીનમાં બેઠા હતા. ચિત્રાએ રાજીવને જોતા હાથ ઊંચો કરીને જલ્દી આવવા ઈશારો કર્યો. કેન્ટીનમાં ત્રણ લાંબી રો માં ગોઠવાયા ટેબલ અને તેની સાથે એટેચ બેસવાની ખુરશીઓ હતી. વિજય અને ચિત્રા વચ્ચેની રોના ટેબલ-ખુરશીમાં રાહ જોઇને બેઠા હતા. રાજીવ ઝડપથી દોડીને આવ્યો અને વિજયની બાજુની સીટમાં જઈને બેસી ગયો. સામેની સાઈડ ચિત્રા બેઠી હતી.

ચિત્રા: 'આલે તારા 5 પેપર, તરબૂચ આવતો જ હશે.' થોડી મિનિટો બાદ હાર્દિક આવી પહોંચ્યો. કેન્ટીનના કાઉન્ટર ઉપર જઈને તરબૂચની સ્લાઈસને ઓર્ડર આપ્યો અને છેલ્લી ત્રીજી ટેબલ ખુરશીની હરોળમાં જઈને બેસી ગયો. હાર્દિક નું ધ્યાન રાજીવ ઉપર પડતા થોડો ચિડાયો.

ચિત્રા: તરબૂચ તો પાછળની હરોળમાં બેઠો હવે?

વિજય: 'ચાલો ત્યાં જઈએ' એવું ધીમેથી બોલ્યો; ' અરે રાજીવ આ પંખો તો ખૂબ ધીમો ચાલે છે, બહુ ગરમી થાય છે યાર ! ચાલો પાછળની હરોળમાં જઈને બેસીએ' આ પ્રકારે બહાનુ બનાવીને ત્રણે પાછળની હરોળમાં આવી ગયા અને હાર્દિક પાસેની એક સીટ ને છોડીને બાજુની સીટ ઉપર બેઠા. વિજય ચર્ચા ચાલુ કરતા બોલ્યો; ' જો ચીતું આ પેપર જો, આ બાયો એનજીના ક્ષેત્રનું છે. (થોડો ભાર દઈને બોલ્યો) અને આ બેસ્ટ પેપર છે. કારણ કે આ પેપર નેચર જર્નલમાં પબ્લિશ થયેલ છે. હાર્દિક થોડો ચહેરો ઝુકાવીને અને કાનને વિજય તરફ વાળીને બધું જ સાંભળી રહ્યો હતો, છતાં પણ જાણે કશું જ સાંભળતો ન હોય તેવું નાટક કરી રહ્યો હતો.

ચિત્રા: 'એવું છે? લાવ પેપર બતાવ. હા યાર ! સુપર ફર્મેન્ટેશન ડિઝાઇન છે. આ પેપરમાં સાયનો બેક્ટેરિયામાંથી બાયોગેસ અને ઇલેક્ટ્રિસિટી મેળવવામાં આવી રહી છે. વાહ !!' વિજયએ ટેબલ નીચેથી રાજીવને કોણી મારી ને કશું બોલવા ઈશારો કર્યો.

રાજીવ: ' એ બધું છોડો. તમે બંને આ પેપરને જોવો. જેમાં બાયો હાઈડ્રોજન નું પ્રોડક્શન ની પ્રક્રિયાને મેક્સિમમ production સુધી લઈ જવા માટે standardizationની પ્રોસેસ આપેલી છે.' પરિવારમાં હાર્દિક ઊભો થયો અને પુરી કરેલ તરબૂચ ની સ્લાઈસના ડિસ્પોઝેબલ કપને ડસ્ટબિનમાં ફેંકીને ચાલતો થઈ ગયો જાણે તેને બાયોએનર્જીમાં કોઈ ઇન્ટરેસ્ટ જ હોય.

ચિત્રા: મને નથી લાગતું કે માછલી ઝાલમાં ફસાશે.

વિજય: ના, ફસાઈ જશે. આપણે કાલે પાછો પ્રયાસ કરીશું.

બીજો દિવસ:

રાજીવને ચિત્રા ૯ને ૫૫ મિનિટના કેન્ટીનમાં આવી ગયા હતા. થોડી મિનિટો બાદ વિજય ડ્રોઈંગ પેપર અને કલરફુલ પેન લઈને આવ્યો.

ચિત્રા: આ શું લાવ્યો?

વિજય: ' આપણી માછલી માટેનો પાકો ઝાલ' કહીને હસવા લાગ્યો. એટલામાં હાર્દિક આવ્યો. હાર્દિક ને જાણવાની ઉત્સુકતા તો હતી આથી જ તે એક સીટ છોડી ને બેસવાને બદલે ડ્રોઈંગ પેપર જોઈને વિજયની પાસે આવીને બેસી ગયો.

ચિત્રા: વિજય અને રાજીવ આંખોથી વાત કરવા લાગ્યા; ' વિજય :(આંખોના ઇશારાથી) 'હું કહું છું ને માછલી પાકું આજે ફસાઈ જશે' વિજય ની વાતમાં સહમતી દર્શાવવા રાજીવ અને ચિત્રાએ આંખો પટપટાવીને હકારાત્મક પ્રતિભાવ આપ્યો.

ચિત્રા : આપણે ગમે તે મોડેલ ડિઝાઇન બનાવીએ પણ આપણાથી એવી કોઈ ડિઝાઇન નથી બની રહી જેના વડે અપને અખૂટ ઉર્જાનો સ્ત્રોત મેળવી શકીએ.' રાજીવ પાસે પડેલ પેન લઈને વાંચેલા રિસર્ચ પેપર અને અમુક ખુદથી આઈડિયા લગાવીને ફર્મેન્ટેશન ની ડિઝાઇન બનાવવા લાગ્યો.

હાર્દિક ડોકમાં ખંજવાળ આવવાના બહાનુંનો ઉપયોગ કરીને ,ડોકને સેન્ટરમાં પડેલી ફર્મેન્ટેશન ડિઝાઇન તરફ વાળીને જોવે છે, હવે હાર્દિકથી ન રહેવાયું અને બોલી પડ્યો; ' બક્વાસ છે ! આ ડિઝાઇન બક્વાસ છે' હાર્દિકે ડિસ્કશનમાં ઝંપલાવી જ દીધુ.ચિત્રા , રાજીવ અને વિજય એકબીજા સામે જોઈને થોડું સ્મિત આપવા લાગ્યા.

હાર્દિકે પોતાના આછા પીળા રંગના શર્ટના ખીચામાં હાથ નાખ્યો અને એક સિગારેટ કાઢીને હોઠ વચ્ચે દબાવી, હીરો સ્ટાઈલમાં ચહેરાને જુકાવ્યો અને સિગારેટ સળગાવી ને બોલ્યો : " મારો અનુભવ કહે છે કે આર્ટિફિશિયલ વસ્તુઓ લાંબો સમય ટકતી નથી અને તેનો અંત નિશ્ચિત હોય છે. જે કુદરતી વસ્તુઓમાં ઊર્જાનો સ્ત્રોત રહેલ છે તેની તુલના આર્ટિફિશિયલ એનર્જીના સ્ત્રોત સાથે ન થઈ શકે" હાર્દિક માં જાણે ડોક્ટર રાઘવાચાર્ય ની પર્સનાલિટી આવી ગઈ હોય તેવું લાગતું હતું.

હાર્દિક: ઉર્જાનો સ્ત્રોત બેક્ટેરિયલ ફર્મેન્ટેશન છે?

રાજીવ: હા.

હાર્દિકે પોતાની સીગારેટ ને હોઠ વચ્ચે દબાવી ચુસ્કી લેતા લેતા-લેતા જ આસપાસ પડેલ કલર પેન અને ડ્રોઈંગ પેપરનો ઉપયોગ કરીને દસ મિનિટ સુધી ડિઝાઇન બનાવતો રહ્યો. ચિત્રા , રાજીવ અને વિજય બની રહેલ ડિઝાઇન ને જોઈ રહ્યા હતા પણ પૂર્ણપણે સમજી શકતા ન હતા કે ડિઝાઇન શું દર્શાવી રહી છે .

રાજીવને થોડી સમજ પડી રહી હતી અને સમજવાનો પ્રયાસ કરતા બોલ્યો ; " DFT... Wave function.... મૂનલાઇટ ... કોરમ સેન્સિંગ ...એમિથિસ્ટ ,સેલેનાઈટ અને ચંદ્ર પથ્થર પાર્ટિકલ ...ઓક"

પણ પૂર્ણ રીતે ન સમજી શક્યો . હાર્દિકે ડિઝાઇન ને મધ્યમાં મૂકી . ચારેય વ્યક્તિઓ ડિઝાઇન ને જોવા લાગ્યા. પહેલા ચિત્રા એ ડિઝાઈન જોઈને વિજય સામે અને પછી રાજીવ સામે જોઈને બોલી: " શું કોઈ સમજાવશે કે આ ડિઝાઇનમાં શું થઈ રહ્યું છે? " રાજીવ અને વિજયએ અસમર્થતા દર્શાવતા માથુ ધુણાવ્યું. વિજય થોડા અકળામણ સાથે હાર્દિક સામે જોતાં બોલ્યો; ' હવે સમજાવીશ ! અમને કે નહીં?'

હાર્દિક: હસવા લાગ્યો; ' હા હા.... કેમ નહીં.' અત્યારે રાજીવ પહેલીવાર હાર્દિક ને હસતા જોયો અને વ્યક્તિ સ્વભાવે સારો વ્યક્તિ હોવાનું અનુભવ્યું. ' આ પાર્ટિકલ જે બેક્ટેરિયલ સેલની અંદર દેખાય છે તેએમિથિસ્ટ ,સેલેનાઈટ અને ચંદ્ર પથ્થરના પાર્ટીકલ્સ છે. આ પાર્ટીકલ્સ ચંદ્રની લાઈટ સાથે સેન્સિટિવ રીતે જ્યોતિષશાસ્ત્ર અનુસાર સંકળાયેલા છે. ડિઝાઇનમાં ફર્મેન્ટેશન ના ગર્ભમાં ન્યુક્લિયર એક્શન થઈ રહ્યું છે. આ nuclear રિએક્ટરના રિએક્શનને ગર્ભથી દૂર ડેન્સિટી ફંકશન થીયરી(DFT) અને wave functionની મદદથી એક જ સિસ્ટમના બે કમ્પાર્ટમેન્ટ જેવી રચના બનાવી શકીશું. આ રચના એકબીજા સાથે કોઓર્ડીનેશન માં ચાલશે.

ચિત્રા: અને આ ડિઝાઇનમાં પૂનમના ચંદ્ર પ્રકાશ ની શું ભૂમિકા છે?

રાજીવ: ચંદ્રનો પ્રકાશ હાઈડ્રોજન producing બેક્ટેરિયા સાથે સંકળાયેલા છે ? ' થોડા પ્રશ્ન ભાવ સાથે હાર્દિક સામે જોતા પૂછ્યું.

હાર્દિક: ' હા ! તું પણ જીનિયસ છે.' કહીને હાથ વડે રાજીવને શાબાશી આપતા બોલ્યો, ' ગુડ રાજીવ.' " 15 વર્ષથી હું બાયો એનર્જી ના વિષયમાં કામ કરી રહ્યો છું. પણ જ્યોતિષશાસ્ત્રનો ઉપયોગ બાયોએનર્જી ના પ્રોડક્શનમાં કરી શકાય તેઓ વિચાર પહેલા ક્યારે આવ્યો ન હતો. 3 વર્ષ પહેલાં હું એક મહાન જ્યોતિષી ને મળ્યો હતો. તેમની સાથેની ચર્ચાઓ દરમ્યાન તેઓએ મને જણાવ્યું કે ચંદ્ર, સૂર્ય અને અન્ય ગ્રહોની , આપણી પૃથ્વી પર રહેલા અનેક એલિમેન્ટથી બનેલા પથ્થરો અને પાર્ટીકલ્સના માધ્યમથી માનવી, પ્રકૃતિ, પ્રાણીઓ ઉપર કેવી-કેવી રીતે અસર થઈ શકે. આ મુલાકાત બાદ મેં તે દિશામાં વિચારવાનું ચાલુ કર્યું અને પ્રયોગો પણ ચાલુ કર્યા. જેમાં હું જેમોલોજીકલ એલિમેન્ટની બેકટેરીયલ સિસ્ટમ ઉપર થતી અસરનો અભ્યાસ કરી રહ્યો હતો.

પ્રયોગો દરમ્યાન મને જાણવા મળ્યું કે એમિથિસ્ટ ,સેલેનાઈટ અને ચંદ્ર પથ્થરના પાર્ટિકલ અને ચંદ્રના પ્રકાશની હાજરીમાં બેક્ટેરિયા અલગ જ પ્રકારનું quorum sensing કોમ્યુનિકેશન કરી રહ્યું છે. ત્યારબાદ મેં આ ડિસકવરીને બાયોફ્યુલ ફર્મેન્ટેશન ટેન્કમાં એપ્લાય કરી. 3 વર્ષ પેહલા મેં આ પ્રક્રિયને ફર્મેન્ટેશન ટેન્કમાં ચાલુ કરી હતી આજ પણ આ આ સિસ્ટરમ બાયોહાઈડ્રોજન નું પ્રોડ્યૂકશન સતત રીતે કોન્સ્ટન્ટ રેટથી કરી રહીયુ છે અને મારી ગણતરી અનુસાર આ ઉર્જાનું ઉત્પાદન ક્યારેય બંધ થવાનું નથી.

વિજય: ' તું જીનિયસ છે યાર ! ' વિજય ગર્વ સાથે બોલ્યો અને ચિત્રાએ પણ ' હા ' કહીને માથું હલાવ્યુ. પણ રાજીવ હજી ડિઝાઇનને જ જોય રહીયો હતો અને બોલ્યો;

રાજીવ: પણ આ ફર્મેન્ટેશન ટેન્કની દીવાલમાંથી બહાર નીકળી રહેલ નેનો સીરીંજ શુ ફંકશન શુ છે?

હાર્દિક: આ નેનો સેરીંન્જ હાઈડ્રોજન ગેસને ડાયરેક્ટ બહાર નીકળવા માટે છે.

ચિત્રા: મતલબ કે આ નેનો સેરીંન્જ ડાયરેક્ટ બેક્ટેરિયલ સેલમાં પેનીટ્રેટ થઈને હાઈડ્રોજન ગેસને કલેક્ટ કરશે?

હાર્દિક: હા .આ પ્રક્રિયાથી ડોઉનસ્ટ્રીમ પ્રોસેસ દ્વારા હાઈડ્રોજન ગેસને અને બાયોમાસને અલગ કરવાની જરૂર નહીં રહે. જેથી ગેસ પ્રોડ્યૂકશન લોસ ઘટશે. રાજીવ તું મારી આ ડિસકવરીને તારા અને ડોકટર રાઘવાચાર્યના સિક્રેટ પ્રોજેક્ટમાં ઉપયોગ કરી શકે છે, મને કોઈ પ્રોબ્લમ નથી. મને એ પણ ખબર છે કે તમે લોકો આ પેપર વાંચવાનું નાટક મારી મદદ મેળવવા જ કરી રહિયા હતા. વિજય અને ચિત્રા હસવા લાગ્યા પણ રાજીવ વિચારવા લાગ્યો અને બોલ્યો : '

તો પછી તું મારી મદદ કરવા રાજી કેમ થયો?

હાર્દિક: 'તારી નહીં , આપણા દેશની મદદ કરવા અને વિશ્વની માનવ સભ્યત્તાને મદદરૂપ થવા મેં આ ડિસકવરી તારી સાથે શેર કરી. કોઈ પણ આવિષ્કાર માત્ર લેબમાં એક ગુપ્ત સંશોધન બની ને રહી જાય તો તેનું કોઈ મૂલ્ય નથી અને વેજ્ઞાનિકોના યોગદાનો પણ મતલબ વગરના જ બની જાય છે. ચાલો ! મારે લેબમાં જવાનો સમય થઈ ગયો છે. રાજીવ " કહીને હાર્દિક લિફ્ટમાં જવા ઉભો થયો.

રાજીવ: થેન્ક્સ , હાર્દિક.

હાર્દિક: વેલકમ યાર. ચલ બાય.

રાજીવ:' બાય.' પેહલીવાર રાજીવને હાર્દિક પ્રત્યે મનમાં રિસ્પેક્ટની ભાવના જાગી.

વિજય: થઈ ગયું ને તારું કામ ?

રાજીવ: હા ..આખરે તારા પ્લાનથી કામ બન્યું તો ખરા.

વિજય: 'ચાલો હવે ! લેબમાં જઈએ' બધા પોતપોતાની લેબ તરફ વાળિયા.

9
ડોક્ટર સતીશની કહાની

સાંજના ૬ વાગ્યા હતા અને રાજીવ તેના ઘરમાં જ હતો અને રાજીવનો ફોન વાગ્યો. ફોન વિજયનો હતો.

રાજીવ: હલ્લો , વિજય બોલ બોલ...

વિજય : હે રાજીવ કોઈ કામ માં તો નથીને ?

રાજીવ: નહીં નહીં ...બોલ .

વિજય: આજ રાત્રે ચિત્રા, હેતલ, શ્યામા અને બીજી બધી લેબની મહિલા મંડળીઓ હેમાંગીના ઘરમાં ભેગી થવાની છે. આજ આપણે પણ બોય્સ પાર્ટી કરએ તો ? મજ્જા આવશે , તારું શું માનવું છે ?

રાજીવ: બોય્સપાર્ટી કે જેન્ટ્સ પાર્ટી ?

વિજય : તું ભાવ સમજી ગયોને બસ તો પછી !! ભાવના પર ધ્યાન આપને.

રાજીવ: હમ્મ ..(વિચારી રહીયો છે)

વિજય: મને ખબર છે કે તું સામાન્ય રીતે ડ્રિન્ક નથી કરતો . આથી હું તારી માટે સોફ્ટ ડ્રિન્ક લાવીશ ,બસ. હું અને વિશાલ ડ્રિન્ક કરીશું. આમ પણ તને સોફ્ટ ડ્રિન્કમાં કંપની આપવામાટે ડૉક્ટર સતીશ તો છે જ.

રાજીવ: ઠીક છે. કરીએ પાર્ટી.

વિજય: હા , પણ ક્યાં મેહફીલ માણીશુ ?

રાજીવ: મારા ઘરમાં જ મેહફીલ જમાવીએ ? બધાને નઝદીક પણ પડશે.

વિજય: ઠીક છે ! હું ડૉક્ટર સતીશ અને વિશાલને ઇન્ફોર્મ કરી દઈશ. બધા તારા ઘર ૯ વાગ્યે મળીએ. બરાબર ?

રાજીવ: ઠીક છે.

રાતના ૯ કલાકે બેલ વાગ્યો , રાજીવે ઘરનો દરવાજો ખોલીયો. પુરુર્ષ મંડળી સામે ઉભી હતી.

રાજીવ: આવો આવો ! આપણે ઘરની છતપર ખુલા આકાશ નીચે મંડળી ગોઠવીએ, મજા આવશે. 'ઠીક છે!' બધાએ સહમતી બતાવી અને છત પર ગયા.

વિજય: ' શું વાત છે રાજીવ તે તો બધી અરેન્જમેન્ટ કરીને જ રાખી છે' રાજીવે કોલ્ડ્રીંક. સિંગના દાણા વગેરે ટેબલ ઉપર ગોઠવીને રાખેલ હતા અને તેને ફરતે સિંગલ સીટર વેક્યુમ ના બનેલા સોફા પણ ગોઠવેલ હતા.

બીજી બાજુ મહિલા મંડળી પણ એ હેમાંગીના ફ્લેટની બાલ્કનીમાં ગોઠવાય ને વાતોના ગપાટાની સાથે કોલ્ડ્રિંક્સ મજા માણી રહ્યા હતા.

વિશાલ: શું ડોક્ટર સતીશ કેમ છો ? ઘણા સમયથી આમ પણ તમારી સાથે વાતોના ગપાટા નથી માર્યા, આખરે મને સમય મળી જ ગયો.

ડોક્ટર સતીશ: 'હા હા..' કરીને થોડું હસિયા.

વિજય એ બિયરની ૨ બોટલ ખોલી. એક વિશાલને આપી અને એક પોતે લઈને વેક્યુમના સોફા ઉપર એક પગ લાંબો કરીને બીજા પગને ગોઠણથી વાળીને બેસે છે. રાજીવ પણ સોફ્ટ ડ્રિંકના બે કેન ખોલીયા . એક કેન ડોક્ટર સતીશને આપ્યું અને અને બીજું પોતાની પાસે લઈને બેસીયો. બધા એકબીજાને 'તું''કહીને જ બોલાવતા પણ ડોક્ટર સતીશને બધા 'તમે' કહીને જ માનથી બોલાવતા. ડોક્ટર સતીશના સ્વભાવની સરળતા અને લોકોની મદદ કરવાની ભાવનાને કારણે બધા જ લોકો તેમના વખાણ કરતા. એમને જોઈને એવું લાગતું કે જાણે જીવનના ઘણા ખાટામીઠા અનુભવો માંથી તેઓ પસાર થઈ ચુક્યા છે અને તેના આધારે તેમણે એક સ્થિતપ્રજ્ઞતાની અવસ્થાને પ્રાપ્ત કરી હોય.

વિશાલ: સર તમારી પર્સનલ લાઈફ રીલેટેડ કશુક તમને પૂછું તો તમને ખરાબ તો નહિ લાગે ને?

ડોક્ટર સતીશ: નહિ.... નહીં નહીં.... બસ રિસર્ચ વર્ક રિલેટેડ સવાલ ન કરતા. રાજીવ ની જેમ જ ભારે પણ ડોક્ટર રાઘવ આચાર્ય સાથે એગ્રિમેન્ટ થયેલ છે.

વિશાલ: નહીં સર, આ મેહફીલમાં રિસર્ચની ચર્ચા કરવાની છૂટ કોઈને નથી. હું પૂછવા માંગુ છું કે તમે મેરેજ કેમ નથી કર્યા?

ડોક્ટર સતીશ: કેન માંથી સોફ્ટ ડ્રિંકની ચૂસકી લેવા જઈ રહ્યા હતા પણ આ સવાલ સાંભળીને અટકી ગયા.

આ દરમિયાન રાજીવે લાકડા એકઠા કરીને ફાયર કેમ્પ જેવી આગ પ્રગટાવી અગાસી પર લગાવેલી ઈલેક્ટ્રીક લાઈટ ને ઓફ કરી દીધી. શિયાળાની ઠંડી હોવાથી આગનો પ્રકાશ અને ઊર્જા મેફીલ જમાવવા અને ઠંડી સામે રક્ષણ મેળવવામાં મદદરૂપ થઈ રહી હતી.

ડોક્ટર સતીશ: એક ઊંડો શ્વાસ લઈને છોડ્યો અને પછી બોલ્યા; ' એક સમય હતો જ્યારે હું કોઈના પ્રેમમાં ગળાડૂબ હતો. એક આરતી સાથે મેરેજ કરવાની

બીજું વૈજ્ઞાનિક બનવાની ઘેલછા મારામાં પ્રબળ હતી. અમે બંને એકબીજાને પ્રેમ કરતા હતા. આરતી ખૂબ જ અમીર અને હોદ્દેદાર પરિવારમાંથી હતી જ્યારે હું ખૂબ જ ગરીબ પરિવારમાં માંથી હતો. આમ-તેમ રૂપિયા ભેગા કરીને મેં કોલેજ કરેલી. અમારી કોલેજના છેલ્લા વર્ષના છેલ્લા મહિનામાં આરતીનો પરિવાર તેના લગ્ન કરાવવા માટે છોકરાઓને જોવા લાગ્યા હતા. આથી આરતી એ મને તેના પરિવાર સાથે લગ્ન કરવા માટે વાત કરવા આવવા દબાણ બનાવીયુ. આરતીને ગુમાવી દેવાનો ડર મને પણ હતો.એટલે હું આરતીના પિતા પાસે મેરેજ માટે વાત કરવા ગયો. આરતીના પિતા એ મને લાઇફમાં પહેલા સારી નોકરી અને હોદ્દો મેળવીને આવ પછી મારી છોકરીનો હાથ તારા હાથમાં આપી શકે એવું કીધું. તે સમયે મને તે વાત બરાબર પણ લાગ્યું. આરતી આ બાબત સાથે સહમત ન હતી તે બોલી " તુ ગ્રેજ્યુએટ તો છે ! કોઈક તો નોકરી તને મળી જ જવાની . પહેલા તું મારી સાથે મેરેજ કરીલે, પછી તારે જે કરવું હોય, જે બનવું હોય તે તુ બની જ શકે. " પણ તે જ સમયે મને ફ્રાન્સમાં માસ્ટર ડિગ્રી અને અડધું phd ડોક્ટર રાઘવ આચાર્યના મિત્ર ડોક્ટર શંકરદેવ અને બાકીનું કામ પાછું ભારતમાં આવીને ડોક્ટર રાઘવ આચાર્ય અંતર્ગત ખૂબ મોટી ફેલોશિપ તથા રહેવા-જમવાની સુવિધા સાથે ઓફરની તક ગવર્મેન્ટ દ્વારા મને મળી. આથી મેં આરતી ને જેમ તેમ કરીને સમજાવ્યું કે; " જ્યારે હું મારું અડધું પીએચડી નું કામ ડોક્ટર શંકરદેવ પાસેથી પૂર્ણ કરીને પાછો આવીશ ત્યારે તારા પિતા સાથે આપણા લગ્નની વાત કરીશ. અને આપણે આપણા લગ્નજીવનની શરૂઆત કરીશું"

હવે, ડોક્ટર સતીશની આંખોમાંથી આંસુ નીકળવા લાગ્યા હતા. રાજીવ,વિશાલ અને વિજય આ જોઈને બધા એકબીજા સામે જોયું. વિજયે સહાનુભૂતી આપવા ડોક્ટર સતીષના પગ ઉપર હળવે થી બે વાર હાથ મૂક્યો અને આશ્વાસન આપ્યું. થોડી સેકન્ડો બધા જ ચુપ રહ્યા.

રાજીવ: (થોડો સમય બાદ) સર ! પ્રોબ્લેમ શું થઈ?

ડોક્ટર સતીશ: જ્યારે હું માસ્ટર અને phd કરવા ફ્રાન્સમાં ગયો ત્યારે મને ખબર પડી કે મારુ પીએચડી કોઈ સામાન્ય વિષય ઉપર નથી પરંતુ ખૂબ જ રહસ્યમય અને ગુપ્ત સંશોધન ઉપર ઇન્ડિયા અને ફ્રાન્સનું collaboration છે. આ પ્રોજેક્ટમાં જોડાયા બાદ બધા જ વૈજ્ઞાનિકોએ બહારની દુનિયાથી સંપૂર્ણ રીતે કટ ઑફ થઈ જવું પડતું હતું. કારણકે આ પ્રોજેક્ટ માં જોડાયા બાદ અનેક વૈજ્ઞાનિકો ઉપર જીવનું જોખમ,આંતકવાદીઓ દ્વારા હત્યા અને અપહરણના પ્રયાસો થઈ ચુક્યા હતા. આથી ફ્રાન્સ ગવર્મેન્ટ દ્વારા સમસ્યાનો સમાધાન રૂપે આવી પોલિસી નું ગઠન કરવામાં આવેલ.

આથી લેબમાં પ્રવેશતાની સાથે જ મારો ફોન એક વર્ષ માટે જમા કરી લેવામાં આવ્યો અને તે બાબતની જાણ ફ્રાન્સ ગવર્મેન્ટ દ્વારા મારા પરિવારને કરી દેવામાં આવી. પણ હું આરતીને આ બાબત સમજાવું તે પહેલા જ મારો ફોન પ્રોજેક્ટના protocol અને એગ્રીમેન્ટ અનુસાર જપ્ત કરી લેવામાં આવ્યો.

વિશાલ: પછી શું થયું?

ડોક્ટર સતીશ: જ્યારે હું પાછો ભારત આવ્યો તું મને ખબર પડી કે આરતીના પિતાએ તેના લગ્ન કોઈ ઉચ્ચ પરિવાર અને ઉદ્યોગપતિ વ્યક્તિ સાથે કરાવી દીધા અને તે વ્યક્તિ લન્ડન માં સ્થાયી થયેલ હોવાથી આરતી નો લગ્નેતરપરિવાર લન્ડનમાં છે. તે દિવસે મને સમજાયું કે આરતીના પિતા દ્વારા મારી સાથે કરવામાં આવેલ છેતરપિંડી હતી.

રાજીવ: પણ શું આરતી આ લગ્ન માટે માની ગયેલ?

ડોક્ટર સતીશ: નહીં! આરતી એ મને મેરેજ પહેલા એક વર્ષ દરમિયાન લગભગ ૨૦૦ વખત ફોન કર્યા પણ મારો ફોન જપ્ત હોવાથી આ બાબતની જાણ મને ફ્રાન્સ ગવર્મેન્ટ દ્વારા લેબમાં કામ પૂરું થયા પછી અને ભારત માટે જવાની ફ્લાઇટ ઉપડવાના એક કલાક પહેલા ફોન આપતી વખતે કરવામાં આવી.

મેં પછી દારૂના નશામાં આરતીના પિતા સાથે ઝઘડો કરવા તેના ઘરે ગયો. આરતીના પિતા દ્વારા અને તેના ભાઈ દ્વારા મને મારવામાં આવ્યો અને જેલમાં પણ મોકલી દીધો . બીજા દિવસે તેના પિતાજી મને છોડાવવા જેલમાં આવ્યા. મારી સામે કરેલી પોલીસ કમ્પલેન તેમણે પાછી લઈ લીધી. તેમણે મને તેમના જ કારમાં ડ્રાઇવર સાથે મારા ઘર સુધી ડ્રોપ કરવા આવ્યા. કારમાં આરતીના પિતા એ રડતા રડતા એક પરી જેવી 1 વર્ષની છોકરીનો ફોટો બતાવતા મને હાથમાં પકડાવ્યો અને બોલ્યા; " આરતી ની દીકરી છે ' લક્ષ્મી', જે કાલે રાત્રે જ માં વિહોણી થઈ ગઈ. કાલે જયારે તને પોલીસ પકડીને ગયી તે સમય મારી નાની દીકરીએ આરતીને ફોન કરીને બધું જણાવી દીધું. આથી તેના પતી પાસેથી પરવાનગી લઈને તને માત્ર છેલ્લીવાર મળવા આવવા માંગતી હતી . તેના પતિએ પરવાનગી આપતા આરતી ઝડપથી કાર ડ્રાઈવ કરીને એર ટિકિટ ઓફિસે જય રહી હતી અને તેનું કાર એક્સિડેન્ટ થઈ ગયું. આ એક્સિડેન્ટમાં તે આપણ બધાને છોડીને દુનિયાથી જ જતી રહી " કહીએં આક્રંદ અને પશ્ચાતાપ સાથે રડવા લાગ્યા. " બેટા ! તમારા બનેના દુ:ખનું કારણ હુંજ છું. શક્ય હોય તો મને માફ કરી દે જે. તે સમયે મેં એક બાપ તરીકે વિચારીને મારી આરતીને બળજબરીથી રાહુલ સાથે લગ્ન કરાવી દીધા હતા. તે અમીર પણ હતો અને મારા મિત્રનો દીકરો પણ. દિલનો તે વ્યક્તિ પણ તારી જેમ સારો વ્યક્તિ હતો. પણ એક બાપ તરીકે મેં આરતીની ભૌતિક સુખ સુવિધાને ધ્યાનમાં લીધી પણ

આરતીની ભાવનાત્મક જરૂરિયાતને અવગણી. લગ્ન પછી પણ દરેક મહિને તે મારી નાની દીકરીને ફોનમાં તું પાછો આવીયો કે નહીં તે પૂછતી રહતી. એને વિશ્વાશ હતો કે એક દિવસ તું આવીશ અને તું આવીયો પણ." એટલામાં મારુ ઘર આવી ગયું. મારી આખોં પણ દુખ થી અને આરતીને હમેશા માટે ગુમાવી દીધાની વાસ્તવિકતા સામે આવી જવાથી રડી રહી હતી અને હું કશું બોલી શકું તે હાલતમાં ન હતો. આથી મેં એક પિતાને આશ્વાશન આપવા તેમના હાથને પકડ્યો અને થોડા હળવા હાથથી દબાવીને માથું હલાવતા મેં એમને માફ કર્યા હોવાનું દર્શાવ્યું.

રાજીવ: અને તમારા પરિવાર?

ડોક્ટર સતીશ: જે એક વર્ષ દરમિયાન ફ્રાન્સમાં હતો ત્યારે જ માતાનું લાંબી બીમારીને કારણે મૃત્યુ થયું અને પિતા તો મારે કૉલેજના સમયથી જ કેન્સર બીમારીને કારણે મૃત્યુ પામ્યા હતા. માતા અને આરતીને ગુમાવી બેસવાનો આઘાત મને એક સાથે જ લાગ્યો. ખૂબ જ ડિપ્રેશનમાં સરી પડયો હતો. તે જ સમયે મને જીવનમાં સંબંધોનું મૂલ્ય સમજાયું. આપણે આખું જીવન નામના, જ્ઞાન અને વૈભવ મેળવવા માટે પાગલોની જેમ રેસમાં લાગી જઈએ છીએ. જેમ જીવનમાં આગળ વધતા જઈએ છીએ તેમ નવા નવા મોહ માયાના બંધનમાં બંધાવા લાગીએ છીએ અને એક સમય એવો આવે છે કે જ્યારે આપણને બધું જ મેળવી લેવાની ઘેલછા ની જંગ જીતવા કૂદી પડીએ છીએ. જુના મેળવેલા ટાર્ગેટ આપણને નાના લાગવા લાગે છે. દુનિયાને જીતી લેવાની જીદમાં સાચું જીવન શું છે? એ સમજી નથી શકતા અને આપણે સમય, પ્રેમ, પરિવાર, મિત્રો બધું જ ગુમાવતા જઈએ છીએ. અને આ બધું પૂરું થયા પછી જ્યારે આપણ ને બધું સમજાય છે ત્યારે આપણું જીવન અને અસ્તિત્વ જ પૂરું થવા આવ્યું હોય છે. " વિશાલ, રાજીવ અને વિજય ઊંડા હૃદયથી સતીશની વેદનાને , સમય અને સંબંધો ના મહત્વ સમજી રહ્યા હતા.

વિચારોમાં ડૂબેલો ત્રણે સળગતી આગમાં નજરને પરોવીને વિચારોમાં ડૂબેલા હતા. વિશાલ હેમાંગી વિશે વિચારવા લાગ્યો. પહેલીવાર વિશાલ પોતાનો મશ્કરો સ્વભાવ છોડી ને ગંભીર દેખાઈ રહ્યો હતો. રાજીવ અને વિશાલ પણ કોઈક પ્રિય વ્યક્તિ વિશે વિચારી રહ્યા હતા. બધા જ ૧૫ મિનિટ સુધી સળગતી આગ ને જોઈ રહ્યા અને વિચારોમાં જ ખોવાયેલા રહ્યા. ઠંડો સૂસવાટા મારતો પવન અને ઝડપથી સળગી રહેલા લાકડામાંથી આવતો 'તડ' અવાજ ત્રણે વ્યક્તિઓના વિચારોને ગહન વિચારમાં પરિવર્તિત કરી રહ્યા હતા.

પછી ની દસ મિનિટ પછી ડોક્ટર સતીશ ચૂપી તોડતા બોલ્યા; ' હવે જવું જોઈએ. કાલે લેબમાં પણ જવાનું છે.

વિશાલ: ' હા ! જઈએ કહીને ઊભો થયો.

વિજય: ' વિશાલ તું ડોક્ટર સતીશ ને તેમના ઘરે ડ્રોપ કરી દે. હું પણ થોડી વારમાં ઘરે જવા નીકળું છુ'

વિશાલ: ' ઓકે' ડોક્ટર સતીશ અને વિશાલ નીકળી ગયા.

થોડા સમયની શાંતિ બાદ વિજય બોલ્યો:

વિજય: અચ્છા રાજીવ ! તું ખરાબ ન લગાડે તો થોડા વ્યક્તિગત સવાલ પૂછી શકું?

રાજીવ: ' હા. કોઈ પ્રોબ્લેમ નહી.

વિજય: શું તું...

રાજીવ: અરે બોલ બોલ.... બિન્દાસ. શું પુછવા માગે છે?

વિજય (હિંમત કરીને) ' " તું શું ચિત્રાને પસંદ કરે છે?

રાજીવ: થોડીક સેકન્ડ ચૂપ રહ્યો અને પછી વાતને છુપાવતા બોલજો ' નહિ! નહીં! ચિત્રામારી ખૂબ સારી મિત્ર છે, બસ. ક્લોઝ ફ્રેન્ડ પણ કહી શકુ.' આ પ્રકારે રાજીવે વાસ્તવિકતાને છુપાવી. રાજીવ પણ ચિત્રા વિશે વિજય સુવિચારે છે તે જાણવા માગતો હતો એટલે રાજીવે પણ ધીમેથી પૂછ્યું;

રાજીવ: 'વિજય ! તું શું ચિત્રાને પસંદ કરે છે? શું તું ચિત્રામાં તારી ફ્યુચર વાઈફ જોવે છે? ' કહીને વિજયના જવાબની આતુરતાથી રાહ જોવા લાગ્યો. વિજય પણ પોતાના મનની વાત છુપાવતા હસતા હસતા બોલ્યા: " ના રે ના. ચીતરી તો મારી childhood friend છે. બસ. બાકી કંઈ નહીં"

રાજીવ અને વિજય બંનેને મનમાં શાંતિનો અનુભવ થયો પણ બંને વ્યક્તિઓ ચિત્રાને પસંદ કરતા હતા . માત્ર એકબીજાથી જ નહીં પણ ચિત્રાથી પણ આ વાત છુપાવેલી છે. બંને વ્યક્તિઓ ખુશ હતા અને મનોમન વિચારી રહ્યા હતા કે; " સારું છે પ્રેમ ની વચ્ચે હવે દોસ્તી આવવાની કોઇ સંભાવના નથી"

વિજય: ચાલ યાર! હવે હું પણ નીકળું.

રાજીવ; ઓકે, બાય. કાલે ઈન્સ્ટીટયૂટમાં મળ્યા.

વિજયના ગયા પછી થોડા સમય બાદ રાજીવનો મોબાઇલ ફોન રણક્યો. રાજીવે ફોનની ડિસ્પ્લે તરફ જોયું, કોલ ચિત્રાનો હતો.

રાજીવ:(ચહેરા પર ખુશાલીભર્યા સ્મિત સાથે બોલ્યો) શું થઈ ગઈ કીટી પાર્ટી ?' શું વાતો કરી?

ચિત્રા: 'છોકરીઓની વાતોમાં તારે શુ કામ ?' કહીને હસવા લાગી. 'તમે લોકોએ શુ વાતો કરી?

રાજોવ: છોકરાવોની વાતો, તું મહિલા જાણીને શુ કરીશ ?

ચિત્રા: " મહિલા ?" હું તને 30 વર્ષથી ઉપરની લાગુ છું ? કહીને હસવા લાગી. ' મારી ઉમર હજી ૨૫ની જ છે, 30 પછી જ મને મહિલા કહજે.' રાજીવ અને ચિત્રા બને હસવા લાગ્યા.થોડા સમય પછી બને ચૂપ થઈ ગયા. ચિત્રાને ફોનમાં પવનોના સુસવાટા સાંભળતા બોલી; ' તું છત પર છે? પવનનો અવાજ આવે છે.'

રાજીવ: હા

ડૉક્ટર સતીશની વાતો સાંભળીને રાજીવનું મન આજે જ ચિત્રાને પ્રપોઝ કરી દેવા માંગતું હતું પણ ખુદને રોકી રહીયો હતો. ચિત્રા થોડા સમયની ચુપી તોડતા બોલી ;

ચિત્રા: તારે કઇ કહેવું છે મને ?

રાજીવ: હમમ..નહીં ..નહીં

ચિત્રા: અચ્છા. સામાન્ય રીતે મેં નોટિસ કરિયું છે કે જયારે તું તારી મનની વાત કેહવા માંગતો હોય છે તે સમયે પેહલા તું થોડો સમય ચૂપ રહે છે. એટલે મને થયું કે પૂછી જોવ.

રાજીવ: તારે મને કશુ કહેવું છે?

ચિત્રા: હા. ના...નાના..કઇ નહીં. (મનમાં) ખરેખર ! રાજીવ તારામાં બુદ્ધિનો છાંટો જ નથી. છોકરી થોડી સામેથી પ્રપોઝ કરે. થોડી તો મેચ્યોરિટી બતાવ ." બોલીને ગુસ્સાના હાવભાવ સાથે મોઢું મચકોળિયું.

ચિત્રા: ઠીક છે , સારું તો કાલ મળીએ. તું જમીયો ?

રાજીવ: હા , મહારાજ કલાક પેહલા જ જમવાનું બનાવીને ગયા છે . બસ હમણાં જમી લઈશ.

ચિત્રા: ખોરાકને પકાવીયાં પછી એક કલાકથી વધારે સમય ન રાખવો જોઈએ, જમી લેવું જોઈએ. જા, હવે જમી લે. ગુડ નાઈટ એન્ડ સ્વીટ ડ્રીમ'

રાજીવ: ગુડ નાઈટ.

10

ટાઈમ ટ્રાવેલના ત્રણ દિવસ પેહલા

રાજીવ, બ્લુ બ્રેઈન અને ડોક્ટર રાઘવ આચાર્ય છેલ્લા દસ દિવસથી ખૂબ જ મહેનત કરી રહ્યા છે જેથી ટાઇમ મશીન ને પૂર્ણિમાના દિવસે ચાલુ કરી શકાય. ત્રણ દિવસ પછી પૂનમ છે હાર્દિક ની ડિઝાઇન અનુસાર પૂર્ણિમાનો ચંદ્ર ના પ્રકાશ ની હાજરીમા જ થતી ક્વાર્રમ સેન્સિંગની પ્રક્રિયા થી જ મશીન ને અખૂટ ઉર્જા પૂરી પાડી શકાય તેમ છે.

રાજીવ: ડન, સર. બધું જ ડિઝાઇન અનુસાર છે . ત્રણ દિવસ પછી રાતના અગિયાર વાગે ચંદ્ર ના પ્રકાશ ને આ બારી દ્વારા મુવેબલ ફર્મેન્ટેશન ઉપર પ્રકાશિત કરી શકીશું.

રાજીવ: બ્લુ બ્રેઈન , બેકટ્રેન ની મદદ દ્વારા આ ટાઇમ મશીન ટ્રાવેલ કરવા માટે સક્ષમ બની ગયું છે કે નહીં તેની સંભાવનાને ચેક કરીને જણાવ.

મિસ્ટર બ્લુ બ્રેઈન : ' ઠીક છે ,રાજીવ. કમાન્ડ આપું છું' કોમ્પ્યુટર દ્વારા ગણતરી થવાનું ચાલુ થઈ .... ટિંક ...ટીંગ

ડન. સ્ક્રીનમાં ૧૦૦ % સફળતા પૂર્વક ટાઈમ મશીન બની ગયું છે તેવું રિઝલ્ટ અંકિત થયું.

મિસ્ટર બ્લુ બ્રેઈન : અભિનંદન ડોકટર રાઘવાચાર્ય અને રાજીવ . તમને સફળ થયા.

ડોકટર રાઘવાચાર્ય: બ્લુ બ્રેઈન, આ સફળતાનો તું પણ હકદાર છે.

રાજીવ: હા , બ્લુ બ્રેઈન તને પણ અભિનંદન.

મિસ્ટર બ્લુ બ્રેઈન : ટાઈમ મશીન તો બની ગયું છે પણ ટાઈમ ટ્રાવેલ કરવા કોણ જશે?

રાજીવ: હુંજઈશ.

ડોકટર રાઘવાચાર્ય: નહીં ...નહીં ...તું નહીં. કોઈ પ્રોબ્લમ થઈ તો...?

રાજીવ: કોઈ પ્રોબ્લમ નહીં થાય. બધીજ ગણતરીઓ પ્રયોગ સફળ થશે તેવું દરસાવી રહી છે.

ડોકટર રાઘવાચાર્ય: તું નિશ્ચિન્ત છે?

રાજીવ: 'હા '. ડોકટર રાઘવાચાર્યએ DNA એક્સટ્રેકશન ઈન્જેકશન દ્વારા રાજીવના બ્લડમાંથી DNA ને એક્સટ્રેક્ટ કર્યું અને મશીનમાં ઈન્જેક્ટ કરે છે.

મિસ્ટર બ્લુ બ્રેઈન : બેકટ્રેનને કમાન્ડ આપતા બોલ્યો; " બેકટ્રેન DNAને ક્વાન્ટમ સ્ટેટમાં કન્વર્ટ કરીને ભૂતકાળમાં રાજીવની સૉલને ગોતવાનું ચાલુ કરો.

સુપર કોમ્પ્યુટરના મશીનનો અવાજ ચાલુ થયો...... ટીન ....ટીન...ટ્રાન્સપરેન્ટ સ્ક્રિનમાં ભૂતકાળમાં રાજીવના પૂર્વ જન્મોની સંખ્યા અને સદી વર્ષ સાથેની માહિતીઓ અંકિત થઈ.

રાજીવ: માત્ર એક જ જન્મ ? મતલબકે આ સંસારના સર્જનથી આજ સુધી આ મારો બીજો જ જન્મ થયેલ છે ? આવું કેવી રીતે શક્ય બને? અને ભવિષ્યમાં કેમ મારો કોઈ જન્મ અંકિત થઈલ નથી?

ડૉક્ટર રાઘવાચાર્ય : રાજીવ ! લાગે છે કે તું ભૂલી રહીયો છે . આ મશીન ભવિષ્યની કોઈ માહિતી આપતું નથી, યાદ આવ્યો " કર્મનો સિદ્ધાંત...હમ્મ ,,,ભૂલી ગયો ?"

રાજીવ: હા . યાદ આવ્યુ. ભવિષ્યની કોઈ માહિતી નહીં મેળવી શકાય જેથી મશીનનો દુરુપયોગ ન થાય.

ડૉક્ટર રાઘવાચાર્ય: હા.

રાજીવ: ૧૨સદીમા અને ૧૧૭૯ના વર્ષમાં મારો જન્મ થયેલ છે અને ઈ. સ ૧૨૨૫ માં મારુ મૃત્યુ થયું હતું. મતલબ કે ઈસવીસન ૧૨૦૨ બખ્તિયાર ખીલજીના આક્રમણ અને નાલંદા યુનિવર્સિટીના નાશ સમયે હું ૨૩ વર્ષનો હતો.

ડૉક્ટર રાઘવાચાર્ય: માત્ર જન્મ સમયની સદી અને વર્ષની જ માહિતીઓ અહીંયાથી મળે છે, બાકીની માહિતી જ્યારે તું ટાઈમ ટ્રાવેલ કરીશ તે સમયે જ મળશે.

રાજીવ: ૧૩ સદી પછી મારો ૨૧મી સદીમા જ જન્મ થયો આ બાબત મને ખુબ અજીબ લાગી રહી છે. વચ્ચેના સમયે મારી સોલ ક્યાં રહી?....." વાતને ડૉક્ટર રાઘવાચાર્ય વચ્ચેથી કાપી નાખતા બોલ્યા ;

ડૉક્ટર રાઘવાચાર્ય: હવે તારે આરામ કરવો જોઈએ. તું ઘર જ હવે તું પૂનમના જ દિવસે લેબમાં ટાઈમ ટ્રાવેલ કરવા જ આવજે. આમ પણ બધું જ

કામ થઈ ગયું છે.

રાજીવ: 'ઓક.' રાજીવ લેબમાંથી બહાર નીકળવા બેગ લઈને લિફ્ટ તરફ વળી જ રહીયો હતો કે તેનું ધ્યાન મશીનની જમણી બાજુ એક ખૂણા પર રહયેલ સ્વીચ સોકેટ પર પડે છે. રાજીવ તે સોકેટની પાસે જઈને ઉભો રહીયો, ડૉક્ટર રાઘવાચાર્ય ગંભીર થઈને રાજીવને જોવા લાગ્યા.

રાજીવ: આ સોકેટ કેવું છે? તેમાં ત્રણ ચીપની સ્પેસ પણ છે પણ તેમાં કોઈ ચિપ કેમ નથી? આ સોકેટ પેહલા મારી નાઝેરમાં આવ્યું જ ન હતું.

મિસ્ટર બ્લુ બ્રેઈન રાજીવના સવાલોનો જવાબ આપતા બોલી રહીયો હતો કે " રાજીવ ! એ તો ડૉક્ટર રાઘવાચાર્ય એ .." ડૉક્ટર રાઘવાચાર્ય એટલામાં વચ્ચે મિસ્ટર બ્લુ બ્રેઈનને ગુસ્સામાં આવીને બોલ્યા ; ' હું ! સમજાવીશ.'

ડૉક્ટર રાઘવાચાર્ય: ખુદને શાંત કરીને બોલ્યા; ' એ ભવિષ્યને ધ્યાનમાં રાખીને બનાવેલ એક્સ્ટ્રા ઇનબિલ્ટ પાર્ટ છે. જો ભવિષ્યમાં કોઈ સોકેટ ખરાબ થઈ જાય કે તૂટી જાય તો આનો ઉપયોગ કરી શકાય . બસ એટલે જ'

રાજીવ:ઓક ! સમજાયું.

રાજીવને ડૉક્ટર રાઘવાચાર્યની કેબિનમાંથી બહાર આવતા જોઈને ચિત્રા દોડીને રાજીવને ગળે વળગી ગયી અને ગાલ ઉપર ચુંબન કરતા બોલી; ' થેંકયુ..થેંકયુ, રાજીવ'

રાજીવ: આશ્ચર્ય અને ચિત્રા તરફથી ફર્સ્ટ કિસના આનંદના મિશ્રભાવ સાથે બોલ્યો 'કેમ ? શેના માટે એટલો આભાર માની રહી છે તું?' વિજય પણ બાજુમાં ઉભો હતો.

વિજય: અરે ! રાજીવ તે જે ડિઝાઇન કરી હતી . bioremediation માટે તે ૧૦૦ % કામ આપી રહી છે . માઇક્રોબિયલ Adaptation ની સ્પીડ ઝડપથી વધી રહી છે. એટલે ચિત્રા આટલી ખુશ છે.

ચિત્રા : ચાલ બાય ! મારા ગાઈડ મારી રાહ જોય રહિયા છે. હું તને આ કેહવા જ આવી હતી કે આપણે ડિઝાઇન કરલે એક્સપેરિમેન્ટ સૂફળતાની દિશામાં છે.હું તને પછી મળું" કહીને ઝડપથી તેની લેબ તરફ ભાગી.

વિજય: રાજીવ! કાલ ચિત્રાનો જન્મદિવસ છે. હું આજ ચિત્રા માટે ગિફ્ટ લેવા જાવ છુ. તું પણ સારી એવી ગિફ્ટ લય લે જે. આજ રાત્રે ૧૨ વાગ્યે આપણે બધા જ ચિત્રાને ઘર સરપ્રાઈસ આપીશુ તેવો પ્લાન બનાવીયો છે . ઠીક છે ?

રાજીવ: 'ઠીક છે.' કહીને વિજય અને રાજીવ લેબના કામો માટે છુટા પડ્યા.

રાજીવ-વિજય અને ચિત્રા વચ્ચે હાલમાં થયેલ ચર્ચાની જગ્યાની બાજુમાં જ વર્તુળ બનાવીને બેઠેલ ડોકટર સતીશ ,વિશાલ, શ્યામા, હેતલ અને હેમાંગી જોઈ રહિયા હતા.

વિસાલ : ટ્રાઇએન્ગલ . મને લાગે છે કે આ ત્રણે ટ્રાઇએન્ગલના જાળમાં ફસાય જવાના છે. તમને કોઈને એવું લાગે છે ?

શ્યામા : મને પણે એવુજ લાગી રહીયુ છે . મને તો નથી જ સમજાતું કે ત્રણેય વ્યક્તિઓના મનમાં શું ચાલી રહીયુ છે? આપણે હાલ તો આ વિષયમાં કશુજ બોલવું ન જોઈએ.

હેતલ: હા ! આગળ જોઈએ , કોઈ મદદ માંગે તો ત્રણેયની મદદ કરવાનો પ્રયાસ કરીશુ.

ડૉક્ટર સતીશ : પ્રેમને કારણે તેઓની મિત્રતામાં કોઈ કડવાહટ ન આવે તો જ સારું.

હેતલ: મને લાગે છે કે સમયની સાથે તેઓ એકબીજાને સમજાવી લેશે કારણ કે ત્રણેય સમજદાર અને લાગણીશીલ વ્યક્તિઓ છે અને સારી વાત એ છે કે ત્રણેયને ખુદ કરતા બીજા બંનેની ખુશી વધુ વાલી છે તેથી બધુજ સુસંગત રીતે જ ચાલતું રહેશે.' કહીને થોડું હસી.

વિજય ઇન્સ્ટિટ્યૂટ બહાર નીકળી શહેર તરફ વળ્યો અને વિચારવા લાગ્યો કે ચિત્રા હૃદયને સ્પર્શી જાય તેવી કોઈ ભેટ આપવી છે પણ શું? તે જવાબ મેળવવામા મૂંઝવણ અનુભવી રહ્યો હતો. ચાલતી કારમાં વિજયનું ધ્યાન રોડની સામેની સાઈડ પરના cambridge ટાવર મોલ ઉપર પડ્યું. વિજય તેના કોલેજના દિવસો દરમ્યાન ચિત્ર સાથે અહીંયા શોપિંગ કરવા આવેલ એ દિવસ યાદ આવી ગયો અને બોલી પડ્યો: " હા! જવાબ મળી ગયો"

વિજય પોતાની કારને મોલમાં પાર્કિંગ પ્લોટમા પાર્ક કરીને ત્રીજા માળપર આવેલી શોપમાં દાખલ થયો. એક વૃદ્ધ માણસ વિજયને જોઈને હસતા ચહેરા સાથે વિજય પાસે આવ્યો; ' હે વિજય ! કેમ છે બેટા તું?

વિજય: બસ દામજીકાકા મજામાં છું. તમે કહો , તમારી તબિયત કેવી છે?

દામજીકાકા: બસ ! હવે તો છેલ્લા દિવસો ચાલી રહ્યા છે આ પૃથ્વી ઉપર તેવું લાગે છે.

વિજય: એવું ન બોલો. તમારે તો હજી મારા લગ્નમાં પણ હાજરી આપવાની છે' કહીને બંને હસવા લાગ્યા. ' પાંચ વર્ષ પહેલા તમે કરેલું મને પ્રોમિસ ભૂલી તો નથી ગયા ને?

દામજીકાકા: ના . કેવી રીતે ભૂલી શકુ એ દિવસ ' એવું બોલીને પાંચ વર્ષ પહેલાના તે દિવસ ને યાદ

કરવા લાગ્યા.

પાંચ વર્ષ પહેલા વિજય અને ચિત્રા તેના કોલેજના દિવસોમાં આ શોપમાં આવ્યા હતા. ચિત્રા ને એક રીંગ ખૂબ ગમી ગઈ હતી જેમાં આછા ગુલાબી

રંગના મોર ની આકૃતિ અને ખૂબ જ કીમતી લીલા રંગના પથ્થર થી જડિત મોરની આંખો જોઈને ચિત્રાની આંખો ની નજર મજબૂત બંધનથી રીંગ સાથે જકડાઈ ગઈ. આથી ચિત્રાએ રીંગનો ભાવ જાણવા દામજી કાકાને પૂછ્યું. રીંગ ૫૦ હજારની હતી. ભાવ સાંભળીને ચિત્રાએ આ રંગને ખરીદવાનું માંડી વાળ્યું અને વિજય- ચિત્રા જતા રહ્યા.

એક કલાક પછી વિજય પાછો આવ્યો અને બોલ્યો; " દામજીકાકા હમણાં જે રીંગ ચિત્રાનેપસંદ પડી હતી તેને પ્લીઝ તમે કોઈને વહેંચતા નહીં. હું યોગ્ય સમયે આવીશ ને તમારી પાસેથી ખરીદી કરીને લઈ જઈશ"

દામજીકાકા: સોરી જેન્ટલમેન. તે રિંગ ને તો સામે જે કપલ બેઠું છે ને ! તેણે ખરીદી લીધી. બસ રીંગનું તો પેકિંગ થઈ રહ્યું છે.

વિજય તે કપલ પાસે દોડીને ગયો અને બોલ્યો ; " એક્સક્યુઝ મી પ્લીઝ " નવપરણિત યુગલે સામે જોયું. ' પ્લીઝ ! તમે આ રિંગ લેવાનું માંડી વાળો' એટલામાં તો દામજી કાકા પણ નજીક આવી ગયા.

' કારણકે અડધી કલાક પહેલા જ હું મારી ફ્યુચર વાઈફ સાથે આવેલ હતો ત્યારે તેણીને આ રીંગ ખૂબ જ ગમી ગઈ હતી . હું આ રિંગ તેને ભવિષ્યમાં ભેટ આપવા માગું છું. ' વિજય એક રીંગ ખીચામાંથી કાઢીને બોલ્યો ' હાલમાં તમે જે રીતે ખરીદી છે તેની કિંમત 50000 રૂપિયા છે રાઈટ?

કપલ: રાઈટ

વિજય: પણ આ રિંગ મારી ખાનદાની અને પરંપરાગત છે. આ રિંગની કિંમત એક લાખ રૂપિયા છે. હું તમને આ મફત આપવા તૈયાર છું બદલામાં બસ આ રિંગને ખરીદવાનું રહેવા દો.

કપલ: તમને બિઝનેસ સેન્સ છે કે નહીં? 50000 ની રીંગ ના બદલામાં તમે એક લાખની રીંગનો સોદો કરવા માંગો છો ? અને એ પણ વારસાગત રીંગ, શું કરવા? કપડાંથી જોતા તમે તો ખૂબ સમૃદ્ધ પરિવારમાંથી લાગો છો. જ્યારે તમે પહેલા આવેલા ત્યારે તમે આ રિંગને કેમ ન ખરીદી?

વિજય: 'રિંગને હું આજ ખરીદવા નથી માગતો. અમુક વર્ષો બાદ જ્યારે હું પગભર થઈશ, ખુદ રૂપિયા કમાતો થઇ ગયો હોઈશ તે દિવસે હું ચિત્રાને 'મારી સાથે લગ્ન કરીશ' તેવું પૂછવા નક્કી કરું તે દિવસે મારે રિંગને ખરીદવી છે. મારા પિતાના રૂપિયાની મદદથી નહીં પણ મારી મહેનતથી ઉભા કરેલા રૂપિયા દ્વારા મારી વાઇફ માટે મારે આ જ રીંગ ખરીદવી છે.' આ સાંભળીને કપલ, વિજયનો ચિત્રા પ્રત્યેના પ્રેમની ઊંડાઈને સમજી ગયા. વિજયના જવાબને સાંભળીને દુકાનમાં રહેલ બધા જ ગ્રાહકો તાળીઓ પાડવા લાગ્યા. કપલમાંથી મહિલા ઊભી થઈ અને વિજયએ મૂકેલી તેની વારસાગત રિંગને વિજયના શર્ટના

ખિસ્સામાં પધરાવતા બોલી ; " બંને રીંગ ઉપર તારો જ હક છે, કારણકે તું મને લાયક વ્યક્તિ લાગે છે . હું ઈશ્વરને પ્રાર્થના કરીશ કે, આ રિંગને ખરીદવા તું તારી ફ્યુચર વાઈફ ચિત્રા માટે જ અને નજીકના જ વર્ષોમાં પાછો આવે." મહિલાએ તેમના પતિ સામે જોઈ ને બોલી; " સાંભળો ! આપણે આ રીંગ નથી લેવી. "

મહિલાનો પતિ: હા, રીતુ ! આ રિંગ ઉપર આ જ છોકરા નો અધિકાર છે.

દામજીકાકા: ' વિજય ! હું પણ તને પ્રોમિસ કરું છું કે આ રીંગ માત્ર તને જ વેચીશ અને એ પણ તે જ દિવસે જ્યારે તને લાગે કે યોગ્ય સમયે આવી ગયો.' દામજીકાકા: ભૂતકાળની યાદમાંથી બહાર વર્તમાનમાં આવ્યા.

દામજીકાકાએ રિંગને લોકરમાંથી કાઢીને વિજયની સામે રાખી.વિજય પેમેન્ટ કરવા ચેક બુક નીકાળવા લાગ્યો તેટલામાં દામજીકાકા બોલ્યા; ' રેહવા દે . હવે હું વૃદ્ધ થઈ ગયો છું આથી રૂપિયા કમાવવાનો મોહ અને રૂપિયાનું મૂલ્ય મારા મનમાં ઘટવા લાગ્યું છે. તું આ રિંગને ફ્રી માં જ લઈ જઈશ તો મને વધુ આનંદ થશે. પાંચવર્ષ પેહલા જે રીતે તે તારી પ્રેમિકા માટે રિંગ મેળવવા નવપરણિત યુગલ સાથે ચર્ચા અને મથામણ કરી હતી એજ દિવસે આ રિંગની કિંમત મારા મનમાં તો તારા તરફથી ચૂકવાય ગયેલ છે. બસ , હું તો રાહ જ જોતો હતો કે ક્યારે તું આવે અને તારી રિંગ લય જાય, જેથી મારી જવાબદારી પુરી થઈ જાય .

વિજય: 'થેન્ક્સ દામજીકાકા.' કહીને દામજીકાકાને ગળે લગાવીયા.

બીજી બાજુ રાજીવ ચિત્ર માટે શુ ભેટ લઈને જાય તે વિચારી રહીયો છે. ત્રણ દિવસ પછી રાજીવ ટાઈમ ટ્રાવેલ કરવા જવાનો હોવાથી ઘણો ચિંતિત હતો આથી તેને લગતી ભૌતિક વિજ્ઞાનની Theories વાંચવામાં વ્યસ્ત થઈ ગયો હતો જેથી સમયની ઉણપ અનુભવી રહીયો છે. ચિત્રાના જન્મદિવસ પહેલાના અમુક કલાકો પેહલા રાજીવને ચિત્રા માટે ભેટ લેવા ઇન્સ્ટિટ્યૂટમાંથી બહાર આવે છે. રાજીવ રાતના ૯ વાગે મોલમાં જાય છે અને એક સુંદર સફેદ સાડીની ભેટ ચિત્રા માટે ખરીદે છે.

બધા જ લોકો રાતના ૧૧:30 વાગ્યે ચિત્રાના ઘરની બહાર એકઠ્ઠા થવાના હતા. વિજય , શ્યામા, હેમાંગી અને હેતલ ૧૧: ૪૫ સુધીમાં પોહોચી ગયા હતા. ૧૧ : ૫૦ વાગ્યે વિશાલ કેક લઈને આવી પોહંચીયો.

શ્યામા : હવે આપણે ઘરમાં દાખલ થવું જોયએ.

વિજય: હા ! પણ રાજીવ હજી નથી આવીયો.

હેતલ: કોઈ કોલ કરોને પણ!

વિજયે રાજવને કોલ લગાવીયો. રિંગ પુરી થઈ ગયી પણ કોલ ન ઊપડ્યો. રાજીવનો ફોન સાઇલેન્ટ મોડમાં હોવાથી અને ડ્રાઇવિંગ કરી રહીયો હોવાથી

રાજીવનું ધ્યાન ફોન પર ન પડિયું. રાજીવને ઘરથી નીકળવામાં પણ મોડું થઈ ગયું હતું.

શ્યામા : હવે આપણે જઈએ માત્ર ૧૨માં ૪ મિનિટની જ વાર છે.

વિજયે ચિત્રાના પિતાને ફોન કર્યો અને બોલ્યો ; ‘અંકલ અમે લોકો આવી ગયા છીએ’

ચિત્રાના પિતા : ‘ હા ! મેં તમને લોકોને બારી માંથી જોયા. હું ધીમેથી ડોર ખોલું છું, તમે લોકો આવીજ જાવ. ચિત્રા તેના રૂમ માં સુઈ ગઈ છે’

બધા લોકો ચિત્રાના રૂમમાં કેક સાથે દાખલ થયા અને લાઈટ ચાલુ કરીને જોરથી એક સાથે બોલ્યા : "સરપ્રાઈઝ" ચિત્રા નિંદમાંથી ભડકીને જાગી પડી : ‘તમે બધા અહીંયા?’ ચિત્રા અડધી હજી નીંદરમાં જ હતી. બધા એક સાથે બોલીયા ‘ હેપી બર્થ ડે ચિત્રા !’ હવે ચિત્રા પુરી નીંદરમાંથી બહાર આવી ‘થેંક્યુ એન્ડ લવ યુ ઓલ ’ આંટી રોલિંગ ટેબલ લઈને આવિયા ,વિસાલે ટેબલે પર કેક મૂકી.

ચિત્રા: રાજીવને આસપાસ ગોતતા બોલી " રાજીવ? રાજીવ ક્યાં છે ?"

વિજય: રસ્તામાં લાગે છે. આવી જશે , થોડી રાહ જોઇએ.બધા લોકો ચિત્રાને ગિફ્ટ આપવા લાગ્યા પણ વિજય તરફથી કોઈ ગિફ્ટ ન મળતા ચિત્રાએ હસતા હસતા પૂછિયું : ‘ ઓય ! તું મારી માટે કોઈ ગિફ્ટ નથી લાવ્યો . કંજુસ.’

વિજય: હા..હાહા.. લાવ્યો છુ, કારમાં છે , છેલ્લે આપીશ.

બધા લોકો બર્થડે ની સજાવટ અને આન્ટી દ્વારા લાવવામાં આવેલ નાસ્તો અને કોલ્ડ્રિક્સ સાથે ગપાટા મારવામાં રોકાય ગયા. ચિત્રા બેડ પરથી ઉતરી અને વિજયને સાઈડમાં આવવા ઈસરો કર્યો.

ચિત્રા: "વિજય ! આ જ મારો બર્થડે છે આથી આજનો દિવસ પરફેક્ટ દિવસ છે તને મારા મનની વાત કેહવનો. આપણે નાનપણથી બેસ્ટ ફ્રેન્ડ રહિયા છીએ એટલે હું તારા પર વિશ્વાસ કરી શકું તેમ છુ. " વિજય મનમાં બોલ્યો ; " અરે ! ચિત્રા તું ક્યાંક મારી પહેલાતો મને પ્રપોઝ તો નથી કરવાનીને ? નહીં ચિત્રા અત્યારે નહીં "

ચિત્રા: " હું રાજીવને પ્રેમ કરું છુ. જયારથી હું તેને મળી ત્યારથી જ રાજીવ મને પસંદ છે, મને રાજીવ સાથે કોઈ અલગ જ કન્નેકશન હોય તેવું અનુભવ થાય છે. મને નથી ખબર કે રાજીવ મારા પ્રત્યે શુ અનુભવે છે પણ મારા મનનો અવાજ મને કહે છે કે રાજીવ પણ મને પસંદ કરે છે. તે પાગલ સાયન્ટિસ્ટ છે, પણ મને પસંદ છે . છે ને પાગલ ?

વિજય: હા

ચિત્રા: હું પેહલા તારી સાથે આ વાત કરવા માંગતી હતી કેમકે તુંજ મારો લાઈફ ટાઈમનો ફ્રેન્ડ છે. શુ રાજીવને મારા માટે કોઈ ફીલિંગ છે ? શુ રાજીવે તારી સાથે મારા વિશે કોઈ ભાવનાને તારી સાથે શેર કરી છે? મારે શુ રાજીવને મારા મનની વાત કહી દેવી જોઇએ કે રાહ જોવી જોઈએ?' વિજયનું હૃદય તૂટી રહીયુ હતું અને મન દુઃખથી ભરાઈ રહીયુ હતું પણ ચિત્રાએતેની રાજીવ માટે લાગણીને જાહેર કરતાજ વિજયએ તેની ભાવનાને વ્યક્ત નહીં કરવાનું નકી કરી લીધું અને જૂઠું હસવા લાગ્યો.

ચિત્રા: તું કેમ હસે છે ?

વિજ્ય: તને જોઈને. તું કેટલી આતુર છે, રાજીવની તારા માટેની ભાવનાને જાણવા. હું તને મદદ કરીશ. તું ચિંતા ન કરીશ. તારો પ્રેમ તને મળશે.

ચિત્રાએ વિજયને ગળે લગાવી લીધો અને બોલી " થેંન્ક્સ વિજુ " (ચિત્રા પ્રેમથી વીજયને 'વિજુ' કહીને બોલાવતી)

વિજય: જરા હું તારા હીરોને ફોન કરીને પૂછી આવું ક્યાં પોહંચીયો છે. ' કહીને વિજય ઘરથી બહાર આવીયો. હવે વિજયએ રોકી રાખેલ અશ્રુઓ વિજયની આખોમાથી છલકાય પડ્યા.

વિજય (મનમાં): આ વાતની મને પહેલા ખબર કેમ ન પડી ? ' વિજય ચાલતા અને વિચારોમાં ખોવાઈને તેની કાર પાસે આવીયો. કારણ ડેસ્કમાંથી જે environmentસાયન્સની બૂકના બીજા પાનાની વચ્ચે રિંગ મુકેલ તે બુક નિકાળીને બૂકમાંથી રિંગને બહાર કાઢતા વિજયને નયયુગલની મહિલાએ કીધેલ વાત " આ રિંગ પર તારો જ હક્ક છે " તે વાત યાદ આવી . વિજય થોડું દુખભર્યું હસિયો અને બોલ્યો ;" નહીં મેડમ. આ રિંગ પર હક્ક રાજીવનો છે, મારો નહીં " .ત્યાંજ ઝડપથી આવી રહેલ કારની હેડ લાઈટના પ્રકાશ અને હોર્ન સાથે રાજીવ આવી પોહોચીયો. વિજયે પોતાના અસુઓને લૂછીને છુપાવતા રાજીવની કાર પાસે આવ્યો.

રાજીવ: રાજીવ ઉતાવળમાં કારમાંથી ઉતર્યું અને ચિત્રા માટે ખરીદેલી વાઈટ સાડી નું ગિફ્ટ કાર માંથી નીકળતા બોલ્યો; " સોરી સોરી ! ટ્રાફિક અને તરબુચ ના કોમ્પલેક્ષ પ્રયોગને કારણે થોડો મોડો પડ્યો છું. તું કેમ અહીંયા ઊભો છે?

વિજય: તારી રાહ જોઈ રહ્યો હતો.

રાજીવ: 'ઓકે' કહીને કારને લોક કરતા ઝડપથી ચાલીને બોલ્યો ' ચલ.... જઈએ'

વિજય: એક મિનિટ, જરા રૂક. તું! શું લાવ્યો છે ગિફ્ટમાં?

રાજીવ: અરે ! શું કહું તને , કશું જ સમજાતું ન હતું કે શું ગિફ્ટ માં લઈને જાવ. છેલ્લે મેં એક ટ્રેડિશનલ વાઈટ સાડી લીધી છે.

વિજય: ' સાડી ! ઓકે, સરસ.' સાંભળ આ રિંગ અમે જ્યારે અમે કોલેજ ના દિવસોમાં એક મોલમાં ગયા હતા ત્યાં ચિત્રાને ખૂબ જ ગમી ગઈ હતી . આ વાતને મેં તને કહી હતી એમ કહીને આજે તું ચિત્રાને આ ગીફ્ટ આપ.

રાજીવ: પાગલ છે તું? સાડી છે ને મારી પાસે. આ રિંગ તો તું લાવ્યો છે. તુજ આપને.

વિજય: સાંભળ. ચિત્રા અને તું પહેલીવાર તેના બર્થડેમાં સાથે છો. રાઈટ ?

રાજીવ:હા તો ?

વિજય: આથી ચિત્રા માટે આજનો દિવસ ખુબ મહત્વનો છે. જો આજે તું આ ગિફ્ટ આપીશ તો ચિત્રાની સ્મૃતિમાં આ મોમેન્ટ જીવનભર એક યાદગાર સમય બનીને છપાય જશે. હું કવચ્છું એમ કર ! કારણકે હું ચિત્રાને ઘણા વર્ષોથી જાણું છુ. મને ખબર છે તે કેવી રીતે વિચારે છે " કહીને રિંગ સાથે હાથ લંબાવિયો.

રાજીવ(મનમાં) : 'વિજય આજ આવુ વર્તન શા માટે કરે છે ? લાગે છે કે વિજય મારી ચિત્રા માટેની ભાવનાને સમજી ગયો છે અને વિજય મારી મદદ કરવા માંગી રહીયો છે . હા ! એવુ જ છે .

રાજીવ: અને તું ? તું શું ગિફ્ટ આપીશ?

વિજ્ય: "અરે ! હું આ environment and biodiversityની બુક લાવ્યો છુ. આ રિંગ તો હું તારા માટે જ લાવ્યો હતો આમ વિચારીને કે જો તું ગિફ્ટને લાવતા ભૂલી જાય તો તને આ રિંગ ગિફ્ટમાં આપવા આપી દઈશ. કેમકે મને ખબર છે આજકલ તું પૂનમ એક્સપેરિમેરમેન્ટના કામમાં ઘણો જ વ્યસ્ત રહે છે." કહને હસવા લાગ્યો.

રાજીવ : થોડું હસીને ;" ઠીક છે, આપ " વિજયે રિંગને રાજીવને સોંપી દીધી અને બોલ્યો;

વિજય: 'ચાલ હવે ! ખુબ મોડું કરી દીધું તે ' બને મિત્રો ઘરમાં દાખલ થયા.

હેતલ: ચાલો યાર ! બને લોકો ક્યાં રહી ગયા હતા ? અમે બધા કેક કપાય અને ખાવા મળે તેની ક્યારના રાહ જોય રહિયા છીએ.

વિશાલ તેની આવડતનો ઉપયોગ કરીને જાણે વિજયના મનમાં ઉઠી રહેલ દુઃખની લહેરને જોય લીધી હોય તેમ દયાભાવ સાથે વિજય સામે જોઈને હસ્યો અને વિજયને પૂછિયું ; " તું ઠીક તો છે ને ?"

વિજય: હા ! યાર . આજ કેક ખાવા મળશે એ પણ તારા રૂપિયાની. આપણા ગ્રૂપમાં કેક લાવવાની તારી જવાબદરી આ વખતે ઘણા સમય પછી આવેલી છે . યાદ છે ને લાસ્ટ ટાઈમ મારો વારો હતો ત્યારે તે ૫૦૦ ગ્રામની જગ્યા એ તે મારી પાસે થી ૧ કિલોની કેક લાવજે તેવી ફરમાઇશ કરીને મારુ બજેટ બગાડિયુ હતું? એટલે આજે વધુ મજા આવે છે કારણે કે આજ તારા રૂપિયા ખર્ચાયા છે .. " કહીએં

હસતા વાતને પલ્ટાવવાનો પ્રયાસ કરવા લાગ્યો.

વિશાલ: હા ! હા.! કચ વાંધો નહીં. હજી ફરતો ફરતો તારો વારો પણ આવવાનો જ છે. નેક્સટ ટાઇમે તો ૨ કિલોની કેકનો ખચી તારી પાસે કરાવીશ.

ચિત્રા: આવી ગયો તું ? એટલું લેટ આવીયો તું અને એ પણ મારા જન્મદિવસમાં ?

રાજીવ: સોરી ...સોરી ...

ચિત્રા: ચલ ..કઈ નહીં....નેક્સટ ટાઇમે ધ્યાન રાખજે .

ચિત્રાએ કેક કાપી . પહેલું પીસ માતા પિતાને અને 2nd પીસ રાજીવને ત્યારબાદ વિજયને એમ બધાને કેક ડિસ્ટ્રીબ્યુટ કરવા લાગી.

વિશાલ હમેશા પોતાની સાથે રાખતો ઇન્સ્ટન્ટ કેમેરાથી બધાના ફોટોજ કેપ્ચર કરવા લાગ્યો.

શ્યામા: હેતલને કેકની બીજીવાર સ્લાઇસ લેતા જોઈને બોલી ; " થોડું ખાવામાં માપ રાખ. હાલ તો તું ફિટ લાગી રહી છે પણ જો તું આજ રેટથી હાઈ કેલરી વાળી કેક ખાતી રહી તો મોટી હેવી બોડી બની જયસ" કહીને હસવા લાગી.

હેતલ: ‘ હમ્મ...જા તું અહીંયાથી લાકડી. મને કેક ઇન્જોય કરવા દે ’ કહીને શ્યામાની વાતને અવગણતા કેક ખાવા લાગી.

ચિત્રા: રાજીવ પાસે આવીને; " તું શું મારા માટે શું ગિફ્ટમાં લાવ્યો ?" કહીને જાણવા આતુરતા દરસાવી.

રાજીવે પેહલા સાડીનું ગિફ્ટ પેક આપ્યું અને પછી આગળી અને અંગુઢાની વચ્ચે રિંગ રાખીને ચિત્રા સામે ધરી.

ચિત્રા:રિંગને જોઈને વિજય સામે જોતા બોલી ; " આ તો એજ રિંગ છે ને ? "

વિજય: "હા . રાજીવ તારી ગીફ્ટ લેવા સલાહ લેવા મારી પાસે આવ્યો હતો ત્યારે મેં તારું આ રીંગ માટેનું ઓબ્સેશન જણાવેલું. મને લાગે છે કે તેના આધારે જ રાજીવ આ ગિફ્ટ લાવિયો છે. " કહીને હસ્યો.

ચિત્રા: ‘થેંન્કસ વિજય ’ કહીને પેહલા જમણો હાથ રાજીવની સામે કર્યો બે સેંકન્ડ પછી ; ‘ નહીં...નહીં ...’ બોલીને ડાબા હાથને આગળ કરીને ટચલી આંગળી પાસેની આંગળીને થોડી ઉંચકાવીને અખાના ઇશારાથી રાજીવને પહેરાવવાનો ઈસરો કરતા જાણે સગાઇ કરી રહી હોય તેમ બોલી ; " તું જ રિંગને પહેરાવી દે"

રાજીવ પણ એજ રીતે ખુશ થઈ રહીયો હતો કે જાણે બર્થડે Celebration નહીં પણ બને સગાઈ કરવા આજે એકઢા થયા હોય.

વિશાલે તેના ઈન્સ્ટંટ કેમેરા દ્વારા , ચિત્રાને રિંગ પેહરાવતો રાજીવનું દ્રશ્ય પર કેમેરાના લેન્સ દ્વારા ફોકસ કરીને ફોટો પાડવા ક્લીક કરીયો અને બને પ્રેમીઓનું સ્મિત સાથેનો ફોટો પડ્યો ...‘ ખચક ...ખચક’.

બધાએ ત્યારબાદ ચિત્રાને એક પછી એક ગિફ્ટ આપી. વિજયે પણ છેલ્લે ચિત્રાને ગિફ્ટ આપી અને પાર્ટી પુરી થઈ.

11
પૂર્ણિમા અને ટાઈમ ટ્રાવેલ

આજ રાજીવ ટાઈમ ટ્રાવેલ કરવાનો છે તે ખુબ બેચેન છે. પ્રયોગ દરમિયાન કોઈ ખરાબ ઘટના ન ઘટી જાય તેની પણ તેને ચિંતા થઈ રહી છે. રાતના ૭ વાગ્યા છે. થોડા જ સમયમાં રાજીવ લેબ જવા નીકળવાનો છે. એટલામાં રાજીવને ફોન વાગ્યો. કોઈ અજાણીયા નમ્બરથી ફોન હતો.

રાજીવ: 'હલ્લો ' સામેથી કોઈ બોલ્યું : ' હે ! રાજીવ , ઓલ ધ બેસ્ટ '

રાજીવ: તમેં કોણ ? ' સામેથી વ્યક્તિ બોલ્યો ; " હું ! હાર્દિક બોલું છુ.' પેહલીવાર હાર્દિકે રાજીવને કોલ કરીયો હતો.

હાર્દિક : ઓલ ધ બેસ્ટ. હું ઈશ્વરને પ્રાર્થના કરીશ કે તને આજ સફળતા મળી જાય . ચલ બાય , મળીએ પછી '

રાજીવ: થેંન્ક્સ યાર . ઓકે બાય.

રાજીવ કારમાં બેઠો .રાતના ૮ વાગ્યા છે. ચાલતી કાર ને અચાનક રોકતા બોલ્યો " ઓહ નો ! ચિત્રા . ચિત્રાને મારે મળીને જવું જોઈએ. શુ ખબર ટાઈમ ટ્રાવેલ દરમિયાન કોઈ સમયમાં જ ફસાય જાવ તો ? પાછો ક્યારેય ન આવીયો તો ? ન કરે નારાયણ પણ જો કોઈ ગડબડ થઈ પડી અને હું ભૂતકાળના સ્ટેટેમાં જ ફસાઈને રહી ગયો તો ? ના . મારે ચિત્રાને મળીને જ જવું જોઈએ. " કારને લેબની વિરુદ્ધ દિશામાં વાળીને ચિત્રાના ઘર તરફ, કારની સ્પીડ વધારીને ગતિ કરવા લાગ્યો.

થોડી મિનિટ પછી પાછો રાજીવનો ફોને વાગ્યો , આવેલ કોલ ચિત્રાનો જ હતો.

ચિત્રા : હેલો ! રાજીવ તું ક્યાં છે ?

રાજીવ: બસ ! તારા ઘરની બહાર પહોંચવા આવીયો.

ચિત્રા : તું મને મળવા આવે છે ? તારે તો આજે લેબમાં જવાનું છે ને ?

રાજીવ: હા ! એટલે જ આવું છુ.

ચિત્રાને આ જ સમયે રાજીવે કીધેલ પ્રોજેક્ટને લગતી બાબતો યાદ આવી , ખાસ કરીને જેમાં રાજીવ કહી રહીયો હતો કે આ પ્રોજેક્ટમાં જીવનો જોખમ પણ છે એ યાદ આવી ગયું.

ચિત્રા: તું ક્યાં પોહંચીયો? હું ઘરનો મૈન ડોર ખોલું છુ તું અંદર આવ.

રાજીવ: 'ના, ચિત્રા ! હું પહોંચીને ફોને કરું પછી તું તારા ઘરની બાલકનીમાં આવજે. ઓકે બાય.; કહીને ફોને કટ કરી નાખીયો.

૫ મિનિટ પછી રાજીવ ચિત્રાના ઘરની બહાર પોચી ગયો. રાજીવ કારથી બહાર આવીયો અને કારના બોનેટ ઓર બેઠો . ચિત્રા ને ફોન લગાવીયો ; " હવે આવ ." આસપાસના વિસ્તારમાં ૨ મિન્ટ પેહલા જ વીજ કૅનેકશનમાં ફોલ્ટ આવવાથી લાઈટ જતી રહી છે એટલે અંધારું છે પણ પૂર્ણિમા હોવાથી ચંદ્રનો સફેદ પ્રકાશ ચાદર સમાન જમીન પર પથરાયને , મીઠા મધુરપ્રિય પ્રકાશથી રાત્રી જળહળી રહી છે.

ચિત્રા બાલ્કનીમાં એક હાથથી કાન પાસે ફોનને રાખી અને બીજા હાથમાં સળગતી મીણબતીમાં ના સ્ટેન્ડ સાથે આવી. ઠંડીની ઋતુ હોવાથી સફેદ કલરના ડ્રેસ પર લાલા રંગની સાલ દ્વારા ગળાથી કમર સુધી શરીના ભાગને ઢાંકીને આવેલી ચિત્રા સ્વર્ગની સીડીના પગથિયા સમાન તેના ઘરની બાલ્કનીમાં ઉભેલી અપ્સરા લાગી રહી હતી . હજી ચિત્રા સ્નાન કરીને જ આવેલ હોવાથી માથાના અમુક સૂકા અને થોડા ભીના વાળ હતા . અર્ધશુષ્ક બનેલા વાળ સુસવાટા મારી રહેલા પવનના પ્રવાહ સાથે જુલી રહિયા હતા જે તેની સુંદરતામાં વધારો કરી રહીયુ હતું . સળગતી મીણબતીમાંથી નીકળતા ઝાંખા પ્રકાશના કિરણો ભીના વાળ પરના જળબિંદુઓ પર પડતા પરાવર્તિત થઈ રહિયા હતા . જે જાણે સોનાના જીણા -નાના કદના ઘરેણાઓને માથાના વાળ વચ્ચે લટકતા ધારણ કરીને સ્વર્ગથી પૃથ્વી પર આવતી અને સીડીના કોઈ એક પગથિયાં પર ઉભેલ અપ્સરા હોય તેવી લાગી રહી હતી.

ચિત્રા: હલ્લો ....હલ્લો ...રાજીવ?

રાજીવ ચિત્રાની સુંદરતાને નિહાળતા જ બોલ્યો; ' હા ! ચિત્રા બોલ'

ચિત્રા: અરે ! હું મૈન ડોર ખોલુને ! તું પ્લીઝ અંદર આવ.

રાજીવ: ના ચિત્રા . બસ મને આ શીતળ ચાંદની અને તારી મીણબત્તી માંથી નીકળી રહેલ હલ્દી જેવા પીળા પ્રકાશમાં જ રહેવા દે. જે મજા આ કુદરતી પવન અને પ્રકાશમાં આવે છે એ મજ્જા તારા ઘરના દીવાલોથી ઘેરાયેલ હોલરૂમ માં

ન જ આવે ?

ચિત્રા: ઓય કવિ ! બસ કર . તું મને એ કહે કે અત્યારે મને મળવા કેમ આવીયો? પ્રયોગ દરમિયાન તારા જીવન સાથે તો કોઈ છેડછાડ તો નહીં થાયને ? જીવનું જોખમ કે બીજો કોઈ પ્રોબ્લમ તો નથી ને ?

રાજીવ: ના ચિત્રા . આમ જ આવીયો . હું શું તને મળવા કોઈ પણ સમયે ન આવી શકુ?

ચિત્રા: 'ના પાગલ એવું નથી . તું મને મળવા કોઈ પણ સમયે આવી શકે છે.' થોડી સેકન્ડ પછી ચિત્રા મીણબત્તીના સ્ટેન્ડને ગેલેરીની પાળીપર મુકતા બોલી ;

રાજીવ ! થોડી મને બેચેની ફીલ થાય છે.

રાજીવ: બેચેની ? કેમ?

ચિત્રા: જાણે કશુક અણધાર્યું બનવાનું હોય તેવો પૂર્વાભાસ થઈ રહીયો છે. જાણે હું કંઈક ગુમાવવાની ન હોય તેવું લાગી રહીયુ છે.

રાજીવ: એ બધું તારો ભ્રમ છે . એ તારી ઓવેર થીન્કીંગનું પરિણામ પણ હોય શકે. ડોન્ટવરી ! કશુજ ખરાબ નહીં થાય.

ચિત્રા: ઠીક છે . બની શકે કે તું કહી રહીયો છે તેવું જ હોય. ઠીક છે , તું એક્સપેરિમેન્ટ પૂરો કરીને ઘર પોંચે પછી મને કોલ કરજે.

રાજીવ: ચિત્રા મને કદાચ લેબમાં જ રાતના ૩ કે ૪ વાગી જાય તેવું પણ બને. હું તને મેસજ કરીસ , બસ !

ચિત્રાએ: નહીં . તું મને કોલ જ કરીશ . એકવાર કહીયુંને મેં. " ગુસ્સા સાથે બોલી.

રાજીવ: ઠીક છે. હવે હું નીકળું.

ચિત્રા: હા ! ઓલ ધ બેસ્ટ .

રાજીવ: થેંન્ક્સ ચિત્રા . બાય.

ચિત્રા: I don't want to say you ever bye .

રાજીવ:' હા ..હાહા' ચલ મળિયે પછી.

ચિત્રા : હા.

રાજીવે કારને લેબ તરફ વાળવા ધુમાવી અને રોડ પર લેબ તરફ ચલાવવાનું ચાલુ કરિયું. સાઈડ મિરરથી રાજીવ ચિત્રાના મુખને મીણબત્તીના ધીમા પ્રકાશમાં નિહાળતાં જ જઈ રહ્યો છે. રાજીવે કારની બારીમાંથી બાય કહેવા હાથ બહાર નીકાળીને હલાવ્યો . ચિત્રા ધીમી ગતિએ હાથને હલાવતા આવજે કેહતા એ દૃશ્ય યુદ્ધમાં લડવા જઈ રેહલા રાજાને વટાવવા ઝરોખામાં ઉભેલી રાણીને આખો વડે જ વાત કરતા પાછા હેમખેમ આવવાનું વચન માંગી રહી હોય તેવું લાગતું હતું.

રાજીવની કાર જ્યાં સુધી આખોથી ઓંજલ ન થઈ ગઈ ત્યાં સુધી ચિત્રા, રાજીવની કારને જતી જોતી રહી.

રાજીવ લેબમાં:

પરફેક્ટ ૯ વાગ્યા છે અને રાજીવ લેબમાં દાખલ થયો. ડોકટર રાઘવાચાર્ય રાજીવની આવવાની રાહ જોય રહયા હતા.

મિસ્ટર બ્લુ બ્રાયન : રાજીવ ! હું રેડી છું . ટાઈમ ટ્રાવેલ માટે. તું પણ તૈયાર છે ને ?

રાજીવ: ' એ કોઈ પુછાવાનો સવાલ છે? હું પણ તૈયાર જ છુ' કહેતા લેબની બારી ખોલી ને આવી રહેલ ચંદ્ર પ્રકાશને ફ્લેક્સિબલ મિરર વડે ફરમેનટેસશન ટેંક તરફ વાળ્યો.

રાજીવ: બ્લુ બ્રેઈન:, તું બેક્ટ્રેનને કમાન્ડ આપ.

ડોકટર રાઘવાચાર્ય : રાજીવ તું કોન્ટમ સ્ટેટમાં હોઇશ એટલે સમયની ગતિ તે અવસ્થામાં એટલી ધીમી હોય છે કે જયારે તું પાછો વર્તમાનમાં આવીશ તે સમયે જે સમયે તું ટાઈમ ટ્રાવેલ સ્ટેટમાં ગયો હોઈશ એજ સમયે તું પાછો આવી જઈશ.

રાજીવ : હમ્મ .

મિસ્ટર બ્લુ બ્રેઈન: બેકટ્રેનને કંમાન્ડ આપીયો છે . કોમ્પ્યુટેસશનલ કેલ્ક્યુલેશન ચાલુ થઈ રહી છે. ...ટીક ...ટીંગ ...ટીંગ ...ટીક ....ડન.

ફેરમેન્ટસશન માં ઉર્જા જનરેટ થવા લાગી , ઉત્પન્ન થતી ઉર્જા મશીન તરફ વહેવા લાગી ,

રાજીવ ટાઈમ મશીનની કેબિનમાં દાખલ થઈ રહીયો જ હતો કે ત્યાંજ ડોકટર રાઘવાચાર્ય બોલ્યા: ' એક મિનિટ ' કહીને રાજીવની નજદીક આવિયા અને રાજીવ ને ગળે લગાવતા બોલ્યા;

ડોકટર રાઘવાચાર્ય ;' આઈ પ્રાઉડ ઓફ યુ, ડીયર. આપણે સફળ થશુ જ. '

રાજવ થોડો ભાવુક થયો અને તેને તેના પિતાની યાદ આવી ગયી. રાજીવે પણ ડોકટર રાઘવાચાર્યને સખતાયથી ગળે લગાવી લીધા.

રાજીવ : થેંક્યુ સર.

મિસ્ટર બ્લુ બ્રેઈન: 'રાજીવ હવે આપણે જવું જોઈએ.' મશીનમાંથી બ્લિક થતી રોશની વડે જાણે ફ્લાઇટ ઉડવા માટે પર્સનલ હેલિકોપ્ટર તૈયારીમાં હોય ત્યારે ફરી રહેલા પંખાઓનો અવાજ જેવો જ અવાજ આવી રહીયો હતો.

રાજીવ અને મિસ્ટર બ્લુ બ્રેઈન એક ચેપ ધરાવતી સર્કિટના માધ્યમથી મશીનમાં દાખલ થયા. ડોક્ટર રાઘવ આચાર્ય થમ્સ અપ કરીને ઓલ ધ બેસ્ટ કહી રહ્યા હતા. રાજીવ મશીનમા લાલ કલરનું સ્ટાર્ટ લખેલું બટન આંખો બંધ

કરીને દબાવી લીધું. ખૂબ જ તીવ્ર સફેદ પ્રકાશ ઝબકે છે અને બધું શાંત થઈ ગયું.

• **ટાઈમટ્રાવેલચાલુ ***

"રાજીવ ! રાજીવ ! આંખો ખોલ રાજીવ" મિસ્ટર બ્લુ બ્રેઈનનો અવાજ રાજીવને સંભળાયો. રાજીવ એ આંખો ખોલી.

મિસ્ટર બ્લુ બ્રેઈન: 'આપણે તારા પૂર્વજન્મનો સમય એટલે કે બારમી સદીમાં આવી ગયા છીએ' રાજીવ આસપાસ જોવા લાગ્યો. પ્રકૃતિની સુંદરતા અવર્ણીય અને અનેરી આકર્ષક હતી. રાજીવને સૂર્યના કિરણોની કોમળતા, સ્વચ્છ આકાશ, હવાની સ્વચ્છતાને , 21મી સદીમાં નષ્ટ પામી રહેલી આપણી પૃથ્વી માં ક્યારેય જોવા મળી ન હતી.

હાલમાં રાજીવ અને મિસ્ટર બ્લુ બ્રેઈન સામે દેખાતા બે મોટા પહાડોની નીચેની તળેટી માં ઘાસ ના મેદાન પર ઉભેલા છે. પહાડો ઉપરથી સફેદ અને કાળા રંગના ઘોડાઓ દોડીને નીચેની તરફ આવી રહેલા નજરે પડી રહ્યા છે. વિવિધ પ્રકારના પક્ષીઓ જે એકવીસમી સદીમાં લુપ્ત થઈ ગયેલા છે તે બધા જ પક્ષીઓ આકાશમાં કલરવ કરીને ઊડી રહેલા નજરે પડે છે. ઘટાદાર વૃક્ષો અને પહાડો ઉપરના જંગલો વડે ઘેરાયેલી જમીન માત્ર વરીયાળી જેવા લીલા રંગથી છવાયેલી છે. બંને પહાડોની વચ્ચેથી વહેતી નદીઓના ઉંચાઈથી પડતાં ધોધ , નીચે રહેલા પથ્થરો પર પડતા જાણે કુદરત દ્વારા શિવલિંગ ઉપર દૂધનો અભિષેક કરવામાં આવી રહ્યું હોય તેવું લાગી રહ્યું હતું. રાજીવ પ્રકૃતિપ્રેમી હોવાથી આ બધું જોઈને મજા માણી રહ્યો હતો એટલામાં જ રાજીવને પાછળથી તલવારોના અથડાવાના અવાજ સંભળાય. રાજીવ પાછળ ફર્યો.

એક મોટું આશ્રમ વૃક્ષોથી ઘેરાયેલું નજરે પડી રહ્યું હતું. શિષ્યોને વેદ અને અન્ય ધર્મ શાસ્ત્રોના અભ્યાસ કરવા માટે લાકડાના બનેલા પુસ્તકો રાખવાના ટીપાઈ જેવી રચનાઓ જમીન પર વ્યવસ્થિત રીતે ગોઠવાયેલી દેખાઈ રહી હતી. ઋષિમુનિઓની અવરજવર તથા તેમની ઘાસની બનેલી જુપડીઓ અને ગાયના છાણનીથી લેપેલ્લાં કક્ષો વ્યવસ્થિત રીતે નિર્ધારિત જગ્યા પર જાણે વાસ્તુશાસ્ત્રને ધ્યાનમાં રાખીને બનાવેલ હતા તેવું લાગી રહી યુ હતું. રાજીવ આવી રહેલ રણકતી તલવારના અવાજની દિશામાં આગળ વધ્યો;

બધા જ શિષ્યો અને એક જ્ઞાની પ્રતિભાશાળી યોગી બ્રાહ્મણ , જે શિષ્યોના ગુરુ લાગી રહ્યા હતા તેઓ એક વર્તુળમાં ગોઠવાયને કેન્દ્ર તરફ જોઈ રહ્યા હતા. રાજીવ વર્તુળની વધુ નજીક ગયો અને કેન્દ્રમાં જોઈને સ્તબ્ધ થઇ ગયો.

કેન્દ્રમાં ૨૨ વર્ષીય રાજીવ એકલો જ મોટી તલવાર સાથે બીજા ૨૫થી ૩૦ વર્ષના લાગી રહેલા દસેક વ્યક્તિઓ સાથે તલવારબાજી કરી રહ્યો હતો. બધા જ વ્યક્તિઓ દ્વારા એક સાથે કરવામાં આવતા હુમલાઓ સામે ખૂબ જ ચતુરાઈ અને બળપૂર્વક પ્રતિકાર આપીને એક પછી એક બધાને તલવાર વિહોણા કરી નાખ્યા. વિજય બન્યા બાદ તે ૨૨ વર્ષીય વ્યક્તિ તેમના ગુરુ પાસે આવ્યો અને તેની તલવાર ને ગુરુના ચરણમાં સુતેલીઅવસ્થામાં ધરી ને નમન કર્યું. તેમના ગુરુએ બંને હાથથી તેના નત મસ્તક થયેલા શિષ્યને ઊભો કર્યો અને કહ્યું ; " વિક્રમ ! તારી શિક્ષા આજે પૂર્ણ થઈ છે. હવે તું તારા સામ્રાજ્ય આદિત્યવંશ ને સંભાળવા માટે પરિપૂર્ણ યોગ્ય બન્યો છે. તું આ યુગનો અશોક પછીનો બીજો મહાન પ્રતાપી રાજા બનવાનો છે. તારા ખંભા પર સમસ્ત ભારતવર્ષના પ્રજાના કલ્યાણની જવાબદારી હશે. મને ખબર છે કે તું તારા રાજ ધર્મ અને કર્તવ્યનું ખૂબ જ સારી રીતે પાલન કરીશ. તું જા. તારો સામ્રાજ્યને સંભાળવાનો સમય આવી ગયો છે, તારી આશ્રમ વ્યવસ્થા આજે જ પૂરી થઈ છે આથી આ આશ્રમમાં આજે તારો છેલ્લો દિવસ છે.

વિક્રમ: ગુરુ બદરીદેવાચાર્ય ! તમે તો તમારી ગુરુ દીક્ષા માંગી જ નથી.

ગુરુ બદરીદેવાચાર્ય: નહીં ! આજે નહીં. જ્યારે યોગ્ય સમય આવશે ત્યારે હું સામેથી માંગી લઈશ. જા શિષ્ય ! તારા સૈનિકો તને સામ્રાજ્યમાં લઈ જવા માટે આશ્રમની બહાર રાહ જોઈ રહ્યા છે. વિક્રમ તલવાર ઉપાડી અને કમરમાં લટકી રહેલા તેના બીબામાં મુકતા બોલ્યો; " જેવી આજ્ઞા ગુરુદેવ" કહીને બહાર ઊભેલા તેના સૈનિકો પાસે આવ્યો. બધા સૈનિકો તેમને પ્રણામ કરતાં ઝુકયા. વિક્રમ તેના પ્રિય સફેદ ઘોડાને પંપાળતા બોલ્યો ; " હેમરાજ ! મને તારી બહુ યાદ આવી" બોલીને હવાના વેગ ઘોડા પર સવાર થઈ ગયો. ' ચાલ હેમ! ' કહીને લગામ ખેંચી અને પગ ને ધીમેથી ઘોડા સાથે અથડાવતા ચાલવા નિર્દેશ આપ્યો. વિક્રમનો પ્રિય ઘોડો પવનવેગે આદિત્યના સામ્રાજ્ય તરફ દોડવા લાગ્યો.

મિસ્ટર બ્લુ બ્રેઈન: વાહ રાજીવ ! તું તો મહારાજા વિક્રમ હતો. કહીને થોડું હસ્યો અને બોલ્યો મેં ઇતિહાસ ની બધી અવેલેબલ ઓથેન્ટિક માહિતીઓને કેમ કરી છે જેમાંથી અનેક માહિતીઓની કાઢી છે જે આ પ્રકારે છે :

" મહાન સમ્રાટ અશોક પછી ૧૨ સદીમાં વિક્રમ નામનો એક મહાન રાજા થયો હતો. જે પૂર્વ જન્મ માં તું હતો. કહેવાય છે કે વિક્રમ ખૂબ પ્રતાપી, શક્તિશાળી અને ધર્મ સહિષ્ણુ હોવાથી તેણે બધા જ ધર્મનું રક્ષણ અને પ્રજાના કલ્યાણ માટે ખૂબ જ કામ કર્યું હતું. વિક્રમ ના પિતાનું તેના બાળપણમાં જ મૃત્યુ થયું હતું આથી તેની માતાએ વિક્રમ જ્યાં સુધી તેની શિક્ષા પૂર્ણ કરે ત્યાં સુધી પ્રશાસન સંભાળીયુ. આશ્રમમાંથી આવ્યા બાદ વિક્રમનો રાજ્યાભિષેક કર્યા બાદ

સામ્રાજ્ય ની ગાદી સોંપવામાં આવી હતી"

આવી બધી માહિતીઓ ઇતિહાસમાં નોંધાયેલી છે.

રાજીવ: હા યાર ! મને પણ આશ્ચર્ય થયું? હું એક રાજા હતો." આશ્ચર્યથી વિચારવા લાગ્યો.

રાજીવ આગળ જોવે છે કે, રાતનો સમય છે અને આજે રાજા વિક્રમ ના રાજ્યાભિષેક બાદ પહેલી વાર આજે વિક્રમ રાજગાદી પર બેઠેલ છે. એક મોટા મહેલના ખૂબ જ વિશાળ ખંડની સામેની દીવાલ સાથે હીરાજડિત રાજ સિંહાસન ઉપર વિક્રમ બેઠેલો છે. અને જ્ઞાની મંત્રીઓ, મહા મંત્રીઓ, રાજ દરબારી કવિઓ બંને બાજુએ ગોઠવાયને સમિતિમાં બેઠેલા છે. બધા જ મહારાજા વિક્રમ સામે જોઈ રહ્યા છે અને એક નાની કાકરી પણ પડે તો અવાજ આવે તેવી શાંતિ છવાયેલી છે. વિક્રમએ બોલવાનું ચાલુ કર્યું:

વિક્રમ: હું ઈચ્છું છું કે મારું સામ્રાજ્ય સુખી અને સમૃદ્ધ હોય. જેથી ઇતિહાસ આપણને અને આપણા આદિત્યવંશના સામ્રાજ્યને એક સન્માનની નજરથી જોવે. આવનારી ભાવિ પેઢીઓ આપણા સામ્રાજ્યને સમાજ કલ્યાણના ઉદ્ધાર માટે જરૂરી લીધેલા પગલાંઓને અંતિમ સીમાઓ સુધી લઈ ગયા હતા તેવી નજર થી જોવા જોઈએ. મારે આજે જાણવું છે કે આપણા સામ્રાજ્યની સમસ્યાઓ કઈ કઈ છે?

વિક્રમ ના દરબારી પ્રધાનમંત્રી ચેતન્ય ઊભા થયા અને બોલ્યા; " મહારાજ ! હાલમાં તો આપણું સામ્રાજ્ય અનેક સમસ્યાઓનો સામનો કરી રહ્યું છે"

વિક્રમ એ પોતાનો જમણો પગ સિંહાસનથી થોડો આગળ કર્યો અને ગોઠણ પર હાથ દ્વારા ટેકો લઈને પ્રધાનમંત્રીને ધ્યાનથી સાંભળવા થોડો આગળ ઝૂકીયો બોલ્યો ; " જેમ કે?"

ચેતન્ય: આપણા ધનના અને અન્ના કોઠારો ખાલી થઈ રહ્યા છે. સમાજમાં સ્ત્રીઓને જેમાં સન્માન ઋગ્વેદ યુગમાં મળી રહ્યું હતું તે જેમ સમય આગળ ધપી રહ્યો છે તેમને તેમ ઘટી રહ્યું છે. સ્ત્રીઓ સાથે અનેક પ્રકારના અત્યાચારો થઈ રહ્યા છે. ઋગ્વેદના સમયે સ્ત્રીઓને શિક્ષા લેવા માટે જે છૂટ હતી તે પણ છીનવાઈ રહી છે. આપણા વિદેશ વ્યાપાર પણ બંધ થવા લાગ્યા છે. અનેક પાખંડીઓ, નશાખોરો, ચોર અને જુગારીઓ આપણા સમાજને અસુરક્ષિત બનાવી રહ્યા છે."

આ બધું સાંભળીને વિક્રમ ઊભો થયો અને બોલ્યો ; 'હવે આપણી રાજસભા એક મહિના પછી આ જ સમયે ભરાશે. આજની આ સભા પૂર્ણ થઈ. બધા જ મંત્રીઓ રાજા વિક્રમની ક્ષમતાઓ પર સવાલો ઉઠાવતા ચર્ચાઓ કરવા લાગ્યા. ધીમા અવાજે વાતો કરવા લાગ્યા કે "શું આ રાજા યોગ્ય છે? આટલા મોટા સામ્રાજ્યને જાળવવાની વિક્રમમાં ક્ષમતા છે? જે રાજા સભાને અડધેથી જ બંધ

કરીને ચાલ્યો ગયો અને પાછી સભા એક મહિના જેટલા લાંબા સમયગાળા બાદ ભરવાનીવાતો કરે છે તે કેવી રીતે બધું સંભાળી શકે ?" વગેરે ચર્ચા શરૂ થઇ પડી.

પણ પ્રધાનમંત્રી ચેતન્ય ખૂબ જ બુદ્ધિશાળી અને ચતુર પ્રધાન હતા. તેઓએ માત્ર વિક્રમના પ્રધાનમંત્રીની જ ભૂમિકા ભજવી ન હતી. પણ ચેતન્ય વિક્રમ સાથે તેના પિતારૂપી ફરજ પણ પૂરી કરી હતી. ચેતન્યએ વિક્રમને શસ્ત્ર વિદ્યા, ભાલા ફેક, ફૂટનીતિઓ, અશ્વ સવારી, યુદ્ધ વિદ્યાઓ વગેરેનું પૂરતું શિક્ષણ આપીને પરિપૂર્ણ બનાવ્યો હતો. આથી તેઓ સમજી ગયા કે વિક્રમને કશુક તો વિચારી રાખ્યું જ છે.

રાજીવ પણ વિક્રમ ના પ્રકાર સભા છોડીને જતા જોઇને બોલી પડ્યો; " આ મેં શું કર્યું? મને પણ આ બધા દરબારીઓની જેમ જ ખુદની ક્ષમતાઓ (વિક્રમની) ઉપર શંકા થઇ રહી છે.

ચેતન્ય જેવા ખંડની બહાર આવિયા કે એક ગુપ્તચરે વિક્રમ દ્વારા મોકલેલ ગુપ્ત સંદેશપત્ર ચેતન્યના હાથમાં સોંપીયો. ચેતન્ય એ સંદેશ વાંચીને થોડું હસિયા. રાજીવે પણ ચેતન્યને હસતા નોંધીયું અને રાજીવ બોલ્યો : " એવો શું મેં સંદેશ મોકલ્યો હશે ?કે જેને વાંચીને ચેતન્ય એટલા ગર્વ અનુભવતા મલકાય રહિયા છે "

મિસ્ટર બ્લુ બ્રેઈન પણ હસવા લાગ્યું અને બોલ્યો ; " વાહ, વિક્રમ ! વાહ ! રાજીવ. ખરેખર સારો નિર્ણય લીધો. રાજીવને જાણવાની ઉત્સુકતા વધી બોલી પડ્યા ; " બ્લુ બ્રેઈન ! મને પણ કહે તું, વિક્રમ શું કરવાનો છે?

મિસ્ટર બ્લુ બ્રેઈન: સંદેશા માં લખ્યું છે કે " પિતા સમાન પૂજ્ય, ચેતન્ય પ્રધાનમંત્રી. હું પ્રજાની સમસ્યાઓને અનુભવવા અને તેના નિવારણ માટે પ્રજાની વચ્ચે જ ગુપ્તવેશ ધારણ કરીને ભ્રમણ કરીશ. 28 દિવસ બાદ આપણે સીધા રાજસભામાં મળીશું . લીખીતન- તમારો પુત્ર સમાન " વિક્રમ".

રાજીવ પણ આ સંદેશો સાંભળીને ખુદને શાબાશી આપતા બોલ્યો; " વાહ! રાજીવ "

28 દિવસ સુધી રાજા વિક્રમ સામ્રાજ્યના અનેક ગામોમાં ગુપ્ત વેશમાં માં ફરે છે. પ્રજા જે સમાજની સમસ્યાઓનો સામનો કરી રહી હતી તે વાસ્તવિકતાનો સામનો કરીને વિક્રમ દ્રવી ઉઠ્યો. વિક્રમએ જોયું કે કેવી રીતે પાખંડી પંડિતો દેવદાસી પ્રથાના નામે સ્ત્રીઓનું શોષણ કરી રહ્યા છે. સતી થવા ન માંગતી સ્ત્રીઓને , પતિના મૃત્યુ પછી સળગતી આગમાં ધકેલતા પાખંડી બ્રાહ્મણો અને નિર્દય પરિવારજનો એક સ્ત્રીના મૂળભૂત અધિકારને કેવી રીતે છીનવી રહ્યા છે. અસ્પૃશ્યતા જેવી ખોટી માન્યતાઓથી પીડાઈ રહેલા નીચલી જાતિના લોકોને કેવી રીતે ગામની બહાર ધકેલી દેવામાં આવે છે. આ લોકો કેવી રીતે પાણીના

એક પ્યાલાને પણ મેળવવા માટે પણ સમાજના લોકો સાથે સંઘર્ષ કરી રહ્યા છે. આ જ અસ્પૃશ્યતા કારણે કેવો ભૂખમરી, બીમારીઓ અને અને સમાજની અદેખાઈ નો ભોગ બની રહ્યા છે. આ ઉપરાંત વિક્રમને સમાજમાં પ્રવર્તતા ઊંચનીચના તફાવત, ચોરી, લૂંટફાટ, બળાત્કાર, નશાખોરી જેવી કુટેવોથી ઘેરાયેલા લોકો વગેરે સમસ્યાઓને જોઈને ' જ્યાં સુધી હું આ બધું સરખું ન કરું ત્યાં સુધીમાં સારો રાજા ન કહી શકાય' તે વાતનો અનુભવ થયો.

૨૮માં દિવસે વિક્રમ સામ્રાજ્યમાં પાછો આવે છે અને આદેશ આપતાં કહે છે કે; " આપણા સામ્રાજ્યના દરેક ગામના ઘરોમાંથી ઓછામાં ઓછી એક વ્યક્તિ હાજર રહે તે રીતે કાલે રાત્રે લોક સભાનું આયોજન કરો" પવનવેગે રાજા નો આદેશ સામ્રાજ્યના બધાં જ ગામોમાં ફેલાવવામાં આવ્યું. લાખોની સંખ્યામાં લોકો સભામાં એકઠા થયા. સાંજના સાત વાગ્યા છે રાજા વિક્રમ આવ્યા અને સિંહાસન પર બેઠો.

વિક્રમ: ' અત્યારે જ બે મોટી કડાઈ માં તેલ ઉકાળવા મુકો' ગંભીર થઈને સૈનિકોને આદેશ આપ્યો. ધીમી ગતિએ કડાઈમાં તેલ ગરમી પકડતા ઉકળવાનું ચાલુ થઈ ગયું. વિક્રમના અંગત સિપાઈઓ જે પાખંડી બ્રાહ્મણો અને પરિવારજનો બળજબરીપૂર્વક સ્ત્રીઓને સતી થવા માટે ધકેલી રહ્યા હતા તે બધા જ ૨૦ વ્યક્તિઓને ગુનેગાર બનાવીને સભામાં લાવવામાં આવ્યા.

વિક્રમ: ખૂબ જ ગુસ્સે ભરાઇને બોલ્યો; " કોઈ નિર્દોષ વ્યક્તિને મોતને ઘાટ ઉતારવાનો અધિકાર કોઈ વ્યક્તિ પાસે કે ભગવાનને પણ નથી. એક સ્ત્રી તેના પતિની ગુલામ નથી. પતિનું મૃત્યુ થવાથી તેની પત્નીનું જીવન નરક તો ન જ બનવું જોઈએ. આજથી મારા સામ્રાજ્યમાં કોઈપણ વિધવા સ્ત્રીને સતી થવાની જરૂર નથી. જો કોઈ પણ વ્યક્તિ વિધવા સ્ત્રીને સતી થવા માટે મજબૂર કરશે તો હું તેમને આ જ સજા આપીશ " કહીને વિક્રમ દ્વારા આદેશ આપવામાં આવ્યું કે " ધક્કો આપી દો તે દુષ્ટોને આ ઉકળતા તેલમાં" રાજાના આદેશનું પાલન કરતા સૈનિકોએ ઉકળતા તેલ પર ગોઠવેલાં લાકડાના પાટીયા પરથી એક પછી એક ૨૦ વ્યક્તિઓની ધકેલી દીધા.

તે પાપી વ્યક્તિઓ ઉકળતા તેલમા દાઝતા શરીર સાથે ચીસો પાડતા મૃત્યુ પામવા લાગ્યા. આ બધું જોઇને ગામના લોકો કમકમી ઉઠ્યા. વિક્રમ ઈચ્છતો હતો કે એટલી કઠોર સજાને જોઈને લોકો ડરના મારે સમાજના મૂળમાં રહેલી સતીપ્રથા નામની કુટેવ નાબૂદ થઈ જાય.

વિક્રમ: દેવદાસીની સમસ્યા વિશે વાત કરતા આગળ બોલ્યો; " એક સ્ત્રી ! કોઈની પણ દાસી હોતી નથી. એક ઈશ્વર જેને આ સૃષ્ટિની રચના કરી છે તેને કોઈ દાસ કે દાસીઓની જરૂર નથી. પુરુષ હોય કે સ્ત્રી બધા ઈશ્વરનાં સંતાનો જ

છે. હું આદિત્ય વંશનો રાજા આ જ શણથી બધા જ મંદિરોમાં રહેલ દેવદાસીઓ ને મુક્ત કરું છું.

ચેતન્ય સામે જોઈને વિક્રમ બોલ્યો; " પ્રધાનમંત્રી ! તમે કાલે જ દરેક પ્રાંતમાં એક મોટા આશ્રમ અને વિદ્યાલયની સ્થાપના કરો. અને તે વિદ્યાલયોમાં દેવદાસીઓને અધ્યાપક તરીકે નૃત્યવિદ્યા શીખવાડવાની છૂટ આપીને મહિલા સશક્તિકરણ નું કાર્ય કરો. જેનું તેમને વેતન પણ ચૂકવવામાં આવશે અને તે જ આશ્રમમાં રહેવાની છૂટ પણ મળવી જોઈએ. આજથી કોઈ વ્યક્તિ દેવદાસ કે દેવદાસી જેવા શબ્દનો ઉપયોગ નહીં કરે. જે બાળાઓ અને મહિલાઓ નૃત્ય શીખી શીખી ને પારંગત થવા માંગતી હોય તેઓ આ આ મંદિરોમાંથી મુક્ત બનનારી ગુરુમાતા પાસે શિક્ષા લેવા આશ્રમમાં આવી શકશે. આ પ્રકારે હું મંદિરમાંથી મુક્ત બનતી મહિલાઓને સન્માન ભર્યું જીવન જીવવાની તક આપું છું. જો કોઈ પાખંડી બ્રાહ્મણ મારા આદેશનું પાલન નહીં કરે તો હું તે પાખંડીને આજીવન કારાવાસની સજા કરીશ."

વિક્રમ એક પછી એક નવા નિયમ અને કાનૂનના આદેશ આપી રહ્યો હતો. હાજર રહેલા દરબારી કવિ ઓ અને ન્યાયમૂર્તિઓ આ નિયમોને એક હરોળમાં બેસીને નોંધી રહ્યા હતા.

હવે વિક્રમ અસ્પૃશ્યતાની સમસ્યા પર વાત કરતાં બોલ્યો; " મેં અનેક ઘરના વ્યક્તિઓ, બાળકો અને વૃદ્ધોને અસ્પૃશ્યતા જેવી નકામી માન્યતા ને કારણે બહિષ્કાર થતા જોયા છે. તેમને કૂવામાંથી પાણી નું એક ટીપું કે અન્નના ભંડારોમાંથી એક મુઠ્ઠી અન્ના દાણા પણ આપવા તો દૂર સ્પર્શ કરવા દેવામાં આવતા નથી. આજથી મારા સામ્રાજ્યમાં અસ્પૃશ્યતા જેવી ખોખલી માન્યતાની કોઈ જગ્યા નથી. અને આ પ્રથાને નાબૂદ કરતાં હું આદેશ આપું છું કે મારા રાજ પરિવાર, સૈનિકો અને રાજ દરબાર ના દરેક વ્યક્તિ માટે ભોજન બનાવવાનું કામ અસ્પૃશ્યતા ને કારણે બહિષ્કાર કરી દેવામાં આવેલા તે વ્યક્તિઓ જેને સમાજ નીચલી જાતિના લોકો કહીને ધિક્કારે છે તેમના દ્વારા બનાવેલા ભોજનને જ આપણે સૌવ ખાઈશું. આ કામ માટે તેમને વેતન અને રસોઈયા તરીકે રહેવાસ પણ પૂરું પાડવામાં આવશે.

દરેક ત્રણ ગામની વચ્ચે એક વેધશાળા બનાવવી, ગરીબોને ભોજન માટે ધર્મશાળા, રાત્રે મુસાફરી કરનાર વ્યક્તિઓને સલામત માટે સુરક્ષાની જવાબદારી નિભાવવા માટે પરિવહન માર્ગોમા રાત્રી સૈનિકો ની નિમણૂક કરીને પરિવહનને સુરક્ષિત કરવાની વ્યવસ્થા. વિવિધ પ્રકારના નશીલા પદાર્થના વ્યસનથી બંધાઈ ગયેલા વ્યક્તિઓને નશા મુક્ત કરવા કેન્દ્રોની સ્થાપના કરવા તથા કેન્દ્ર ચાલુ થયા પછી ત્રણ મહિના બાદ બધા જ નશીલા પદાર્થોનો વ્યસન

સામ્રાજ્ય માંથી સંપૂર્ણપણે બંધ કરી દેવાનો આદેશ આપતા વિક્રમે પ્રધાનમંત્રી ચૈતન્યને આ બધા બદલાવો આવનારા ચાર મહિનાની અંદર લાગુ કરવાનો આદેશ આપ્યો.

ચૈતન્યએ આદેશોને સ્વીકારતા: " જેવી આજ્ઞા ! મહારાજ" કહીને પાલન કરવામાં આવશે તેવું દર્શાવતા ઝુકયા.

વિક્રમ દ્વારા કરવામાં આવેલા બધા જ સુધારાઓથી ઘણા પાખંડી અને દુરાચારી બ્રાહ્મણો , મંત્રીઓ અને ષડયંત્રકારી વ્યાપારીઓ નારાજ હતા. પરંતુ ગરમ તેલમાં બળીને મૃત્યુ પામેલા અને તેમની દર્દ ભરી ચીસો સાંભળીને વિક્રમના સુધારાઓ સામે અવાજ ઉઠાવવાની હિંમત હાલ તો કોઈનામાં ન હતી.

વિક્રમ: " 'લોકસમસ્યા નિવારણ ગૃહ' ની સ્થાપના હું કાલથી જ કરી રહ્યો છું. આગૃહના માધ્યમથી મારી પ્રજા કોઈપણ સમસ્યાને લેખિત પત્ર દ્વારા દાખલ કરી શકશે જેનો હું સાત દિવસની અંદર નિરાકરણ લાવવાનો પ્રયાસ કરીશ." આ પ્રકારે અનેક સમાજસુધાર કરીને સભાને પૂર્ણ જાહેર કરી.

રાતના દસ વાગ્યા છે, વિક્રમ તેના કક્ષમાં સૂતો હતો. કેટલા માટેનું એક સેનાપતિ કચ્છમાં દાખલ થાય છે અને કહે છે; " મહારાજ સમા કરજો. આ રાત્રી સમયે તમને પરેશાન કરવા બદલ. પરંતુ પ્રધાનમંત્રી ચેતન્ય તમને અત્યારે જ મળવા માંગે છે અને તેમનું કહેવું છે કે કોઈ જરૂરી મુદ્દા પર અત્યારે જ વાત કરવી જરૂરી છે. જો આપની આજ્ઞા હોય તો એમને કક્ષમાં મોકલું."

વિક્રમ: કોઈ સમસ્યા નથી. એમને દાખલ થવા દો

ચેતન્ય: દાખલ થઈને ; ' પ્રણામ મહારાજ !'

વિક્રમ: ચેતન્યજી ! તેવી શું આવશ્યક વાત છે કે જેથી તમે મને મળવા મધ રાત્રે જ આવી પહોંચ્યા ? બધું જ ઠીક તો છે ને?

ચેતન્ય: ખલેલ માટે ક્ષમા કરજો મહારાજ ! પણ વાત જ એવી છે કે અત્યારે જ આવું પડયું.

વિક્રમ: કહો

ચૈતન્ય: મહારાજ ! આજે લોકસભામાં તમે કરેલા સુધારા અને બનાવેલા નવા નિયમ કાનુન યોગ્ય જ છે. પણ મારું માનવું છે કે આ બધા સુધારા સમયથી ઘણાં આગળ છે.

વિક્રમ: મતલબ?

ચેતન્ય: મતલબ કે બધા સુધારાને સ્વીકાર કરવાની સમજ શક્તિ લોકોમાં હજુ વિકસિત થઇ નથી. અનેક પાખંડીઓ તમારા દ્વારા કરાવવામાં આવેલા સુધારાઓનો દૂરઉપયોગ કરીને લોકોમાં તમારી વિરુદ્ધ , ધર્મ અને રીતિ-રિવાજના બહાના હેઠળ ભડકાવવાનું ચાલુ કરી દીધું છે. જે આગળ જઈને એક

મોટા લોક વિદ્રોહ તરીકે ઉભરી શકે છે. આજના દિવસમાં તમારા દ્વારા લાવવામાં આવેલા બદલાવો ની સંખ્યા ઘણી વધારે હોવાથી તમારી વિરુદ્ધ અનેક શત્રુઓને ઊભાં કરી દેશે.

વિક્રમ: પ્રધાનમંત્રીજી ! તમારી વાતને હું સમજુ છું પરંતુ જે દુઃખ અને દર્દને નિહાળ્યું છે એ જોઈને હું ઉભા થતાં હજારો જેટલા શક્તિશાળી શત્રુઓ સામે પણ લડવા તૈયાર છું.

સમય જવા લાગ્યો વિક્રમ નું સામ્રાજ્ય ઘણું વિકસિત થવા લાગ્યું . વિક્રમની રાજનૈતિક સૂઝ-સમજ ના કારણે ધીમો પડી ગયો દેશ વિદેશ નો વ્યાપાર પવન વેગે આગળ વધવા લાગ્યો. વિક્રમનું યુદ્ધ કૌશલ પણ સામ્રાજ્યને વિસ્તારવામાં મદદરૂપ થઈ રહ્યું હતું. વિક્રમ ઘણીવાર સામાન્ય જીવન જીવવા અને સમાજના લોકોની સમસ્યા જાણવા સામાન્ય વ્યક્તિ બનીને ગુપ્ત વેશમાં ભ્રમણ કરતો. આવી જ રીતે એક વાર વેશ પલટો કરીને વિક્રમ ફરતો ફરતો એક જંગલમાં જઈ ચડ્યો.

ગાઢ જંગલની વચ્ચે વિક્રમ ની નજર એક ઝરણા પર પડી. ઝરણા પાસે જઈને વિક્રમ પાણી પીવા લાગ્યો અને ખોબો ભરીને ચહેરાને સાફ કરી રહ્યો હતો એટલામાં વિક્રમ ની નજર સામે કિનારા પાસે બેઠેલી એક સુંદર બ્રાહ્મણ કન્યા પર પડી. એ સુંદર બ્રાહ્મણ કન્યાએ પગમાં કાંસાની બનેલી ઝાંઝર પહેરી હતી. હાથના કાંડા પર અને બાજુબંધમાં રુદ્રાક્ષની બનેલી માળા અને કાનમાં પહેરેલ પિત્તળની બાલી ઉપર પડતો સૂર્યના પ્રકાશ અથડાઈ અને વિખેરાઇ રહ્યો હતો અને તે દ્રશ્ય જાણે બાલી જ સૂર્યના કિરણોનું ઉદ્ગમસ્થાન હોય એવું લાગી રહ્યું હતું. તે સુંદર સ્ત્રી પોતાના કોમળ હાથોથી કમળના ફૂલની સ્પર્શીને તેની સાથે વાતો કરી રહી હતી તેવું લાગ્યું અને આ સ્ત્રી વર્તમાન સમયની “ ચિત્રા “ જ છે.

રાજીવ બ્રાહ્મણ વેશમાં સામે બેઠેલી ચિત્રાને જોઈને ખૂબ ખુશ થયો અને આશ્ચર્ય સાથે બોલ્યો : “ ચિત્રા? “ અને હસ્યો ; “ મતલબ કે હું અને ચિત્રા એક સમયે ભૂતકાળમાં પણ મળ્યા હતા. હવે મને સમજાયું શા માટે હું ચિત્રા સાથે એટલું સ્ટ્રોમ કનેક્શન અનુભવી રહ્યો હતો “

મિસ્ટર બ્લુ : હા ! રાજીવ આ તો ચિત્રા જ છે.

વિક્રમ નું ધ્યાન એકાએક, તે સુંદર બ્રાહ્મણ કન્યાની પાછળ શિકાર કરવા માટે આગળ વધી રહેલા વાઘ ઉપર પડ્યું. વિક્રમે છુપાવેલું ખંજર કાઢ્યું અને ખૂબ જ ઝડપથી ઝરણા ને ઓળંગીને તે કન્યા તરફ દોડ્યો. તે કન્યાએ વિક્રમ ને ખંજર સાથે ઝડપથી દોડતા આવતા જોઈને પોતા પાસે છુપાવીને રાખેલ એક ધારદાર ચાકું જેવી રચનાને જોરથી પકડી લીધું . વિક્રમે થોડા દૂરથી જ જોરથી છલાંગ લગાવી ત્યારેજ કન્યાએ આંખો બંધ કરીને હાથમાં રહેલ ધારદાર

હથિયારને વિક્રમના ખંભા પાસે પૂરું જોર લગાવીને શરીરમાં ખુંપવી દીધું. તે બ્રાહ્મણ કન્યાએ જેવી આંખો ખોલી તો તેણે જોયું કે વિક્રમ તેના ઉપર બેભાન હાલતમાં પડ્યો છે. કન્યાએ વિક્રમને ધક્કો માર્યો અને ઉભી છે

ઊભા થઇને પાછળ જોતા જ તે અચંબિત થઈ ગઈ. પાછળ જમીન પર મરેલો વાઘ પડ્યો હતો અને તેના ગળામાં ખંજર હતું જેને વિક્રમ જમણા હાથથી પકડીને બેભાન જમીન પર પડેલો હતો. કન્યાને તેની ભૂલ સમજાઈ ગઈ અને કરેલી ભૂલના પશ્ચાતાપમાં આંખોમાંથી અશ્રુ વહેવા લાગ્યું.

કન્યા: જોરથી કોઈને બોલાવતા બોલી ; " તુષાર !!તુષાર !". એક સુંદર સફેદ ઘોડો ઝડપથી દોડતો આવ્યો. કન્યા એ જેમ તેમ બળનો ઉપયોગ કરીને વિક્રમના હૃષ્ટપૃષ્ટ શરીરને ઉચકીને ઘોડા પર ટેકવિયુ અને ઘોડે સવારી કરીને આશ્રમ તરફ ઝડપથી ભાગી. ત્રણ દિવસ પછી વિક્રમની આંખો ખૂલી વિક્રમ કોઈ આશ્રમના કક્ષમાં હતો બાજુમાં તે જ સ્ત્રી જડીબુટ્ટી અને ખૂટી રહી હતી.

વિક્રમના ખંભા નજીક આવીને અને જડીબુટ્ટી લગાવતા બોલી; " થોડું દહન લાગશે પણ આ તમને ઝડપથી સ્વસ્થ કરી દેશે. ' તે બ્રાહ્મણ કન્યા આયુર્વેદિક ઔષધીનો લેપ વિક્રમના ખંભા તરફ ઝૂકીને લગાવવા લાગી. આ દરમિયાન વિક્રમ તે બ્રાહ્મણકન્યાની સૂર્યમુખી જેવી સુંદર આખોને જોઈને મનોમન બોલી પડ્યો ; " આજે મને મારી અપ્સરા મળી ગઈ"

વિક્રમ: તમારું નામ શું છે? આતુરતાથી અને નામ જાણવાની ઝંખનાથી તડપી રહેલી વિક્રમ, કન્યાની સૂર્યમુખી જેવી આંખોમાં આંખ પરોવીને બોલ્યો.

બ્રાહ્મણ કન્યા પહેલી બનાવીને વિક્રમની બુદ્ધિચાતુર્યતા ને પરખવા બોલી : " મારું નામ બે તત્વોના જોડાવાથી બન્યું છે. તેમાંનું એક તત્વ આપણને દિવસ પૂરો થઈ જવા આવ્યો છે તેનું અનુભવ કરાવે છે. અને બીજું તત્વ બ્રાહ્મણોનું પ્રિય છે અને તેના વગર એક પુરુષ અને મહિલા બ્રાહ્મણ ધર્મ અનુસાર તેને સાક્ષી માન્યા વગર પતિ-પત્ની બની શકતા નથી. તો કહો શું હશે મારું નામ ?" કહીને સ્મિત આપતા જવાબ ની રાહ જોવા લાગી.

વિક્રમ: ...... તમારું નામ " સંધ્યાઅગ્નિ" છે. સાચું ને ?

સંધ્યાઅગ્નિ: ખુશ થતા બોલી : હોશિયાર વ્યક્તિ લાગો છો. સાચું . એ જ નામ છે.

વિક્રમ: હું તમને સંધ્યા કહીને જ સંબોધિત કરવાનું પસંદ કરીશ.

સંધ્યાઅગ્નિ: અને એવું કેમ?

વિક્રમ: કારણકે તમારું રૂપ આંખોને શીતળતા આપતી સંધ્યા જેવું કોમળ છે. મને તમારામાં કોઈ અગ્નિ જેવો ક્રોધ તત્વ દેખાય નથી રહીયો. હા ! જો કે તમારામાં અગ્નિની પવિત્રતા તો છે.

સંધ્યા: ‘ જ્યારે મારા હાથથી તમને તીક્ષ્ણ હથિયાર લાગ્યું , ત્યારે પણ તમને મારામાં અગ્નિ ન દેખાણી? ‘ કહીને થોડું હસી.

વિક્રમ: હા ! એ સમયમાં તો થોડું તમારું અગ્નિરૂપ બળપૂર્વક લાગ્યું" કહેતા બંને ખડખડાટ હસવા લાગ્યા.

સંધ્યા: થોડો સમય તો તમારે આ આશ્રમમાં જ રહેવું પડશે. જેથી તમારી સારવાર થઇ જાય. શક્ય હોય તો મને માફ કરી દો મને લાગ્યું કે તમે મારા ઉપર હુમલો કરવા જઈ રહ્યા છો. ને ગભરાઈને તે પગલું ભરેલુ.

વિક્રમ: એ તો હું એ જ સમયે સમજી ગયો હતો. તમે કોણ છો ?

સંધ્યા: હું આ આશ્રમ બે વર્ષથી છું. આશ્રમના મુનિ દેવેન્દ્ર ચાર્ય મારા પિતા સમાન છે. પહેલા હું એક દેવદાસી હતી. અમારા સામ્રાજ્યના મહાન રાજા વિક્રમના આદેશના કારણે જ હું મુક્ત થઈ શકી. ત્યારબાદ દેવેન્દ્રચાર્ય ના આમંત્રણ મળવાથી મેં સ્વીકાર કર્યો અને હું આ આશ્રમમાં બાળકોને નૃત્યશિક્ષા આપવા અહીં સ્થાયી થઇ ગઈ.

વિક્રમ: એ દિવસે તમે જંગલમાં શું કરી રહ્યા હતા?

સંધ્યા: અનેક વર્ષો બાદ મને મંદિરની ચાર દીવાલોમાંથી આઝાદી મળી છે. આથી થોડા થોડા દિવસોએ ખુલ્લું આકાશ, જંગલો, પહાડોમાં અને ઝરણાં પાસે જઈને વર્ષોથી અધૂરી રહેલી મારી પ્રકૃતિને માણવાની ઇચ્છાઓ પૂરી કરી રહી છું. આ બધું શક્ય બન્યું માત્ર મારા મહારાજ વિક્રમના કારણે. આતો મારા નસીબમાં નથી નહીંતર મારું સમર્થ જીવન તેમના ચરણોમાં જ અર્પિત કરી નાખત કારણ કે તેમને મારી જેવી અનેક સ્ત્રીઓનું જીવન સુધારીયુ છે.

વિક્રમ: તમે તમારા રાજાના એટલા બધા વખાણ કરી રહ્યા છો. શું તમે તેમને ક્યારેય જોયા છે ?

સંધ્યા: નહીં આજ સુધી તો નહીં. પણ જે દિવસે મને તક મળશે ત્યારે હું તેમના ચરણસ્પર્શ કરવાનું પસંદ કરીશ. મેં એમને ક્યારેય જોયા નથી અને એનું મને દુઃખ પણ છે. જેમ જેમ અનેક ગોપીઓનો કૃષ્ણ પ્રત્યનો પ્રેમ અજોડ અને અતૂટ હતો હતો એવી રીતે જ મારો પણ મારા રાજા પ્રત્યે નો પ્રેમ અતૂટ છે. જેમ રાધાનું અને કૃષ્ણ ના પ્રેમ નું મિલન અધુરૂ રહી ને પણ પૂર્ણ છે તેમજ મારો રાધાની સમાન પ્રેમ મારા મહારાજ પ્રત્યેનો એક તરફી પ્રેમ પણ પૂર્ણ છે.

વિક્રમ: માત્ર તમારા મનની ખુશી માટે વાત કહું તો એક દંતકથા અનુસાર રાધા જ કૃષ્ણની પત્ની જેને આપણે રુકમણી તરીકે ઓળખીએ છીએ એ રાધા જ હતી. શું તમને આ દંતકથા ખબર છે ?

સંધ્યા: નહિ. હું નથી જાણતી.

વિક્રમ: જો સંજોગો એવા સર્જાય કે તમને રાધામાંથી રુકમણી બનવાની તક મળી જાય. તો તમે શું કરો ?

સંધ્યા: મારા મહારાજ દ્વારા કરવામાં આવેલા સુધારોથી હું એટલી બધી પ્રભાવિત છું કે જો મને રુકમણી બની જવાનો અવસર મારા કૃષ્ણ સમાન વિક્રમ રાજા સાથે આ જન્મમાં મળી જાય તો કદાચ મને નથી લાગતું કે મારો પુનર્જન્મ થશે. કારણકે મારી બધી ઈચ્છા મહારાજની પત્નિ બન્યાના સૌભાગ્યથી જ સંતોષાય ગઈ હશે." વિક્રમ ખડખડાટ હસવા લાગ્યો.

એક દિવસ પછી વિક્રમ ઠીક થઈને ચાલી શકવા લાયક બની ગયો. વિક્રમ કુટિરમાંથી બહાર આવ્યો. એક થી પટના વૃક્ષની છે સંધ્યા નાની નાની બાળાઓને નૃત્યકલા અને મુદ્રાઓ શીખવાડી રહી હતી

એટલામાં જ સૈનિકો રાજા વિક્રમને શોધતા આવી પહોંચ્યા. આશ્રમમાં આવી પહોંચેલા સૈનિકોની ચહેલ-પહલ જોઈને દેવેન્દ્રચાર્ય પ્રાંગણમાં આવ્યા અને સૈનિકોને બોલ્યા ; " આ બધું શું ચાલી રહ્યું છે? " સંધ્યા દેવેન્દ્રચાર્યની બાજુમાં આવીને ઊભી રહી. એક સૈનિકે દેવેન્દ્રચાર્ય પાસે આવીને બધી વાત સમજાવી. મહારાજ વિક્રમ સંધ્યાની સામે આવીને ઊભો રહ્યો. સૈનિકની વાત સાંભળીને સંધ્યા રાજા વિક્રમ સામે મિશ્ર ભાવ સાથે જોવા લાગી .

વિક્રમ થોડું વધુ નજીક , દેવેન્દ્રચાર્ય અને સંધ્યા પાસે ચાલીને આવતા બોલ્યો; " ગુરુદેવ તમે જો મને યોગ્ય સમજતા હોવ અને આજ્ઞા આપો તો સંધ્યાને હું મારી ધર્મપત્ની બનાવીને મારી સાથે આપણી રાજધાની આદિત્ય નગર લઈ જવા માગું છું. સંધ્યા સામે પ્રેમભાવથી જોતા વિક્રમ બોલ્યો;

:વિક્રમ : સંધ્યા! તો શું મારી પત્ની બનવાનું પસંદ કરીશ? મારી ઈચ્છા તો તને મારી જીવનસંગિની બનાવી જીવનભર તારી સાથે રહીને સુખ દુઃખના પ્રસંગો જોવાની છે . તારી શું ઈચ્છા છે ?

સંધ્યા: ખુશી અને પ્રેમથી વિક્રમ સામે જોઈને ધીરજથી બોલ; " તમને મળવું એ મારું સૌભાગ્ય છે. પણ તમને તો ખબર જ છે ને કે હું એક દેવદાસી હતી "

વિક્રમ: દેવદાસી એ શું ? મને લાગે છે કે તમે તમારા મહારાજના આદેશોને સરખા સાંભળતા નથી. મહારાજા વિક્રમ એ તો આદેશ આપતા કહ્યું હતું કે આજ પછી કોઈ પણ વ્યક્તિ દેવદાસી શબ્દનો ઉપયોગ નહીં કરે. તમે તો નૃત્યના અધ્યાપક છો. અને જો આજે તમે મારા પ્રસ્તાવને હાવ બોલો તો તમે મારા ધર્મ પત્ની પણ છો. " કહીને સંધ્યા સામે જવાબ ની રાહ જોવા લાગ્યો.

સંધ્યા દેવેન્દ્ર આર્ય સામે જોતા બોલી; " મારી હા છે પરંતુ મારા પિતાતુલ્ય દેવેન્દ્ર આચાર્ય મને પરવાનગી આપે તો જ " હવે સંધ્યા અને વિક્રમ દેવેન્દ્ર આચાર્ય સામે હકારાત્મક જવાબની આશા સાથે અધીરાઈથી હા જવાબને

સાંભળવા જોવા લાગ્યા.

દેવેન્દ્ર ચાહિયે સંધ્યા ની આંખો માં જોયું. પછી થોડું કશુક વિચાર્યું અને " હા " બોલીને સદા સૌભાગ્ય ભવનો આશીર્વાદ આપતા હસતા ચહેરા સાથે જોવા લાગ્યો .

સંધ્યા: મારી હજી એક શરત છે

વિક્રમ: શું?

સંધ્યા: આપણે અહીંયા જ લગ્ન કરીશું પછી જ રાજધાની આદિત્ય નગર તરફ પ્રયાણ કરીશું.

વિક્રમ: " હા. કોઈ તકલીફ નથી, રાણી સંધ્યા" કહીને હસ્યો.

ખૂબ જ સાદગીથી અને સામાન્ય રીતે વિધિવિધાનને અનુસરીને સંધ્યા અને વિક્રમે લગ્ન કરી લીધા. આશ્રમના ઋષિઓના આશીર્વાદ લઈને નવવિવાહિત સંધ્યા- વિક્રમ પોતાના લગ્નજીવન ની શરૂઆત કરતા આદિત્ય નગર તરફ નીકળી પડ્યા.

રાજીવ: "બ્લુ બ્રેઈન ,જોયું તે? ગયા જન્મમાં મારા લગ્ન ચિત્રા સાથે જ થયેલા છે. એટલે સંભાવના છે કે આ જન્મમાં પણ મારા લગ્ન ચિત્ર સાથે થશે " રાજીવ આ બધું જોઇને ખુશ થઇ રહ્યો હતો.

મિસ્ટર બ્લુ બ્રેઈન : હા ! રાજીવ મેં જોયું. વિક્રમ અને તું પણ અત્યારે ખૂબ ખુશ દેખાઇ રહ્યા છો.

સમય વીતવા લાગ્યો. વિક્રમ દ્વારા એક દેવદાસી સાથે લગ્ન કર્યા હોવાથી તેના શત્રુઓમાં વધુ વધારો થયો. થોડા ઘણા વીદ્રો પણ થયા. પણ વિક્રમની કુશળતા સામે તેના બધા જ શત્રુ પરાજીત થતાં જ રહ્યા. વિક્રમ અને સંધ્યા સુખી લગ્ન જીવન વિતાવી રહ્યા હતા.

એક દિવસ વિક્રમ તેના અમુક સૈનિકો સાથે યુદ્ધ અભ્યાસ ક્ષેત્રના મેદાનમાં યુદ્ધ અભ્યાસઅને પૂર્ણ કર્યા બાદ મંત્રીઓ સાથે ચર્ચા કરતા ઉભો હતો. એટલામાં અચાનક એક ગાન્ડો હાથી વિક્રમ તરફ હુમલો કરવા આવી રહ્યો હતો. હાથી બસ સૂંઠ દ્વારા વિક્રમ પર હુમલો કરવા જઈ રહ્યો હતો ત્યાં જ એક યુદ્ધના વસ્ત્રોમાં સજ્જ એક બહાદુર સૈનિક વિક્રમને ધક્કો મારીને હાથીની સૂંઢનો માર પોતાના ઉપર લઈ લે છે. હવે પાગલ થઈ ચૂકેલો હાથી વિક્રમ ને બદલે તે સૈનિકની પાછળ પડી જાય છે. ખૂબ જ મહેનત અને હાથી સાથે થયેલ લડાઇને અંતે આ બહાદુર સૈનિક હાથીની આંખોમાં જોઈને તેને શાંત થઈ જવા માટે આંખોથી વાતો કરીને સમજાવે છે. જાણે આ સૈનિક પ્રાણીઓ સાથે વાતો કરવાની આવડત ધરાવતો હોય તેવું લાગી રહ્યું હતું. થોડી જ વારમાં હાથી શાંત થઈ ને બેસી ગયો.

રાજીવ: " ઓ ! બ્લુ બ્રેઈન ! તે .... તે જોયું..... તે જોયું ને.... આતો વિજય છે " આ સૈનિક તો મારા વર્તમાન જીવનનો આપણો વિજય છે.

બ્લુ પ્રિન્ટ: હા ! આ વિજય જ છે. રાજીવ સમજી રહ્યો છે ?

રાજીવ: શું ?

બ્લુ બ્રેઈન: મતલબ કે મનુષ્યનું જીવન કોઈના કોઈ રીતે વર્તમાનમા સંપર્કમાં આવી રહેલા બધા જ વ્યક્તિઓ સાથે તેના પૂર્વ જન્મમાં પણ કોઈના કોઈ રીતે એકબીજા સાથે સંકળાયેલા હોય છે.

રાજીવ: હા ! સાચી વાત છે તારી.

વિક્રમે તે સૈનિકની વીરતા અને સાહસ જોઈને તેની પાસે જઈને બોલ્યો ; " શું નામ છે તમારું ?"

સૈનિક: " પ્રણામ મહારાજ ! હું શશીધર છું" હું હજી કાલે જ તમારી સેનામાં મુખ્ય સેનાપતિ તરીકે જોડાયો છું.

વિક્રમ: શું તમને તમારા જીવની પરવા ન હતી. મને બચાવવા કેમ કૂદી પડ્યા?

શશીધર: " એ મારું કર્તવ્ય છે. તમારી રક્ષા કરવી એ જ મારો ધર્મ છે" કહીને માથું ઝુકાવ્યું.

સમય જતાં શશીધર ની બહાદુરી અને વફાદારીથી વિક્રમ ખૂબ પ્રભાવિત થયો. શશીધર હવે સેનાપતિ રહ્યો ન હતો પરંતુ વિક્રમનો અંગત મિત્ર પણ બની ગયો હતો. અનેક યુદ્ધોમાં બન્નેં સાથે મળી નીતિઓ ઘડીને સામ્રાજ્યને વધુ વિસ્તાર્યું. આ ઉપરાંત અનેક યુદ્ધોમાં બંને એ એકબીજાના જીવ બચાવ્યા. વિક્રમ અને શશીધર ની મિત્રતા દુર્યોધન-કર્ણ ની જેમ જ મજબૂત હતી અને સમયની સાથે વધુને વધુ મજબૂત થતી જ રહી. માત્ર શશીધરને અને પિતા સમાન પ્રધાનમંત્રી ચૈતન્યને જ રાજમહેલમાં કોઈપણ સમયે આવવાની પરવાનગી આપવામાં આવી હતી. શશીધર સંધ્યાનો પણ ખુબ જ સારો મિત્ર બની ગયો હતો. સંધ્યાની મુસાફરી દરમિયાન રક્ષા કરવાનું કામ , વિક્રમ માત્ર શશીધર ને જ ભરોસે છોડતો. રાજા-રાણી બંનેનો સારો મિત્ર હોવાથી ક્યારેક-ક્યારેક ઉભરી આવતા વિક્રમ અને સંધ્યા વચ્ચેનો મતભેદને દૂર કરવાનું કામ પણ શશીધર જ કરતો.

હૂણ પ્રજાતિ અને અન્ય બાહ્ય વિદેશી પ્રજા વારંવાર હુમલાઓ કરીને અખંડ ભારત વર્ષની એકતાને તોડી રહ્યા હતા. વિક્રમ ,વિદેશી પ્રજાઓ દ્વારા ફરીથી આક્રમણ થવાની સંભાવનાને જાણતો હતો આથી અન્ય રાજ્યોને પોતાના આદિત્યવંશ સામ્રાજ્ય સાથે મળીને વિદેશી પ્રજાતિઓ વિરુદ્ધ યુદ્ધ કરવામાં સાથ દેવા માટે મનાવવા અને ભારતવર્ષની ભૂમિને તે વિદેશીઓના હાથમાં જતી

અટકાવવા આદિત્ય વંશને અડકીને આવેલા રાજ્યો તથા દૂરના અન્ય રાજ્યોને એક કરવા નીકળી પડ્યો. આ અભિયાનમાં જતા પહેલા વિક્રમ દ્વારા શશીધરને આ સામ્રાજ્યને ખુદને સહી સલામત પાછો આવવા સુધી સંભાળવાની જવાબદારી સોંપીને ગયો. વિક્રમને તેના અભિયાનમાં સફળતા મળી જાય છે પરંતુ જ્યારે તે પાછો વળતા આવી રહ્યો હોય છે ત્યારે ગુપ્તચરો દ્વારા વિક્રમને એક ગંભીર સંદેશો મળે છે.

વિક્રમ, ગુપ્તચર દ્દ્વારા લાવવામાં આવેલ આ સંદેશાને વાંચે છે. સંદેશા માં લખ્યું હતું કે ; " ગુપ્તચરોને બાતમી મળી છે કે શશીધર અમુક દગાખોર મંત્રીઓ અને વેપારીઓ સાથે મળીને મહારાજા વિક્રમ તમને અને તમારા પરિવારને મોતને ઘાટ ઉતારવા કોઈ ષડયંત્ર રચી રહ્યો છે અને આખું સામ્રાજ્ય છીનવીને ખુદની રાજા જાહેર કરવા માંગે છે." વિક્રમ આ સંદેશાને વાંચીને ખૂબ ગુસ્સે ભરાયો. વિક્રમનું મન આ વાતને સાચી માનવા તૈયાર ન હતું આથી વિક્રમ તેના ખૂબ જ વિશ્વાસુ ગુપ્તચર "ભાનુગુપ્તને" આદિત્યનગર જઈને વાસ્તવિકતા શું છે? અને શું ખરેખર શશીધર આવું કોઈ ષડયંત્ર રચી રહ્યો છે કે નહીં ? તેની તપાસ કરીને સીધું છૂપી રીતે વિક્રમ પાસે જ આવવાનું સંદેશો મોકલે છે.

રાજીવ પણ આ ઘટનાને જોઈને ગંભીર થવા લાગ્યો.

મિસ્ટર બ્લુ બ્રેઈન: રાજીવ ! આ શું? શશીધર વિક્રમને મારવાનું ષડયંત્ર રચી રહ્યો છે? આવું બની જ ન શકે.

રાજીવ: બ્લુ બ્રેઈન ! હું પણ આ વાતને માનવા તૈયાર નથી. વિજય તો મારો વર્તમાન જીવનમાંમાં બેસ્ટ ફ્રેન્ડ છે. એ મારી સાથે મારી પાસ્ટ લાઈફમાં આવું કેવી રીતે કરી શકે ? શક્ય જ નથી.

બે દિવસ પછી, ભાનુગુપ્ત વિક્રમની છાવણીમાં આવીને બોલ્યો; " મહારાજ ! મને ક્ષમા કરજો. પણ જે માહિતી હું તમને આપવા જઈ રહ્યો છું તે તમને દુ:ખી કરશે જ.

વિક્રમ: " ભાનુ ગુપ્ત, ચોખી અને સાફ વાત કરો. તમને શું માહિતી મળી છે?" ક્રોધે ભરાઈને બોલી ઉઠ્યો.

ભાનુ ગુપ્તા: કાલે, તમે જ્યારે તમારા રાજમહેલમાં આવી જશો તે સમયે શશીધર, તમારા ભોજનમાં ખૂબ જ ઘાતક એવું ઝેરને મેળવી તમને મોતને ઘાટ ઉતારવાનું ખરેખર ષડયંત્ર રચી રહ્યો છે. અને શશીધર ખુદ જ આ કામ કરવાનો છે.

વિક્રમ ના હાથમાં રહેલ મદિરાનો પ્યાલો આઘાતમાં આવતા સરી પડ્યો.

વિક્રમ: તમે શું આ માહિતી ને કોઈને આપી છે ?

ભાનુ ગુપ્ત: ના મહારાજ ! માત્ર તમને જ

વિક્રમ: ઠીક છે. હું શશીધરને ખુદ મારી નજરોથી મારા ભોજનની થાળીમાં ઝેરને ભેળવતા જોઇશ પછી જ હું માનીશ કે શશીધર મારી વિરુદ્ધ ષડયંત્ર રચી રહ્યો છે. જો ખરેખર તેવું હશે તો તે શણ શશીધર ના જીવનનો આખરી ક્ષણ હશે પણ જો તેવું નહીં હોય તો ભાનુગુપ્ત ! તમે સમજી જજો કે તે દિવસ તમારા જીવનનો છેલ્લો દિવસ છે. હવે તમે અહીંયાંથી વિદાય લઈ શકો છો.

ભાનુ ગુપ્ત: ઠીક છે , મહારાજ !

આખી રાત વિક્રમ રણમાં બાંધેલી છાવણીની બહાર રેતાળ જમીન પર સૂસવાટા મારી રહેલા ઠંડા પવનો ની વચ્ચે ઊભો રહીને વિચારતો રહ્યો. શશીધર સાથેની મિત્રતા વિશે પણ ઘણું વિચાર્યું. વિક્રમની મિત્રતાનું બંધન આ વાતને માની લેવા વિક્રમનું હૃદય ના પાડી રહ્યું હતું પણ મગજથી વિચારતા વિક્રમ , શશીધર પ્રત્યે આ બધું સાંભળ્યા પછી થોડી શંકા નજરથી જોઈ રહ્યો હતો. જેમ રાત પસાર થતી રહી તેમ તેમ વિક્રમના મગજમાં રચાયેલ શંકાના જાળમાં શશીધર ફસાવવા લાગ્યો હતો .

બીજા દિવસે રાતના વિક્રમ પાછો આદિત્ય નગર આવી પહોંચ્યો. રાત્રિના ૪ વાગ્યા છે, છૂપી રીતે વિક્રમ તેના ભોજનકક્ષમાં આવીને છુપાઈ જાય છે અને સામે પડેલા ભોજનથાળ ને જોવા લાગે છે. થોડા સમય બાદ શશીધર ભોજન કક્ષમાં પ્રવેશે છે. વિક્રમ ખરેખર શશીધરને તેની ભોજનની થાળીમાં શહેરની ભેળવતા નજરે જુએ છે.

રાજીવ, બ્લુ બ્રેઈન અને વિક્રમ આ બધું જોઈને ખૂબ દુઃખ ની વેદના અનુભવવા લાગ્યા. વિક્રમની આંખો માંથી આંસુ સરી પડ્યા. તેણે તો સપનામાં પણ ક્યારેય એવું વિચાર્યું ન હતું કે તેનો જ એકમાત્ર સારો મિત્ર આજ તેની સાથે આવું કરશે.

વિક્રમ ખૂબ ગુસ્સે ભરાયો અને અચાનક જ સંતાયેલા પિલર પાછળથી બહાર નીકળી આવી શશીધરની સામે ઉભો રહી ગયો. વિક્રમ એટલો રોષે ભરાઈ ગયું હતું કે તેની આંખો લાલ થઈ ગઈ હતી. શશીધર અચાનક જ વિક્રમ ને જોઈને આશ્ચર્યચકિત થઇ ગયો.

શશીધર: “ વિક્રમ....” એટલું બોલ્યો ત્યાં જ વિક્રમે તલવાર કાઢીને શશીધર ના ગળા પરથી ફેરવી દીધી . શશીધર નું મસ્તક ધડથી અલગ થઇ ગયું. શશીધરનું શરીર અને મસ્તક વિરુદ્ધ દિશામાં વિખરાઈ પડ્યા. લોહીના અનેક છાંટા વિક્રમના શરીર પર ઉડીને લાગ્યા. વિક્રમ દુઃખ અને ગુસ્સા સાથે હાથમાં તલવાર પકડીને જ ગમગીન બની આસનગાદી ઉપર બેધ્યાન સ્થિતિમાં , વિક્રમના મસ્તક સામે જોઈ રહેલ અવસ્થામાં જ બેસી પડ્યો.

ચેતન્યને આ બાબતની જાણ થતાં તેઓ ભોજનકક્ષમાં દોડી આવ્યા. નીચે પડેલા શશીધર ના મસ્તક અને શરીરને જોઇને ભાંગી પડ્યા અને : " એ મહારાજ ! આ શું કરી નાખ્યું? આ શું થઈ ગયું ?" કહીને માથા પર હાથ રાખી જોરજોરથી રડવા લાગ્યા અને જમીન પર બેસી ગયા.

વિક્રમ: " શશી મને મોતને ઘાટ ઉતારવા માંગતો હતો. મારી ભોજનથાળમાં ઘાતક ઝેરને ભેળવતા મેં શશીધરને મારી નજરે જોયો. " નીચે પડેલા શશીધરના મસ્તક સામે જોતા વિક્રમ બેધ્યાન થઈને જ બોલી રહ્યો હતો.

ચેતન્ય: રડતા અવાજે બોલ્યા; " ના ! મહારાજ ના. હકીકત આ નથી. ખરેખર તો શશીધર નાટક કરી રહ્યો હતો. એ તમને મારવા માંગતો ન હતો.

વિક્રમ: આ સાંભળીને થોડો બેધ્યાન માંથી બહાર નીકળ્યો અને પછતાવોનો ભાવથી ચેતન્ય સામે જોવા લાગ્યો.

ચેતન્ય: તમે જ્યારે અન્ય સામ્રાજ્યો સાથે મૈત્રી પ્રસ્તાવ લઈને નીકળી ગયા ત્યારે શશીધર મારી પાસે આવ્યો અને મને કહ્યું કે : " અમુક મંત્રીઓ, આપણા મહારાજ વિક્રમ અને રાણી સંધ્યાને મોતને ઘાટ ઉતારવા ષડયંત્ર કરી રહ્યા છે. આ ષડયંત્રમાં કોણ કોણ સંકળાયેલું છે તે જાણવા હું પણ નાટક કરીને જોડાઇશ" થોડા દિવસો બાદ શશીધર પાછો આવ્યો અને બોલ્યો; " કાલ મહારાજને ભોજનમાં ઝેર આપવનુ સડયંત્ર થયેલ છે. વિક્રમની રક્ષા માટે આ કામને મેં મારા હાથમાં લઈ લીધું છે. આવતી કાલે રાત્રે હું વિક્રમની ભોજનથાળમાં ભેળવવાનું નાટક પણ કરીશ જેથી કોઈને શંકા ન જાય"

ત્યારબાદ એક પત્ર આપતા બોલ્યો હતો કે : " આ પત્રમાં મે, જે વ્યક્તિઓ આ ષડયંત્રમાં સંકળાયેલા છે તે વ્યક્તિઓના નામ લખેલા છે . આ પત્ર તમારે વિક્રમને આપવાનો છે. આ પત્રને મારી પાસે રાખવું સુરક્ષિત નથી . જો કોઈ કારણસર હું ન રહું તો પણ આ દુષ્ટ લોકોનાં નામ મહારાજ અને મારો પ્રિય મિત્ર વિક્રમ પાસે પહોંચવું જરૂરી છે" કહીને કોઈના ધ્યાનમાં ન આવે એટલે ત્યાંથી ઝડપથી જતો રહ્યો હતો. ' હું તમને આ માહિતી આપુ તેની પહેલાં જ તમે શશીધર ની હત્યા કરી નાખી" કહીને રડતી આંખે ચેતન્ય એ પત્ર વિક્રમને સોંપી દીધો.

વિક્રમ રડતી આંખે નામની સૂચિઓ વાંચવાનું ચાલુ કર્યું; " છેલ્લું નામ ભાનુગુપ્તનું પણ હતું. હવે તો વિક્રમ બધું સમજી ગયો. ખરેખર તો ભાનુગુપ્ત ગદ્દાર હતો ,શશીધર નહીં. તે વાતને સમજી ગયો અને ધ્રૂસકે ધ્રૂસકે રડવા લાગ્યો.

થોડીક જ મિનિટોમાં વિક્રમના મનમાં શશીધર સાથે વિતાવેલા સારા અને ખરાબ દિવસો એક સાથે જ યાદ આવ્યા અને હવે વિક્રમ પાસે પસ્તાવા સિવાય

કશું જ બચ્યું નથી.

બીજી બાજુ રાજીવની આંખો પણ આ બધું જોઇને રડી રહી હતી અને અપરાધભાવ અનુભવતા બોલી પડે છે; " મેં વિજય ને મારી નાખ્યો હતો? મને ભરોસો નથી થઈ રહ્યો."

થોડી જ વારમાં ઘટેલી ઘટના પવનની જેમ આખા સામ્રાજ્યમાં પ્રસરી ગઈ. છેલ્લી અડધી કલાકથી વિક્રમ રડી રહ્યો છે. એટલામાં કરુણ રુદન સાથે એક વૃદ્ધ મહિલા ભોજન કક્ષની બહાર ઊભેલા સૈનિકો સાથે હાથાપાઈ અને ઝઘડો કરીને અંદર આવી ચડી. જમીન ઉપર પડેલા શશીધર ના શરીરને બાથ ભરીને ખૂબ જ કરુણ અને પુત્ર વિરહમાં રડવા લાગી.

ચેતન્ય: હે !વૃદ્ધ મહિલા, તમે કોણ છો?

વૃદ્ધ મહિલા: "હું શશીધર ની માતા છું" ચીડાતા ગુસ્સા સાથે જવાબ આપ્યો.

વિક્રમને આશ્ચર્ય થયું કારણકે શશીધરે તો ખુદ અનાથ હોવાનું વિક્રમને કહેલું હતું. વિક્રમ આશ્ચર્ય સાથે ઉભો થયો. શશીધર ની માતા પણ ઊભી થઈ અને વિક્રમ ની આંખોમાં આંખ પરોવીને ધિક્કાર ની નજરથી જોવા લાગી અને બોલી; " હે રાજન ! તું તો મારા પુત્રના પ્રેમ અને મિત્રતા ને લાયક જ નથી. તું તો માત્ર શશીધર ની મિત્રતા ને જ ન સમજી શક્યો તેવું નથી પણ એના પ્રેમને પણ ન સમજી શક્યો." આકાશમાં વીજળીઓના કડાકા ગુંજવા લાગ્યા અને બહાર ધોધમાર વરસાદ પણ ચાલુ થઈ પડ્યો.

શશીધરની માતા: " હા ! શશીધર સંધ્યાઅગ્નિને પ્રેમ કરતો હતો.

આકાશમાં ગાજતીવીજળી વધુ સક્રિય બની રહી હતી અને મોટા અવાજ સાથે શશીધરના સામે આવી રહેલા રહસ્યો વિક્રમના જીવનમાં તુફાન લાવી રહ્યા હતા.

શશીધરની માતા: સંધ્યાઅગ્નિ જ્યારે દેવદાસી હતી તે સમયથી જ શશીધર સંધ્યાને પ્રેમ કરતો હતો. સંધ્યા કરીને જ્યારે મંદિરમાં નૃત્ય કરતા જોઈ હતી ત્યારથી જ તે સંધ્યાના પ્રેમમાં પડી ગયો હતો પણ સંધ્યા આ વાતથી અજાણ હતી. મારો પુત્ર જન્મથી શુદ્ર કુળનો હતો અને સંધ્યા પણ દેવદાસી હતી આથી સમાજનાં બંધનોને કારણે શશીધર ને ખબર હતી કે તેનો પ્રેમ પૂરો થઈ શકે તેમ નથી .

રાત્રિના સમયે સંધ્યા સહિત બધી દેવદાસીઓને પુરી રાખવામાં આવતા કક્ષમાંથી છોડાવવા અનેકવાર પ્રયત્નો કરેલ. પરંતુ તે સમયે શશીધર પાસે બળ અને યુદ્ધ કૌશલ્ય ન હતું તેથી મંદિરની બહાર ઉભી રહેલા લાઠી દારો દ્વારા તે અનેકવાર માર ખાઈ ને ઘરે આવતો. પછી રાજન ! તારા દ્વારા જ્યારે દેવદાસી પ્રથા નાબૂદ કરવામાં આવી અને બધી જ મહિલાઓ મંદિરમાંથી મુક્ત

બની ત્યારે શશીધર ને પાછી સંધ્યાઅગ્નિને પ્રાપ્ત કરવા ની આશા બંધાઈ. શશીધર ,સંધ્યાને મંદિરમાંથી મુક્ત થયા બાદ દેવેન્દ્ર આચાર્યના આશ્રમ સુધી પણ પહોંચી ગયો.

શશીધર આશ્રમમાં અંદર પ્રવેશ્યું પણ તે દિવસે સંધ્યા આશ્રમમાં ન હતી. શશીધરે તેના મનની ભાવનાને સ્પષ્ટ પણે દેવેન્દ્ર આચાર્યને કહી દીધી અને સંધ્યા સાથે વિવાહ કરવા માંગે છે તેઓ પ્રસ્તાવ પણ રાખી દીધો. દેવેન્દ્ર આચાર્યએ શશીધરના વ્યક્તિત્વમાં એક સારી પ્રતિભા જોઈએ અને કહ્યું;" શશીધર ! તું મારી પુત્રીને પરણવાલાયક તો છે પણ સુરક્ષા કરી શકે તે માટે લાયક નથી. ભૂલ નહીં બેટા કે સંધ્યા એક દેવદાસી હતી અને હવે જ્યારે આ રૂઢિવાદી સમાજ મા તે મુક્ત બની છે તો સમાજમાં ફરતા અસમાજિક તત્વો હજી પણ તેના દુશ્મનો છે જ. તું જા, હું ,તને એક વર્ષનો સમય આપું છું. તું એક વર્ષની અંદર એક મહાન યોદ્ધા બનીને પાછો આવ . પછી હું તને મારી પુત્રીનો હાથ તારા હાથમાં લગ્ન માટે તને આપીશ.

શશીધર, દેવેન્દ્ર આચાર્યની આજ્ઞાનું પાલન કરતા અને વાત યોગ્ય પણ લાગતા તે યોદ્ધા બનવા માટે નીકળી પડ્યો. એક વર્ષ માટે યુદ્ધ કલામાં પારંગત એવા ગુરુઓ પાસેથી ખૂબ જ કઠિન પરિશ્રમ ને અંતે યુદ્ધ કલાઓ અને ફૂટનીતિ ઓ શીખીને પાછો દેવેન્દ્રચાર્ય પાસે પાછો આવ્યો.

દેવેન્દ્રચાર્યએ પોતે આપેલા વચન નું પાલન ન કરી શક્યા હોવાથી શશીધર પાસે માફી માંગતા બોલ્યા; " શશીધર શક્ય હોય તો મને માફ કરી દેજે. સંધ્યાની આંખોમાં મેં મહારાજા વિક્રમ માટે જે પ્રેમ જોયો હતો તે કંઈક અલગ જ હતો. આ વાત છે તે દિવસની છે જ્યારે મહારાજા વિક્રમ દ્વારા મારી સામે સંધ્યા સાથે લગ્ન કરવાની ઈચ્છા વ્યક્ત કરવામાં આવી. તે દિવસે જે આશાભરી નજરેથી સંધ્યા આંખો દ્વારા વાતો કરીને મારી પાસેથી રાજા વિક્રમ સાથે લગ્ન કરીને જવા દેવાની પરવાનગી માંગી રહી હતી તે સમયે સંધ્યાની આંખમાં વિક્રમ માટે જે પ્રેમ મેં જોયો હતો તે કદાચ જો હું સંધ્યા ને બધું તારા વિશે કહી પણ દેત તો પણ તેના મનમાં એટલો ઊંડો પ્રેમ જાગૃત થશે નહિ જેટલો તે વિક્રમને પ્રેમ કરે છે.

આથી તારો સંધ્યા પ્રત્યેનો પ્રેમ ને મે સંધ્યા સામે એક રહસ્ય જ રહેવા દીધું છે. વિક્રમ જ દેવદાસી પ્રથા નાબૂદ કરનાર રાજા છે આજે સંધ્યા માટે તેનો પ્રેમ વિક્રમ જ છે. વહાલા પુત્ર ! સંધ્યાના મનમાં એ સ્થાન તારું નથી.

આ સાંભળીને શશીધર બોલ્યો; " જે સ્ત્રી મારો પ્રેમ છે તેના જીવનમાં ખુશાલી લાવનાર વ્યક્તિ મહારાજા વિક્રમ જ છે. તે હું સમજુ છું. આથી રાજા વિક્રમ અને અને રાણી સંધ્યા આજથી મારા મિત્રો જ રહેશે. હું હવે એક યોદ્ધા છું. આથી હું મહારાજા વિક્રમ ના જીવનમાં એક યોદ્ધા બનીને જ પ્રવેશ કરીશ અને મારા

જીવનના છેલ્લા શ્વાસ સુધી વિક્રમ અને સંધ્યાની રક્ષા એક યોદ્ધા અને મિત્ર બનીને કરીશ. હવે મને જવાની આજ્ઞા આપો ,ગુરુદેવ !" તેવું કહીને શશીધર આશ્રમમાંથી નીકળી ગયો અને તારા જીવનમાં એક યોદ્ધાના રૂપમાં પ્રવેશ કરે છે.

હજી બહાર વીજળીઓ કડકી રહી છે અને ધોધમાર બનેલો વરસાદ વધુ પ્રગાઢ બન્યો.

શશીધર ની માતા: પોતાના મૃત્યુ પામેલા પુત્રના મસ્તકને પંપાળતા અને માથા ઉપર ચુંબન આપી ને બોલી; " બેટા તું એક સારો પુત્ર, સારો મિત્ર અને સાચો પ્રેમી અને મહાન યોદ્ધા પણ હતો. મને હંમેશા તારા ઉપર ગર્વ રહેશે." શશીધર માતા ઊભી થઈ ગુસ્સે ભરાઇને વિક્રમને આંગળી ચીંધતા બોલી; " હે વિક્રમ ! જેમ મારા પુત્ર નો પ્રેમ અધુરો રહી ગયો તેમ આ અને આવનારા દરેક જન્મમાં તને પણ તારો પ્રેમનિ પુણતા પ્રાપ્ત નહીં થાય. તારા આવનારા દરેક જન્મમાં તું પણ તારા પ્રેમથી દૂર થઈ જઈશ, તારો પ્રેમ પણ હંમેશા અધુરો જ રહેશે આ એક વૃદ્ધ માતાનો પુત્ર વિરહમાં દીધેલ શ્રાપ છે" કહીને પુત્ર વિરહમાં આક્રંદ કરતા શશી ધના શરીરને બાથ ભરીને રડવા લાગી. દુખી વૃદ્ધ માતાએ આપેલા શ્રાપના કારણે પરિણામ સ્વરૂપે વાતાવરણ બદલાવા લાગ્યું પવનની ગતિ તેજ થઈ વીજળીનો કડાકો વધુ તીવ્ર બન્યો.

શશીધર ની માતાએ દરેક જન્મ માટે શ્રાપ આપ્યો હોવાથી હવે વિક્રમને સંધ્યા ની યાદ આવી અને બોલી પડ્યું; " સંધ્યા... સંધ્યા ક્યાં છે?". વિક્રમ આંખોમાં અશ્રુ સાથે અને આઘાતમાં ખૂબ મોટા રાજમહેલમાં રહેલા અનેક કક્ષોમાં દોડતા દોડતા જે કક્ષ બાજુમાં આવતો તે કક્ષમાં અંદર જઈને સંધ્યા એ ગોતવા " સંધ્યા..... સંધ્યા ....." ચીસો પાડીને ગોતી રહ્યો હતો. વિક્રમ સમજી ગયો હતો કે શ્રાપના કારણે સંધ્યાથી દૂર થઈ જવું નિશ્ચિત છે. આ વાતની બેચેની તેને પાગલ કરી રહી હતી. આથી અથડાતા પછડાતા અનેક કક્ષોમાં થઈને આવ્યા પછી તેના શયન કક્ષમાં પ્રવેશે છે. વિક્રમે સંધ્યાને જમીન પર મૃત અવસ્થામાં નીચે જમીન પર પડેલ જોઈ. સંધ્યા નું આખું શરીર નીલુ પડી ગયું હતું. કોઈકે સંધ્યાને ઝેર આપીને નિર્દય હતિયા કરી હતી.

વિક્રમણ આખું જીવન અમુક કલાકોમાં જ છિન્નભિન્ન થઈ ગયું. તેનો પ્રેમરૂપી પત્ની અને મિત્ર વીતેલા અમુક કલાકોમાં જ તેનાથી હંમેશા માટે દૂર થઈ ગયા. વિક્રમની આખોમાથી વેદનારુપી અશ્રુઓ રુકી જ નથી રહિયા. સંધ્યાના પાર્થિવ શરીરને પોતાના ખોળામાં લઈને રાજીવ ધ્રૂસકાઓ ભરી ભરીને રડવા લાગ્યો. ચીસો પાડીને માનસિક સંતુલન ગુમાવાની દિશા તરફ આગળ વધવા લાગ્યો તેટલામાં ચેતન્ય વિક્રમ અને સંધ્યાની શોધમાં આવી પોહંચીયા. જમીન

પર સંધ્યાના શરીરને પકડીને બેઠેલા વિક્રમને ગળે વળગીને શાંત કરવા અને હારી જયને વિખરાય જતા અટકાવવાનો પ્રયાસ કરવા લાગ્યા. સંધ્યા સાથે વિતાવેલા બધાજ દિવસો વિક્રમના મનમાં વિચારરૂપી વિક્રમને દેખાય રહિયા હતા. હવે વિક્રમના જીવનમાં માત્ર દુઃખજ અને મિત્રની હત્યા કર્યાનો પછતાવો જ વધ્યો છે જે વિક્રમને અંદરથી તોડી રહીયુ હતું.

વિક્રમે બીજા દિવસની સવારમાં ૧૦૦ બ્રાહ્મણોની હાજરીમાં હવન અને તેની પત્ની- મિત્રના પાર્થિવ શરીરના અગ્નિસંસ્કારની વિધિવત વિધિ કરાવીને જે નદીના કિનારા પાસે સંધ્યાને પેહલીવાર જોઈ હતી તે જે નદીમાં જળસમાધિ લય લેવાનો નિર્ણય કરીને જળસમાધિ દ્વારા દેહને ત્યાગ કરી દે છે .

મિસ્ટર બ્લુ બ્રેઈન : "રાજીવ ! રાજીવ ! તારી હાર્ટ રેટ એબ્નોર્મલ રીતે વધી રહી છે. આ નોર્મલ નથી " બોલીને રાજીવની ચિંતા જતાવી. રાજીવની આંખો બંધ થવા લાગી કારણે કે રાજીવ આઘાતમાં આવી ગયો હતો. " આમપણ વિક્રમનું મ્રત્યુ થઈ ગયું છે . તારો એ જન્મ પૂરો થઈ ગયો છે. અપને ટાઈમ લેબમાં (વર્તમાનમાં) જય રહિયા છીએ"

સફેદ તીવ્ર પ્રકાશ પાછો જબકીયો અને રાજીવ-મિસ્ટર બ્લુ બ્રેઈન પાછા વર્તમાનમાં આવી ગયા.

12
આધાતમાં રાજીવ

રાજીવે આખો ખોલી . અખાતમાંથી બહારઆવતા જોરથી શ્વાસ લેવા લાગ્યો.તેનું શરીર આખું પરસેવાથી ભીંજાય ગયું હતું વીકમ , સંધ્યા, શશીધરના મૃતયુની ની ઘટના તેના મન માં વંટોળિયાની જેમ ધૂમી રહી હતી.

ડૉક્ટર રાઘવાચાર્ય ખુરસી પર બેસેલા હતા તેઓ રાજીવને પાછો વર્તમાનમાં આવતો જોઈને , રાજીવ તરફ ઝડપથી આવિયા અને પૂછવા લાગ્યા; ' શુ થઈ યુ? બેટા ! તું એટલો આઘાતમાં કેમ લાગી રહીયો છે.' અને સામે પડેલા પાણીના ગ્લાસને ઝડપથી રાજીવે પીવા આપિયો .

રાજીવે કાપતા હાથે પાણીનો ગ્લાસ લઈને પીવા લાગ્યો. હજી પણ રાજીવ આઘાતમાં જ હતો, પણ હવે થોડો શાન્ત બનિયો.

ડૉક્ટર રાઘવાચાર્ય :' મિસ્ટર બ્લુ બ્રેઈન , તું કહે મને એવું તો શુ રાજીવે જોય છે ? કે તે એટલો બદલાયેલો લાગી રહીયો છે.'

રાજીવ: સર , મારે આરામની જરૂર છે. હું ઘર જવાનું પસંદ કરીશ, આપણે પછી મળીએ? અને હા ! આપણે ટાઈમ મશિન બનાવવામાં સફળ રહિયા છીએ.' પણ આ વાત કેહતી વખતે રાજીવના ચેહરા પર જરાપણ ખુશીનો ભાવ ન હતો.

ડૉક્ટર રાઘવાચાર્ય સમજી ગયા કે જરૂર કશુક આઘાતપૂર્ણ ઘટનાને રાજીવે અનુભવી છે, આથી ડૉક્ટર રાઘવાચાર્યએ દયાભાવના ભર્યા ચેહરા સાથે રાજીવના ખમ્ભા પર હાથ મુકતા બોલ્યા ' થીક છે બેટા ! તું ઘરે જઈ શકે છે. આરામ કર આપણે પછી વાત કરીશું.

મિસ્ટર બ્લુ બ્રેઈન: 'હા રાજીવ ! તારે ઘર જવું જોઈએ અને ખુદની કાળજી લેવાની જરૂર છે. ' રાજીવ લેબથી બહાર આવી રહીયો છે અને મિસ્ટર બ્લુ બ્રેઈન જોયેલી બધ્ધી ઘટનાઓ ડૉક્ટર રાઘવાચાર્યને કહેવાનું શરૂ કરે છે.

રાજીવ કારમાં બેસે છે અને ઘર તરફ નીકળી પડ્યો . રાતના ૧૦ વાગ્યા છે. રાજીવના મનમાં ગયા જન્મમાં બનેલ બધી ઘટમાં એક પછી એક ફ્લેશબેક થઈ રહી છે. અચાનક વાતાવરણમાં પલટો આવી ગયો અને વીજળીઓ ગાજવા લાગી . થોડા સમય પેહલા આકાશમાં પૂનમની ચાંદની પથરાય રહી હતી અને હવે વીજળીઓના કડકડાટ સાથે ધોધમાર વરસાદ ચાલુ થઈ ગયો એ જોઈને રાજીવને શશીધરની માતાએ આપેલ શ્રાપની શરૂઆત થઈ રહી હોય તેવું લાગ્યું. કાર ચલાવતા ચાલવતા રાજીવ મનમાં બોલ્યો ; " શશીધર પણ સંધ્યાને પ્રેમ કરતો હતો એટલે ....?" વર્તમાનના ભૂતકાળને યાદ કરતા જેમાં વિજયનું ચિત્રાને લેબમાં રડતી શાંત કરવું...વિજય દ્વારા ચિત્રાની પસંદગીની ફિંગર રિંગ રાજીવને આપવી ....ચિત્રાની પસંદ અને ના પસંદ ની માહીતો વિજય પાસે હોવી ....વગેરેને યાદ કરતા રાજીવને બધું સમજમાં આવવા લાગ્યું. થોડી સેકન્ડો બાદ એકલો બબડતા બોલ્યો ; " એટલે કે વિજય ચિત્રાને આ જન્મમાં પણ પ્રેમ કરી રહીયો છે. " કાર રસ્તા પર આગળ વધી રહી છે. દૂર કોઈ વિસ્તારમાં વીજળી જમીનમાં ટકરાતા વીજળીઓ પ્રકાશ ફ્લેશ થઈ રહીયો છે અને અવાજ ગુંજી રહીયો છે . આવા ધોધમાર વરસાદમાં ,રાજીવ બેધ્યાન બનીને ડ્રાઇવિંગ કરી રહીયો છે. હેમખેમ બે વખત કાર એક્સસિડેન્ટ કરતા બચીયા બાદ આખરે ઘર પોહ્ચ્યો.

રાજીવ ઘરમાં પ્રવેશીને દૂખ અને ગુસ્સામાં આવી બધી વસ્તુંઓની તોડફોડ કરવા લાગયો. લેબ બેગને જોરથી હવામાં ફેંકીને માથું પકડીને સોફા પર બેસી ગયો . થોડીવાર પછી અચાનક ઉભો થયો અને ફ્રીઝ તરફ ઝડપથી ભાગ્યો. પુરુષમંડળી સાથે પાર્ટી સમયે વિશાલ માટે રાખેલ બિયરની બોટલને ખોલીને પીવા લાગ્યો અને બોટલ પકડીને જ અસહ્ય દુઃખની વેદના સાથે અવ્યવસ્થીત રીતે સોફા પર બેસી ગયો.

વરસાદના અને તોફાન ના લીધે અચાનક ઘરની વીજળી બંધ થઈ ગયી અને ઘરમાં અંધકાર છવાય ગયો. ટ્રાન્સપરેન્ટ ઘરની બારીઓમાંથી રાજીવ તેજ વીજળીનો પ્રકાશના કડાકાને જોય રહીયો છે . અને ઘણી અમુક અર્ધપારદર્શક બારીઓમાં રોકાઈને આવતો વીજળી નો પ્રકાશ નબળો પડીને રાજીવના ચેહરા પર થોડા થોડા અંતરાલમાં ફ્લેશ થઈ રહીયો છે.

રાજીવ (એકલો એકલો નશામાં બબડતા): "મતલબ કે મારો અને ચિત્રાનો પ્રેમ અધૂરો જ રહી જવાનો છે, અમારું અલગ થવાનું નિશ્ચિત છે . મારા પાછળ જન્મમાં ગુસ્સામાં ભરેલ પગલાંનું પરિણામ મારે ભોગવવાનું જ છે " વીજળીઓ જાણે રાજીવના આ પ્રશ્નોના જવાબ હા માં આપતી હોય તેમ હજી ગરજી જ રહી હતી. ' વિજય આ જન્મમાં પણ પોતાની મિત્રતા પુરી નિષ્ઠાથી નિભાવી રહીયો

છે અને મારી અને ચિત્રની ખુશી માટે ખુદના પ્રેમની કબર ખોદવા પણ તૈયાર થઈ ગયો. જો હું ચિત્રાને પ્રપોઝ કરી પણ દવ તો પણ શ્રાપને કારણે પ્રેમની પૂર્ણતા તો છે જ નહીં. શશીધર અને સંધ્યા બને નો જીવ વિક્રમના સંપર્કમાં આવવાથી જ ગયો. મતલબ કે હું ભવિષ્યમાં પણ ચિત્ર અને વિજયના મૃત્યુનું કારણ બની શકું તેવો શ્રાપિત વ્યક્તિ છું. મારે વિજય અને ચિત્રાને મળાવીને બનેના જીવનથી દૂર થઈ જવું જોઈએ. હા! એજ બધા માટે યોગ્ય છે.હું વિજય અને ચિત્રા ને નજદીક લાવીને બનેથી હંમેશા માટે સંપર્ક તોડીને દૂર જતો રહીશ.

રાજીવ મોબાઇલ ફોન કાઢ્યો અને થોડી મિનિટો વિચાર્યા બાદ કોઈને ફોન કરવા લાગ્યો.ફોન ની રિંગ વાગી રહી છે, થોડી ઇનકમિંગ કોલ ની રિંગ વાગ્યા બાદ ફોન ઉપાડતા કોઈ મહિલા બોલી ; ' હે ! રાજીવ ! વ્હોટ અ સરપ્રાઈઝ . તારો આજ અચાનક ફોન એ પણ એટલા દિવસે? બધું ઠીક છે?' રાજીવ દુઃખી અવાજે રડતા રડતા બોલ્યો ; ' ના , સ્વેતા ક્શું ઠીક નથી . તારી મદદની જરૂર છે.'

શ્વેતા : ' કઈ બોલવાની જરૂર નથી , હું કાલે આવું છું' સ્વેતાએ રાજીવને પેહલીવાર રડતા સાંભળીયો હતો એટલે સ્વેતા સમજી ગયી કે જરૂર કોઈ ગંભીર વાત છે. ' હું કાલે અર્લીમોર્નિંગની ફર્સ્ટ ફ્લાઇટ પકડીશ. ૧૦ વાગ્યે તારા ઘરે મળ્યા. ઓકે?

રાજીવઃ 'ઓકે.' કહીને રાજીવે ફોન મુક્યો.

આખી બિયરની બોટલ રાજીવ પી ગયો. રાજીવ સોફાપરથી ઉભો થયો અને બીજી બોટલ ખોલીને ઘટગટાવા લાગ્યો અને સોફા પર જ નશામાં બેભાન થઈને ઢળી પડ્યો. ૩ના ટકોરે રાજીવનો ફોન રણક્યો. રાજીવ ફોનની રિંગ સાંભળીને નશામાં જીણી બનેલ આખોથી સ્ક્રીનમાં જોવા લાગ્યો , કોલ ચિત્રાનો હતો. રાજીવે કોલ ઉપાડ્યો , રાજીવ કઈ બોલે તેની પેહલા ચિત્રા પ્રેમથી બોલી " રાજીવ ! તું ઘરે પાછો આવી ગયો ? તને પ્રયોગમાં સફળતા મળી? "

રાજીવઃ હા ! હું પ્રયોગમાં સફળ રહીયો છું પણ હું ખુબ થાકી ગયો છું. પછી વાત કરીશુ. " કહીને ચિત્રા કશું બોલે તેની પેહલા ફોન કટ કરી નાખીયો અને પાછો નશામાં બેભાન થઈ ગયો.

13
ચિત્રાનું હૃદય તૂટવું

સવારના 10:00 વાગ્યા છે. રાજીવ હજી બેભાન હાલતમાં જ સોફા ઉપર તૂટેલો પડ્યો છે. રાજીવના ઘરની ડોર બેલ વાગી. ડોરબેલનો અવાજ સાંભળીને રાજીવ જાગી ગયો. લફડાતા અને અથડાતો રાજીવ દરવાજા સુધી પહોંચીને દરવાજો ખોલે છે સામે જોતા શ્વેતા બેગ લઈને ઉભી હતી. ગોગલ્સ પહેરીને શ્વેતા સફેદ કુર્તી અને જીન્સમાં મોડર્ન અને ચતુર મહિલા લાગતી હતી.

શ્વેતા: ' હાય ! રાજીવ , ગુડ મોર્નિંગ ' બોલીને શ્વેતા કાળા રંગના મોટા ચશ્મા દૂર કરતા રાજીવની હાલત જોતા બોલી; ' તે રાતે શરાબ પીધી હતી?' કહીને અંદર આવી અને રાજીવનો હાથ પકડીને રાજીવને સોફા ઉપર બેસાડ્યો , ' તું બેસ. હું તારા માટે કોફી બનાવીને લાવું છું' શ્વેતા રસોડામાં ગઈ અને રાજીવ અને ખુદ માટે બે કપ કોફી બનાવીને લાવી. એક કપ રાજીવને હાથમાં પકડાવતા બોલી ' તે શરાબ પીધી છે. મતલબ કે જ્યાં સુધી હું તને ઓળખું છું , પહેલીવાર તે શરાબને તે દિવસે પીધી હતી અને બીજી વખત કાલે રાત્રે પીધી છે. સાચું છે ને ?' કહીને રાજીવના જવાબની રાહ જોવા લાગી.

રાજીવ; હા.

શ્વેતા: મતલબ કે, કોઈ ગંભીર વાત છે. ચલ બોલ હું શું મદદ કરી શકું તારી?' કહીને કોફીની ચૂસકી લેતા, રાજીવ સામે આતુરતાથી જોવા લાગી.

રાજીવ: આજે મારા જીવનમાં એવી પરિસ્થિતિનું નિર્માણ થયેલું છે કે જેના કારણે મારે મારા પ્રેમ એટલે કે ચિત્રા સાથે સંબંધ તોડીને તેના જીવનથી દૂર જવું પડે તેમ છે. આથી મારે એક નાટક કરવું પડશે, જેમાં મારે તારી મદદની જરૂર છે. શું તું મદદ કરીશ?

શ્વેતા: હા, કરીશ. બોલ, મારે શું કરવાનું છે?

રાજીવ; કશું ખાસ નહીં. હું કોલ કરું એટલે તું ઝડપથી અહીંયા આવી જાજે. બાકી જ્યારે જરૂર પડે ત્યારે મારી વાતોમાં અને નાટકમાં હા માં હા મેળવીને સહમતી દર્શાવ જે, બસ !!

શ્વેતા: ઠીક છે.

રાજીવ: શ્વેતાની બેગ ઉપર નજર પડતા બોલ્યો ' તું તો બેગ લઈને જ આવી ગઈ'

શ્વેતા: ડોન્ટ વરી, હું તારી સાથે રહેવા નથી આવી' કહીને હસવા લાગી. ' બાજુમાં મારો ફ્લેટ છે ને? દસ મિનિટના અંતરે ત્યાં જ રહેવાની છું જ્યાં સુધી તારી સમસ્યાનું નિરાકરણ ન આવે ત્યાં સુધી. પછી પાછી મુંબઈ ઉપડી જઈશ. ચાલતું ફ્રેશ થઈ જા હું નીકળું' કહીને દરવાજા સુધી પહોંચે ત્યાં રાજીવ બોલ્યો

રાજીવ: શ્વેતા.....

શ્વેતા: હા. બોલ...

રાજીવ: આ નાટકમાં તું ભાગ લેવા કોઈ સવાલ કર્યા વગર જ તૈયાર થઇ ગઇ અને તે કોઈ માહિતી પણ ન પૂછી , એવું કેમ?

શ્વેતા: ' તારા અહેસાનના કારણે' કહીને ચહેરા પર સ્મિત આપતા આગળ બોલી ; ' આજે હું જે કંઈ છું એ તારી મદદને કારણે જ છું. તે દિવસે બધા જ લોકોએ મને છોડી દીધી હતી. મારુ સાથ દેવા કોઈ તૈયાર ન હતું. પણ તું એકલો જ મારી માટે ઊભો હતો એ બાબતને હું ક્યારેય નહી ભુલી શકું. એમ પણ તને હું ખૂબ સારી રીતે ઓળખું છું તેથી કોઈ સવાલ જવાબની જરૂર નથી.' કહીને સ્માઈલ આપી. પછી વાતાવરણ ને હળવું કરવા મસ્તીમાં બોલી ' અરે જાન ! તારી માટેતો જાન હાજર છે.' કહીને આંખ મારતા મસ્તી કરવા લાગી.

રાજીવ: ' તારી આંખો હજી પણ એટલી જ ગ્રીન છે.' કહીને હસ્યો.

શ્વેતા: 'આ જ આંખોને મેં તારી બ્લુ આંખોમાં પરોવીને તને મેરેજ માટે પૂછ્યું હતું. પણ તે ના પાડી દીધી હતી. ચલ બાય, પછી મળ્યા' કહીને હસતા હસતા દરવાજો બંધ કરીને તેના ફ્લેટ તરફ નીકળી ગઈ.

થોડીવાર પછી રાજીવને ચિત્રાનો ફોન આવ્યો:

ચિત્રા: ગુડ મોર્નિંગ રાજીવ. આજે તું ઇન્સ્ટિટ્યૂટમાં જવાનો છે કે છે કે બ્રેક લઈશ?. હું તો સજેસ્ટ કરીશ કે તું આજે આરામ કર.

રાજીવ: ! હું નથી જવાનો.

ચિત્રા: તારા ઘરે આજે સાંજે છ વાગ્યે મળીએ?

રાજવી: કેમ?

ચિત્રા: 'મારે તને એક જરૂરી સવાલ પૂછવો છે. મળીને વાત કરીને.' બોલીને ચૂપ થઈ ગઈ. રાજીવ સમજી ગયો કે ચિત્રા તેના પ્રેમને જાહેર કરવા માંગે છે.

રાજીવ(મનમાં): આ જ સાચો સમય છે, ચિત્રને મારાથી દુર કરવાનો. રાજીવે શ્વેતા ને ફોન કર્યો અને કહ્યું; ' શ્વેતા ! તું છ વાગે આવીજા. ચિત્રા છ વાગે આવવાની છે.'

શ્વેતા: ઠીક છે, રાજીવ. કોઇ વાંધો નહી.

ચિત્રાએ રાજીવે ભેટમાં આપેલ છીપલાં બનેલું બ્રેસલેટ , સફેદ રંગની સાડી જે રાજીવે તેના જન્મદિવસમા ગીફ્ટ તરીકે આપેલ તે પહેરી ,લાલ રંગની નાની બિંદી લગાવીને રાજીવને મળવા કાર માં બેસી સાંજના નીકળી પડી. રસ્તામાં ફૂલો વહેંચી રહેલા નાના છોકરા પાસેથી એક ગુલાબનું ફૂલ પણ ખરીદ્યું. ચિત્રા રાજીવના ઘરે છ વાગ્યે પહોંચી. એક હાથને પાછળ છુપાવી રાખ્યો જે હાથમાં ગુલાબ ફુલ હતું દરવાજો લોક ન હતો અને અડધો ખુલો હતો એટલે ચિત્રા દરવાજાને ધક્કો દઈને દાખલ થાય છે.ચિત્રાની આંખો ઘરમાં દાખલ થતાની સાથે જ મોટી અને ગંભીર થઈ પડી. ચિત્રએ જોયું કે રાજીવ સોફા તરફ ઝૂકીને ઉભો છે અને સોફામાં બેઠેલી એક મહિલાને માથાના કપાડ પર ચુંબન આપી રહીયો છે.

રાજીવ: હા શ્વેતા, તું જ તો મારો પ્રેમ છે. આવતા મહિને એંગેજમેન્ટ કરી લયએ ! બસ. હવે ખુશ' ચિત્રાએ રાજીવની આ વાત સાંભળી અને ધીમેથી આશ્ચર્ય સાથેબોલી ' રાજીવ?'. રાજીવ પાછળ ફર્યો, રાજીવ એ ચહેરાના હવે હાવભાવ જ બદલી નાખીયા.

રાજીવ ગુસ્સામાં ચિત્રાપાસે આવીને બોલ્યો; ' ચિત્રા તારામાં કોઈ મેનર્સછે કે નહીં ? કોઈના પણ ઘરમાં આવી રીતે થોડી ઘુસી અવાય? પર્સનલ પ્રાઇવસી નામની કોઈ વસ્તુ હોય કે નહીં ?

ઠીક છે હવે ઘુસી જ આવીજ છો તો બેસ .' કહીને ચિત્રાનો હાથ પકડીને બીજા હાથે સોફો બતાવતા બેસવાનું કહીંયુને ધિકારના ભાવથી અને ચિત્રનું આવવું બિકુલ પસંદ ન પડ્યું હોય તેવું બતાવવા અણગમાના ભાવ સાથે સોફા તરફ હાથ બતાવી હળવો ધક્કો પણ માર્યો.

ચિત્રા: આ મહિલા કોણ છે?

રાજીવ : 'આ મહિલા માત્ર મારી મિત્ર જ નથી પણ મારી ચાઈલ્ડહૂડ ફ્રેન્ડ પણ છે. સાચું કહુ તો..' થોડી સેકન્ડ ચૂપ રહીને ભાર આપતા બોલ્યો ;" મારી ગર્લફ્રેન્ડ અને મારી ભવિષ્યની વાઈફ શ્વેતા છે." શ્વેતા આ બંધુ જોઈ રહી હતી અને જયારે ચિત્ર સામે જોતી ત્યારે રાજીવની વાત સાચી હોવાનું પ્રમાણ દેવા સ્મિત સાથે માથું હલાવીને હામી ભરી રહી હતી. રાજીવે બોલવાનું ચાલુ રાખીયુ ' જેમ તું અને વિજય એક સાથે મોટા મોટા થયેલા છો એમજ હું મારી સ્વીટી ! સાથે જ રમતા રમતા મોટો થયેલ છીએ. મેં તો કોલેજમાં જ મારી સ્વીટીને પ્રપોઝ કરેલ અને

આજ વર્ષે અમે લગ્ન કરી નાખવાનું વિચારી રહિયા છીએ.

ચિત્રા: તે આજદિન સુધી આ વાત કેમ ન કહી મને ?

રાજીવ:' કેમ ન કહી , મતલબ શું ? તું કય મારી માતા પિતા થોડી છે કે તને બધું કેહતો ફરું. માત્ર નોર્મલ મિત્ર જ છે તું . આ સ્થિતિમાં મારે બધું કેહવાની જરૂર હોય એવું મને નથી લાગતું . મેં તને કહીંયુને પ્રાઇવેસી નામની કોઈ વસ્તુ હોય ને , પાગલ ' દુરવ્યવહારના ભાવ સાથે બોલ્યો .

ચિત્રાની આખોમાં જળહળીયા આવવા લાગ્યા પણ હેમખેમ ખુદને નિયંત્રણ કરતા રડતા રોકી રહી હતી. પિઠ પાછળ છુપાવેલ હાથમાં ગુલાબનું ફૂલ અને રાજીવ તરફી પ્રેમ આ સમયે, ચિત્રાના દુઃખથી વળતી મુઠી વચ્ચે દબાઈને વિખાય રહેલ ગુલાબ સાથે નષ્ટ પામ્યો.

રાજીવ : શ્વેતા પાસે ગયો અને તેના કાપડને પાછો ચૂમતા બોલ્યો : " સ્વીટી, તું અંકલને કહી દે . આવતા મહિને સગાઇની તારીખનું મુરત જોય લે. અને આજ વર્ષે લગ્ન પણ કરી લેવા માંગીએ છીએ. અરે સ્વીટી! મેં તો તને ચિત્રા સાથે મળાવી જ નહીં , સોરી . આ ચિત્રા છે. સ્ટડી માં મધ્યમ કક્ષાની વિધાથી , રિસર્ચના એક્સપેરિમેન્ટ પણ ખુદથી કરી શક્તિ નથી' પછી થોડું સ્વેતાની નજીક જયને જાણતા પણ ચિત્રાથી છુપાવીને બોલતો હોય તેમ અને ચિત્રાને સંભળાય તે રીતે શ્વેતાના કાંન પાસે બોલ્યો " લૂકમાં પણ ઝેરો જ છે , તારી જેવી સેક્સી નથી...કહીને જોરથી હસવા લાગ્યો...હા ...હા .. "

શ્વેતા : ચિત્રાએ સાંભળીયુએ સમજ્યા બાદ, ચિત્ર સામે તેનો મજાક ઉડાડતા જોઈને બોલી ' હા. મધ્યમવર્ગીય મહિલા છે .હાહા...હા.. લૂકમાં પણ તે કહીંયુ તેવી જ છે ..."

ચિત્રા નું મનોબળ હવે નબળું પડવા લાગીયુ. ચિત્રા એકાએક ઉભી થઈ ગઈ અને ઝડપથી ચાલીને ઘરની બહાર નીકળવા મુખ્ય દરવાજા સુધી પોચી ગઈ, રાજીવ પાછળ ફર્યો અને બોલ્યો " અરે! ક્યાં જાય છે? " ચિત્રા રાજીવ સામે પીઠ કરીને ઉભી હતી. ચિત્રાની વેદના અશ્રુ બનીને વહેવા લાગી હતી, એક આશુંની બુંદ રાજીવની ચળકતી ઘરની ટાઇલ્સ પર પડ્યું. પોતાની પ્રેમિકાનું દુઃખ જે આસુંરૂપી છલકેલું અને નીચે પડેલું પ્રેમનું મોતીને જોઈને રાજીવની આખોમાં પણ જળજળીયા આવવા લાગ્યા હતા.

ચિત્રા: આવાજને સામાન્ય કરવા મેહનત કરતા અને ચ્હેરાને દરવાજા સામે જ રાખતા છુપાવીને બોલી ; " હું તો બસ એમ જ તને મળવા આવી હતી લાગે છે કે તારે તારી ભવિષ્યની વાઈફ સાથે પ્રાયવેસી જોઈએ છે. તને હું પછી ઇન્સ્ટિટ્યૂટમાં મળીશ.' કહીને દરવાજા પાસે ઉભી રહી.

રાજીવ ચિત્રાના મનમાં વધુ નીચા સ્તરમાં પડી જવા અને વધારે દુઃખી કરવા શ્વેતા સામે જોઈને મોટેથી બોલ્યો ; ' જોયું તે શ્વેતા ! આ ચિત્રા છે . આવા મિડલ ક્લાસ લોકોનો આજ પ્રોબ્લેમ છે , પેહલા તો દરવાજાને ખખડાવીયા વગર ઘુસી આવે છે અને પાછળથી પ્રાયવેસી ની પપુડી વગાડે છે.' આ વાત સાંભળીને ચિત્રના મનમાં રાજીવ માટે વધેલ થોડો પ્રેમ પણ અસ્ત પામ્યો. હવે ચિત્રા એક સેકન્ડ પણ રાજીવના ઘરમાં રુકી નહીં અને ઘરની બહાર ઝડપથી નીકળી પડી . ચિત્રાએ ધ્રૂસકે ધ્રૂસકે રડતા , હાથમાં ગુચવાયેલ રાજીવનું પ્રેમરૂપી ગુલાબને રાજીવના મહેલરૂપી ઘરના બગીચામાં ફેંકીને ચાલી ગયી. આ બધું રાજીવ તેના ઘરની બારીનો પડદો થોડો ખસેડીને આશુંની વહેતી ધાર સાથે જોય રહીયો હતો. જેમ જેમ ચિત્રાની કાર રાજીવના ઘરથી આગળ વધી રહી હતી તેમ તેમ ચિત્રા રાજીવ ના ઘર અને જીવનથી હંમેશા માટે જય રહી હતી .

ચિત્રા : (મનમાં) આજ તું મારા મનમાં મરી ગયો છે , રાજીવ !! હું તારો ચેહરો હવે ક્યારયે જોવા નથી માંગતી.

સાંજના ૬:૩૦ વાગ્યા છે. રાજીવ અસ્ત પામી રહિયા સૂર્ય અને મનમાં ચિત્રાના હૃદયમાં અસ્ત પામી રહેલ પ્રેમને જોય રહીયો છે. બને પક્ષીઓ ઉડીને આવિયા અને નિત્ય ક્રમબદ્ધ બાજરાને અને પાણી પીવાની ક્રિયા કરવા લાગ્યા.બને પક્ષીઓ ઉડવા જય રહિયા હતા કે તેમની નજર રાજીવની આખોમાથી વહેતા અશ્રુઓ પર પડી. પેહલીવાર પક્ષીઓ વધુ સમય ગેલેરીની ગ્રીલ પર બેસીને રાજીવ સામે જોતા રહિયા. થોડી મિનિટો પછી બને પક્ષીઓ ઉડીને પાંખો દ્વારા રાજીવના અશ્રુઓ લુછવાનો પ્રયાસ કરવા લાગ્યા અને રાજીવના હાથ પર આવીને બેસી ગયા. રાજીવે પક્ષીઓને વહાલથી પંપાળ્યા અને ત્યારબાદ પક્ષીઓ જાણે રાજીવે ઊડી જાવાની પરવાનગી આપી હોય તેમ આકાશ તરફ ઉડી પડ્યા.

14
રાજીવ અને વિજયનો ઝઘડો

બે દિવસથી રાજીવ અને ચિત્રા ઇન્સ્ટિટ્યૂટમાં આવ્યા નથી. વિજય છેલ્લા બે દિવસથી તેના પી એચ ડી ના કામમાં વ્યસ્ત હોવાથી રાજીવ અને ચિત્રા વચ્ચે શું ચાલી રહીયુ છે તે વાતથી અજાણ હતો. કામ પૂરું કરીને વિજય ચિત્રને મળવા તેની કેબિનમાં આવ્યો, ચિત્રા કેબિનમાં ન હતી .

વિજય (મનમાં): કદાચ રાજીવને મળવા ડૉક્ટર રાઘવાચાર્ય લેબમાં ગયી હશે ' તેમ વિચારીને ડૉક્ટર રાઘવાચાર્ય લેબમાં જાય છે. બધા લેબમાં પણ રાજીવ અને ચિત્રા નઝરમાં ન આવિયા. ' હૈ વિશાલ ! તે રાજીવ કે ચિત્રને જોયા છે ?

વિશાલ : ના યાર. બે દિવસથી બને ઇન્સ્ટિટ્યૂટમાં નથી આવિયા. હું પણ આજ રાજીવને ફોન કરવાનું વિચારી રહીયો છું.

વિજય: સારું ચલ હું કોલ કરીને જાણી જોવ છું. વિજયે ચિત્રાને ફોન કર્યો.'ગુડ મોર્નિંગ ચિત્રા'

ચિત્રા : 'તું મને મળવા આવી શકીશ' કહીને ધ્રુસકે શૃસ્કે રડવા લાગી .

વિજય : ચિત્રા ! શું થયું? તું કેમ રડી રહી છે . ઠીક છે હું આવું છું તને મળવા' કહીને ઝડપથી ચિત્રાના ઘર પોહ્ચે છે.

સાંજના ૬ વાગ્યા હતા.ચિત્રના પિતા રોજના નિત્ય ક્રમ અનુસાર ગાર્ડનિંગ કરી રહિયા હતા. વિજયને ગેટ ખોલીને અંદર આવતા જોઈને નઝદીક આવિયા તેઓ ગંભીર દેખાય રહિયા હતા/

વિજયના પિતા : વિજય ! છેલ્લા બે દિવસથી ચિત્રા દુઃખી દેખાય રહી છે. સરખું કશું ખાતીપીતી પણ નથી અને આખો દિવસ અગાશીના જુલા પર ઝુલતા

ઝુલતા બસ વિચારોમાં જ ડૂબેલી રહે છે. શુ તમારી વચ્ચે કોઈ ઝઘડો થયો છે ?

વિજય: નહીં નહીં અંકલ તેવું કશુંનથી. તેનું પીએચડી છેલ્લા સ્ટેજ પર છે એટલે તેના તણાવમાં હશે તેવું મને લાગે છે .હું તેને મળવા જ આવ્યો છું, જાણી ને કહું તમને, કે શુ પ્રોબ્લમ છે.

ચિત્રાના પિતા : હા બેટા ! જોને શુ વાત છે ?

વિજય છત પર આવ્યો , ચિત્રા દોડીને વિજયને ગળે વડગાવીને રડતા આવજે બોલી; ' રાજીવ મને પ્રેમ નથી કરતો , તે તો શ્વેતાને પ્રેમ કરે છે' કહીને ખુબ રડી.

વિજય :' શ્વેતાએ કોણ છે ?' આશ્રય સાથે પૂછિયું.

ચિત્રા: સ્વેતા ! રાજીવની ચાઈલ્ડહૂડ ફ્રેન્ડ અને ગર્લફ્રેન્ડ પણ છે. રાજીવે આ વાત આપણા બધાથી છુપાવી.

વિજય (મનમાં) : રાજીવ મને તો કહી શકતો હતો ને ? મને પણ ન કહીંયુ . એવું કેમ ?

ચિત્રા : એટલું જ નહીં તે તેની સાથે લગ્ન પણ કરવાનો છે અને આવતા જ મહિને બને સગાઇ કરવાના છે.' કહીને વિજયને ગળે લગાવીને ખુબ દુઃખી થઈને રડી રહી હતી અને ઘરમાં અવાજ ન જાય તેની કાળજી લેતા રડવાના આક્રંદને નિયંત્રિત કરવાનો પ્રયાસ પણ કરતી હતી.

ચિત્રાની તકલીફ જોઈને, વિજયને રાજીવ પર ખુબ ગુસ્સો આવી રહીયો હતો અને આખોમાં જરજરીયા આવી ગયા હતા.

વિજય: ' શાંત થઈ જા' સાંત્વના આપતા અને પ્રેમથી પીઢને પંપાળતા વિજય બોલ્યો; " ચિત્રા ! જીવનમાં આવી અનેકવાર એવી પરિસ્થિતિ આવે છે જયારે આપણે પોતાને તૂટીને વિખેરાય જતા અટકાવીને ખુદને મજબૂત મનોબળથી બાંધવું પડે છે. તારા જીવનની આ એજ પરિસ્થિતિ છે. તારે મજબૂત બનવું જ પડશે. ગાર્ડનમાં અંકલ મળ્યા હતા એમને પણ શંકા છે કે કોઈ ઘટના ઘટી છે એટલે હવે મજબૂત બની જા" પછી ચિત્રાના આંસુ લૂછતાં બોલ્યો ' સમયની સાથે બધું ઠીક થઈ જશે'

ચિત્રા: " હા " ખુદને મજબૂત કરતા બોલી .

વિજય: હવે હું જાવ છું. કાલથી તું ફરીથી ઇન્સ્ટિટ્યૂટમાં આવવાનું શરૂ કરે છે ,ઓકે? ખુદને કામમાં વ્યસ્ત કરી દે .જે તને આ સમયને પસાર કરવામાં મદદ પણ કરશે.

ચિત્રા :હા . હું કાલથી આવીશ' કહીને હવે પોતે ઠીક હોવાનું દર્શાવતા સ્મિત આપી.

વિજય: 'ગુડ'. વિજય સીડીઓ ઉતરીને મુખ્ય દરવાજા પાસે પોહંચીયો, ચિત્રાના પિતા વિજયની જ રાહ જોઈને ઉભેલા હતા.

ચિત્રાના પિતા : ' શું કહ્યું,ચિત્રાએ? તકલીફ શુ છે ?

વિજય : 'કશું નહીં અંકલ . તમે તો જાણો જ છો સ્કૂલના સમયમાં કે કૉલેજ માં પણ જયારે ટીચર, પ્રોફેસર કે સિનિયર કોઈ બાબત પર ખીજાતા તે સમયે જેમ અગાશી ઉપર રડતુ મોઢું બનાવીએ મેડમ બેસી જતા તેમજ પાછું થયુ છે.' કહીને વિજય હસવા લાગ્યો ; ' ચિત્રા દ્વારા લેબનું ઇન્સ્ટ્રુમેન્ટ તૂટી ગયું આથી ચિત્રાની બેદરકારી બદલ તેના પીએચડી ગાઈડ ખિજાયા અને લેબમાં આવીને ચહેરો બે દિવસ સુધી ન બતાવવો કહીને પનિશમેન્ટ આપી છે. આ બધું તેનું જ પરિણામ છે. મેં ચિત્રાને સમજાવી છે. કાલથી ઇન્સ્ટિટ્યૂટે પણ આવવાની છે' કહીને સ્મિત આપી.

ચિત્રના પિતા: 'સારું. આટલી નાની વાત છે?

વિજય : 'હા , અંકલ. હવે હું નીકળું છું.' કહીને વિજય જવા લાગ્યો.

ચિત્રના પિતા (મનમાં): વિજયને ઘરના ગેટ સુધી પોહ્ચવા સુધી કશુંક વિચારીને બબડીયા; ' કાલે જ જયને વિજયના પિતા સાથે વાત કરી જોવ છું.'

વિજય કારમાં બેસતાની સાથે જ ખુબ ગુસે ભરાયોં . કારને ચાલુ કરી સામાન્ય ઝડપ કરતા વધારે ઝડપથી રાજીવના ઘર તરફ નીકળી પડ્યો. રાજીવના ઘરમાં આવીને ગુસ્સામાં અનેકવાર ડોરબેલ વગાડે છે. થોડા સમય પછી રાજીવ ઘરનો દરવાજો ખોલે છે. રાજીવ સમજી ગયો હતો કે વિજય શુ કામ આવ્યો છે.

રાજીવ: ગુસ્સામાં અને તોછડું વર્તન કરતા બોલ્યો ; ' તું શુ પાગલ છે ? એટલા બધા બેલ કેમ વાગળી રહ્યો હતો. બેઝિક સેન્સ નથી તારામાં અને ચિત્રામાં .' જાણતા રાજીવ વિજય સાથે દોસ્તી તોડવા આવો વ્યવહાર કરી રહીયો છે.

વિજય: રાજીવના સવાલોને ઇગ્નોર કરીને અને રાજીવને બોલતા અટકાવતા બોલ્યો ; "શ્વેતા કોણ છે ?"

રાજીવ: ઓહ ! પેલી પાગલ અને કોમનસેન્સ વિહીન ચિત્રા તને મળવા આવી હશે. હમ્મ...સેન્સલેસ વુમન..' કહીને ગુસ્સો પ્રદર્શિત કરવા ટેબલ પર પડેલ ન્યૂઝપેપરને ઉંચકીને જોરથી ટેબલ પર પાછું પછાડીયું અને સોફા ઉપર બેસ્યો.

વિજય: મેં પૂછ્યું તને , શ્વેતા કોણ છે?

રાજીવ: ગુસ્સામાં આવી ઊભો થઈને; ' શ્વેતા મારી ગર્લફ્રેન્ડ છે અને આવતા મહિને અમે સગાઈ કરવાના છીએ' રાજીવ વિજયથી ઉલટી પીઠ કરીને ઊભો

હતો. વિજય ગુસ્સા સાથે રાજીવ પાસે આવ્યો અને ખંભાતથી ખેંચીને પોતાની સામે જોવા રાજીવને વાળે છે અને બોલ્યો ;' શ્વેતા ગર્લફ્રેન્ડ છે? તે અમને કોઈને કેમ કહ્યું નહીં, મને પણ ન કહ્યું. મને તો છોડ તે તો ચિત્રાને પણ ન કહ્યું. આવું શું કામ કર્યું?' વિજય ખૂબ ગુસ્સામાં બોલી રહ્યો હતો.

રાજીવ: એ મારી પર્સનલ બાબત છે. શું કરવા મારી પર્સનલ વાતોને તમારા બધા સાથે વહેંચુ. મારી મરજી.

વિજય: તમારી બધા સાથે શું કરવા શેર કરું? મતલબ શું છે તારો? હું તો સમજતો હતો કે આપણે બધા એક ફેમિલી છીએ. અને રહી વાત ચિત્રા સાથે શેર કરવાની એ તો સૌથી વધુ જરૂરી હતું કારણકે ચિત્રા તને પ્રેમ કરે છે. બે દિવસ પહેલા ચિત્રા તને પ્રપોઝ કરવા જ આવી હતી. તે સમયે તે માત્ર તેની ભાવનાઓને જ ઠેશ નથી પહોંચાડી પણ તે તો તેને મધ્યમવર્ગીય પરિવારના લોકો આવા જ હોય તેવી ખરાબ વાતો પણ કહીને તેના આત્મસન્માન ને પણ ઝૂકાવવાનો પણ પ્રયાસ કર્યો. આ બધું શું કરવા?

રાજીવ: ચિત્રા મને પ્રેમ કરે છે? કહીને મજાક ઉડાડતાં હસવા લાગ્યો અને બોલ્યો વિજય મને લાગે છે કે ચિત્રાને કોઈ ભ્રમ થયો છે. ચિત્રા મારા ટાઈપની તો નથી જ. સાચે જ મને ચિત્રા સાથે એવી કોઈ ભાવનાનો અનુભવ થતો નથી. આમ પણ ચિત્રાનું કોઈ ક્લાસ જ નથી. મારા સ્ટાન્ડર્ડની તો સ્વેતા છે, હોટ ,રિચ અને સેક્સી વુમન' કહીને હસ્યો. ' ચિત્રા! ગુડ લુકિંગ પણ નથી. એવરેજ. હું તો ક્વ છું એવરેજ પણ નથી બીલોએવરેજ છે. આ તો આપણે બધા એકજ ઇન્સ્ટિટ્યૂટમાં કામ કરી રહિયા છીએ એટલે જસ્ટ ફ્રેઈન્ડ રેવું પડે છે કેમ કે કોઈ લેબમાં સાથે કામ કરવાનું હોય છે મતલબ કે મજબુરીની મિત્રતા. બાકી આ પ્રોજેક્ટ પૂરો કરીને આ ઇન્સ્ટિટ્યૂટે છોડ્યા પછી ચિત્રાનો ચહેરો પણ મારે નથી જોવો.' આ સાંભળતા જ વિજય એકાએક આવીયો અને શર્ટના કોલરથી પોતાની પાસે ખેચીંને રાજીવને બે થપ્પડ ગાલ પર ચડાવી દીધી. રાજીવે ગુસ્સામાં આવીને વિજયને મુકો મારવા હાથની મુઠ્ઠી વાળીને ઉંચો કર્યો પણ ત્યારે જ રાજીવને, વિક્રમ દ્વારા શશીધરનું ગાળું કાપી નાખવાની ઘટના યાદ આવી એટલે રુકી ગયો. ખુદને રોકીને રાજીવે માત્ર વિજયને ધક્કો મારીને દૂર કર્યો. રાજીવે અભિમાન સાથે પોતાના મોંઘા શર્ટની વિખાયેલ ઈસ્ત્રી અને કરચલીઓ સરખી કરતા અમીરીનું અભિમાન દરસાવા લાગ્યો. આ દરમિયાન વિજયએ પણ ખુદને શાંત કરવાનો પ્રાયશ કર્યો પણ નિષ્ફળ રહીયો. વિજય રાજીવને પાછો કોલરથી પકડીને બોલ્યો ; ' તું ચિત્રાને લાયક નથી. ચિત્રાના પ્રેમની લાગણીની પવિત્રતાને તું સમજી જ ન શક્યો. તું એ રાજીવે છે જ નહીં જેને હું જાણતો હતો . તું તો બદલાયેલો લાગે છે .'

રાજીવે વિજયને પાછો ધકકો માર્યો અને બોલ્યો ; ‘ હું ચિત્રાને પ્રેમ નથી કરતો અને મને કોઈ પવિત્રતાની વહેતી ગંગા ચિત્રામાં નથી દેખાતી. અને તને જો તે મિડલક્લાસ સ્ત્રીમાં ગંગા સ્વરૂપ દેખાતું હોય તો તું જા ને કરી લે તે પાગલ સાથે લગ્ન.’ ચપટી વગાડીને આગળી બતાવતા રાજીવે વિજયને ધમકાવતા કહીંયુ ; " આજ પછી મારે તારો કે ચિત્રાનો ચેહરો પણ નથી જોવો. ગેટઆઉટ ફ્રોર્મ માય હોઉસ !! " કહીને ગુસ્સાથી ઉપરના ફ્લોરમાં જવા માટે સીડીઓ ચડવા લાગ્યો.

રાજીવ જય રહીયો હતો અને વિજયે જવાબ આપતા કહીંયું; ‘" હા. હા ! જો ચિત્રાની હા હશે તો મને ચિત્રાને મારી અર્ધાંગિની બનાવવામાં કોઈજ વાંધો નથી. હું તો કવ છું સારું જ થઈ યુ ચિત્રાની સાથે કે તું ચિત્રાને પ્રેમ નથી કરતો જેથી એક ખરાબ વ્યક્તિ સાથે સંબંધ બાંધતા તે બચી ગઈ. અને સંભાળ’: રાજીવ સીડીઓ પર ઉભો રહીયો. ‘ હું પણ તારો ચેહરો આજ પછી જોવા નથી માંગતો. ’ કહીને વિજય ઘરના મુખ્ય દરવાજાને જોરથી પછાડીને બંધ કરીને જતો રહીયો.

થોડા જ દિવસોમાં રાજીવનો વિજય-ચિત્રા સાથેનો ઝઘડાઓની વાતો અને શ્વેતા સાથે રાજીવની સગાઈની વાતો ઇન્સ્ટિટ્યૂટમાં ફેલાવા લાગી. ડૉક્ટર સતીશ , શ્યામા, હેતલ, હેમાંગી અને વિશાલને પણ રાજીવની દોસ્તી વિજય અને ચિત્રા સાથે તૂટી ગયા હોવાની જાણ થઈ ગય. રાજીવ લેબમાં આવતો અને ડૉક્ટર રાઘવાચાર્યની કેબિનથી ટાઈમ લેબમાં જતો અને કામ પૂરું કરીને કેબિનથી પાછો નીકળીને કોઈને પણ મળ્યા વગર જ ઘર જવા નીકળી પડતો.

એકદિવસ અચાનક રાજીવના ઘરની ડોરબેલ વાગી. રાજીવે દરવાજો ખોલીયો સામે ડૉક્ટર સતીશ , શ્યામા, હેતલ, હેમાંગી અને વિશાલ ઉભા હતા . બધાએ થોડી સ્મિત આપી.

વિશાલ: ‘અંદર આવવાનું તો કહે ? ’કહીને હસવા લાગ્યો.

રાજીવ: ‘આવો.’ કહીને અભિવાદન આપતા સ્મિત આપી .‘ તમે લોકો બેસો, હું બધા માટે કોફી લઈને આવું છુ’ કહીને કીચનમાં ગયો. રાજીવ થોડીવારમાં કોફી બનાવીને લાવ્યો. બધા કોફી પીવા લાગ્યા. આ દરમિયાન હેતલે વિશાલને આંખના ઇશારાથી વાત કેહવા કહીંયુ. વિશાલે ધીમેથી માથું ઝુકાવીને હા કહીંયુ.

વિશાલ : કેમ છો રાજીવ?

રાજીવ: ‘બસ ઠીક ’ કહીને હળવું સ્મિત ચેહરા પર ચીપકાવ્યું.

વિશાલ: ‘સરસ કોફી બનાવી તે . ખરેખર !’ કહીને વિચારવા લાગ્યો. ડૉક્ટર સતીશ સમજી ગયા કે વિશાલથી નહીં થાય.

ડોકટર સતીશ:‘ રાજીવ! અમે તને સારી રીતે ઓળખીએ છીએ. અમને ખબર છે કે તું કેટલો પ્રેમાળ અને સદભાવના વાળો વ્યક્તિ છે.’ બધા કોફી પી રહ્યા છે અને ડોકટર સતીશની વાતો સાથે સહમત છે તેવું દર્શવવા માથું હલાવીને

હામી ભરી રહ્યા છે. ' તું પૂર્ણિમાના દિવસે, જયારથી એક્સપેરિમેન્ટ પૂરો કરીને પાછો આવ્યો પછીથી જ વિજય અને ચિત્રા સાથે તારા સબંધ ખરાબ થવાની શરૂવાત થઈ છે. અમને લાગી રહીયુ છે કે તારા પ્રોજેક્ટ અને આ ચિત્રા-વિજય સાથે સંબંધનો તણાવ કોઈના કોઈ રીતે સંકળાયેલ છે.

વિશાલ: અમને ખબર છે કે ડોકટર રાઘવાચાર્ય સાથે તારો એગ્રીમેન્ટ છે કે પ્રોજેક્ટની માહિતી બહાર ન આવવી જોઈએ એટલે અમે તને કેહવા માટે કોઈ દબાવ નહીં કરીએ.

હેતલ: અમે તારા બેસ્ટ ફ્રેન્ડ હતા , છીએ અને હંમેશા રહીશુ પણ . તું જયારે પણ ઈચ્છે તું અમારા સાથે તારા મનની વાતો કહી શકે છે . વિ ઓલ લવ યુ અ લોટ !. અમે તને કોઈ રીતે તને જજ નથી કરી રહિયા . તારી કોઈ મજબૂરી છે એ અમે જાણીએ છીએ.

શ્યામા : એટલે તું પ્લીઝ ! અમારી સાથે તો નોર્મલ થઈ જા. અમે બધા જ તને લેબમાં મિસ કરી રહિયા છીએ.' આ બધું સાંભળીને રાજીવની આખો લાગણીશીલ થઈને રડવા લાગી. બધા મિત્રોનો પ્રેમ અને સાથ જોઈને રાજીવને હિંમત મળી. મનથી હારેલો રાજીવ તેના મીત્રોરૂપી લાકડીના બળે આગળ વધવા મનથી રાજી થયો.

હેમાંગી ઉભી થઈને રાજીવ પાસે તેના અશ્રુને લૂછતાં બોલી ; ' નય ...નહીં,,,"કહીને ગળે લગાવ્યો, બધા ઉભા થઈને રાજીવને વહાલ કરવા અને સાંત્વના આપતા હિંમત આપવા લાગ્યા.

રાજીવ: થેન્કયુ , એન્ડ આઈ ઓલ્સો લવ યુ ઓલ.

બધા પાછા સોફા પર બેસે છે આથી રાજીવને હજી કોઈ વાત બાકી છે તેવું લાગ્યું આથી રાજીવે જ પૂછીયુ ; " શું વાત છે ?"

શ્યામા : બેગમાંથી કશુક ગોતીને કાઢતા બોલી; " પાંચ દિવસ પેહલા વિજય અને ચિત્રાનું PhD ડિગ્રી કમ્પ્લીટ થઈ ગઈ છે. " તેટલું બોલતા શ્યામાએ ઈન્વિટેશન કાર્ડ કાઢિયુંને આગળ બોલી; " વિજય અને ચિત્રા કાલે કોર્ટ મેરેજ કરી રહિયા છે " કહીને ઈન્વિટેશન કાર્ડ રાજીવની સામેના ટેબલ પર મુકીયું.

વિશાલ: ચિત્રા તો નથી ઇચ્છતી કે તારો ચેહરો ફરી ક્યારેય જોવે પણ વિજયે અમને કાર્ડ તને આપવા અને ઈચ્છા હોય તો મેરેજમાં આવવા કોર્ટમાં આવી જવાનું જણાવવાનું કહેલ છે.'

અમે લોકો કાલ સવારના ૧૧ વાગ્યે કોર્ટમાં જઈએ છીએ . કાલ મેરેજ પછી સાંજના ૪ વાગ્યે બંને લોકો શિમલાની ફ્લાઈટ પકડવાના છે. તેઓ હંમેશા માટે શિમલા જાય છે. વિજ્ય અને ચિત્રા , વિજયના પિતાના બિઝનેસને આગળ ધપાવવાના છે.

રાજીવ:' સરસ , પણ કોર્ટ મેરેજ કેમ ?' આશ્ચર્યના ભાવથી પૂછિયું.

હેતલ: ચિત્રાની ઈચ્છા સાદાઈથી પરણીને શિમલા જતું રહેવાની છે એટલે.

થોડી સેકન્ડો કોઈ કશુજ ન બોલીયુ. રાજવ સામે પડેલ ઈન્વિટેશન કાર્ડને હાથમાં લઈને જોવા લાગ્યો.

ડોકટર સતીશ: 'હવે , અમારે જવું જોઈએ' કહીને બધા ઉભા થયા અને રાજીવ સામે જોવા લાગ્યા.

રાજીવ: "ઠીક છે . મળ્યા લેબમાં .." કહને સ્મિત આપી.

બધાને જવાબ મળી ગયો કે રાજીવ કાલ કોર્ટમાં નહીં જ આવે. બધા જવા લાગ્યા . વિશાલે રાજીવને ગળે લગાવતા બોલ્યો: "તારું ધ્યાન રાખ જે, દોસ્ત " કહીને પીઢ થાબડી.

બીજા દિવસે :

ચિત્રા અને વિજયે કોર્ટમાં મેરેજ કરી લીધા. શ્યામા અને વિશાલે સાક્ષી તરીકે ડોક્યુમેન્ટમાં સિગ્નેચ કરી. જોત જોતામાં દિવસ પૂરો થવા આવીયો . બધા સહકર્મીઓ ચિત્રા અને વિજયને વિદાય આપવા એરપોર્ટ ઉભા છે.

એરપોર્ટમાં શિમલા માટે ની ફ્લાઈટનું એનાઉસમેનેટ થવા લાગ્યું છે કે ૩૦ મિનિટમાં ફ્લાઈટ ડિપાર્ટ થવાની છે. ચિત્રા એરપોર્ટની બહાર નઝર ફેરવી રહી છે અને મનના કોઈ ખૂણામાં છેલ્લીવાર રાજીવને જોઈને જવાની રહેલ ઝંખના તેના ચેહરા પર સ્પષ્ટ રીતે દેખાય રહી છે જેને વિજય જોય શકતો હતો.

વિજય: " નહીં આવે , રાજીવ ! તે હવે બદલાય ગયો છે" કહીને નિરાશા સાથે વિજયે ચિત્રા સામે જોતા બોલ્યોઅને ચિત્રાના ખમ્ભા પર હાથ મુક્તા બોલ્યો : ' ચાલ ! જઈએ હવે.' ફ્લાઈટ નીકળી પડી. ચિત્રા- વિજય રાજીવના જીવનમાંથી હમેશા માટે ઉડી દૂર નીકળી ગયા.

સાંજના ૬ વાગ્યે રાજીવ તેના નિત્યક્રમ અનુસાર સુર્યાસ્તને જોય રહીયો છે તેટલામાં શ્વેતા આવી અને ગુસ્સો કરતા બોલી ; " મને નથી ખબર તારી મજબૂરી અને તારી ઈચ્છા નથી મને કેહવાની તેથી હું તને કઈ પણ નથી પૂછતી. પણ તું છેલ્લીવાર ચિત્રા અને વિજયને મળવા એરપોર્ટ તો જય જ શકતો હતો ને? પણ કેમ નહીં ગયો?

રાજીવ હસતો બોલ્યો : કબીર ની એક પંક્તિ તને સંભળાવું , ધ્યાનથી સંભાળ જે અને સમજ જે ;

"પ્રેમ ગલી અતિ સાંકરી
જો મેં દો ના સમાએ"

શ્વેતા : હમ્મ ....સમજી ગયી.

રાજીવ : બસ. આજ જવાબ છે. હું આજ છેલ્લીવાર મળવા જાત તો ચિત્રા સમજી જાત કે હું તેને પ્રેમ કરું છુ.જો આજે હું એરપોર્ટ જાત તો ચિત્રા , ના પુરી રીતે વિજય સાથે જોડાઈ શકેત અને ના તો હું ને ચિત્રા અલગ થઈ શકત. પછી ચિત્રાને જે અધૂરાપણાનો અનુભવ થાત તેનો જવાબદાર હું જ બનત. હું ચિત્રાને બસ ખુશ જોવા માંગુ છે. તે મારી સાથે હોય કે વિજય સાથે તેનાથી કોઈ ફર્ક નથી પડતો.

મારા મનમાં ચિત્રા માટે પ્રેમ તો જન્મો જન્મનો છે . (સંધ્યા એ કહેલ વાત યાદ કરતા આગળ બોલ્યો) જેમ રાધા અનેકૃષ્ણના પ્રેમનું મિલન અધુરૂ રહી ને પણ પૂર્ણ છે તેમજ અમારો પ્રેમ પણ અધરો રહીને પણ પૂર્ણ છે.પૂછીશ નહીં તું એવું કેમ?

શ્વેતા : કે. એવું કેમ ?

રાજીવ: કારણ કે મને એવું લાગે છે કે ચિત્રા ! મારાથી દૂર નથી ગઈ. તે મને દરેક જન્મમાં મળશે અને વળી પાછી તે જ જન્મમાં દૂર થઈને વિરહ નું દુઃખ આપશે અને પછીના જન્મમાં પાછી સામે આવીને ઉભી રહશે. આમ જ ચાલ્યા કરશે.

સ્વેતા : "કેમ ? તને કોઈએ વિરહનો શ્રાપ અપિયો છે ? પાગલ ."કહીને મજાક કરતા રાજીવને હળવો કરવાનો પ્રયાસ કરવા લાગી.

રાજીવ: શું ખબર કદાચ કોઈ એ આપીયો પણ હોય . આપીયો હોય તો પણ કોઈ ફર્ક પડતો નથી કારણ કે ચિત્રા તો એ ચિત્ર છે જેમાં એક રાજા રૂપી હું, કોઈ દ્વારા શ્રાપના મડિયાની પેહલા જ સંધ્યા રૂપી પવિત્ર અગ્નિ સાથે સંધ્યા કાળે અને અગ્નિની જ હાજરીમાં , આ બે તત્વથી સર્જન પામેલ મારા મતે અમૂલ્ય કુદરતની રચના સંધ્યાઅગ્નિ સાથે તો હું રૂપી રાજા મન થી જ પરણીને તે ચિત્ર રૂપી ચિત્રાને પોતાની બનાવી ચુક્યો હતો આથી તે રાજાએ મેળવેલ તે ચિત્રમાં લાગણીની અનુભૂતિને કોઈ વિરહનો શ્રાપ દૂર કરી શકવા સક્ષમ નથી" બોલીને સ્વેતા સામે જોતા પૂછિયું " આજે હું બોલ્યો તેમાં તને કશુ સમજ પડી ?

શ્વેતા : નહીં . કશુંજ નહીં .

રાજીવ: " બસ . તો જ સારું . નહીં તો જીવ પણ જોખમ માં પડી જાય ."કહીને હસિયો .

શ્વેતા: પાસે આવી અને માથાપર ટપલી મારતા બોલી : " પાગલ ! હજી પણ એવો જ પાગલ છે તું " કહીને હસવા લાગી.

15

:લેબમાં દુર્ઘટના

દિવસો નીકળવા લાગ્યા . રાજીવ લેબના કામોમાં ખુદને વ્યસ્ત કરવા લાગ્યો. ભૂતકાળની ઘટનાઓને ભૂલવાના પ્રયાસ સાથે ટાઈમ મશીન ઉપર રિસર્ચ આગળ ધપાવવા લાગ્યો. પણ ભૂલી તો નથી જ શકતો.

ડૉક્ટર રાઘવાચાર્ય: રાજીવ! અપને ટાઈમે મશિન તો બનાવી લીધું છે. હવે આપણે DNA ના સેમ્પલ વગર પણ ટાઈમ ટ્રાવેલ કરી શકીએ તેના પર કામ કરવાનું છે. મને મિસ્ટર બ્લુ બ્રેઈન દ્વારા બધુજ વિસ્તારથી સમજાવવામાં આવીયુ. બેટા ! બધું જાણીને મને તારા માટે દુ:ખ થાય છે પણ એ બધું નીકળી ગયું છે. એ સમય અને નિયતિનો ખેલ છે. હવે તું બધુજ ભૂલી જા અને ખુશ રહેતા શીખીજા . જે થવાનું હોય તે થઈને જ રહે છે.તું સમજે છે ને હું શુ કહેવા માંગુ છુ તે.

રાજીવ: હા , સર.

ડૉક્ટર રાઘવાચાર્ય: ગુડ.

રાજીવ: DNA ના સેમ્પલ વગર ટાઈમ ટ્રાવેલનો ટાસ્ક મુશ્કેલ છે પણ આપણે એવું શા માટે કરવા માંગીએ છીએ ?

ડૉક્ટર રાઘવાચાર્ય: કારણકે જે વ્યક્તિઓ હયાત નથી અને જેમનું DNA સેમ્પલ આપણી પાસે નથી તે વ્યક્તિઓના સમયમાં જવું અને તેમની સાથે સંકળાયેલ ઇતિહાસની ઘટનાઓની માહિતી મેળવવી આ આપણે બનાવેલ ટાઇમ મશીનમાં શક્ય નથી. એટલે DNA વગર જ ટાઈમ ટ્રાવેલ પર સંશોધન જરૂરી છે. જેથી ભવિષ્યમાં માત્ર નામ અને માહિતીના આધારે તે વ્યક્તિના પૂર્વ જન્મોમાં જય શકાય.

રાજીવ: હમ્મ.. સમજી ગયો.

દિવસ પૂરો થયો. ડૉક્ટર રાઘવાચાર્ય ઘર જવા નીકળી ચુક્યા છે . રાતના ૯ વાગે રાજીવ ડૉક્ટર રાઘવાચાર્યની કેબિનમાંથી બહાર આવીયો. શ્યામા હજી લેબમાં એક્સપેરિમેન્ટ કરી રહી હતી.

રાજીવ: શ્યામા ! રાતના ૯ વાગ્યા છે. તારે હવે ઘર જવા નીકળી જવું જોઈએ.

શ્યામા : હા ! રાજીવ પણ સેલ કલચરનું ઇન્ક્યુબેશન ૯:૩૦ વાગ્યે પૂરું થાય છે . ૯:૩૦ વાગ્યે સેલ કલચરને કોલ્ડ સ્ટોરેજમાં મૂકિયાં પછી હું નીકળીશ. તું જા કાલે મળીએ.

રાજીવ: જો તું કહે તો હું રુકી જાવ છુ. હું કોલ્ડ સ્ટોરેજમાં મૂકીને નીકળું. એ જ સારું રહશે.

શ્યામા : થેક્સ રાજીવ. તું સારો વ્યક્તિ છે ,મારી મદદ કરવા માંગે છે પણ એવું કરીને હું મારુ કામ તારા પર ન ધોળી શકું " કહીને હસવા લાગી. ‘ તું જા ...હવે આમ પણ માત્ર ૩૦ મિનિટની જ તો વાત છે. ઠીક છે , એક કામ કરીએ હું ઘર પહોંચીને તને ઘરે સલામત પોચી ગયી છુ તેનો મેસેજ ડ્રોપ કરી દઈશ, બસ. ’

રાજીવ: સારું ચલ તું તો નહીં જ માને . ખુબ જ જિદ્દી છે તું . ચલ કાલ મળ્યા , બાય.

શ્યામા : બાય . હા પાક્કુ કાલ મળીએ.

રાજીવ સીડીઓ ઉતરતા ૩ર્ડ ફ્લોર પરની ચિત્રાની કેબિન પાસે પોહંચીયો. રાત્રીના અંધારામાં માત્ર ચિત્રાની લેબ ની બહાર ચાલતો એક માત્ર લેમ્પ હંમેશની જેમ ચાલુ હતો. રાજીવના પગ પ્રેમની યાદમાં ચિત્રાની લૅબ પાસે રુકી ગયા. રાજીવ અરીસાની બનેલ કેબિનમાં બહારથી જોવા લાગ્યો. ખાલી પડેલ ચિત્રાની ખુરશી જોઈને રાજીવને બધુજ અમુક સેકન્ડોમાં તેની સ્મૃતિમાંથી પસાર થયું. રાજીવે દર્દથી છલકાતી સ્મિત આપીને પોતાની કિસ્મત પર હસીને સીડીઓ ઉતરી ગયો.

રાજીવને આજે લેબમાં ખુબ થાક લાગેલ હતો એટલે ઘર આવીને રામુકાકાએ બનાવેલ રાત્રી ભોજન લઈને સૂઈજવા પથ્થારી પર પડ્યો.રાતના ૧૨ વાગ્યા છે , રાજીવ ઉડી ઊંઘમાં છે. એટલામાં રાજીવના મોબાઇલ ફોનની રિંગ વાગી. રાજીવ નીંદરમાં જ ફોનની છેલ્લી રિંગ પેહલા ફોનને ઉપાડી લે છે. ફોન શ્યામાનો છે. શ્યામા ખુબ ગભરાયેલ હતી.

રાજીવ:" હેલો! ...‘ *(નીંદરમાં જ)

શ્યામા : ગભરાહટ અને ઝડપથી બોલી ; "રાજીવ,ડૉક્ટર રાઘવાચાર્યએ તારી સાથે" ......બીપ ..બીપ (ફોન કપાય ચુક્યાનો અવાજ) ફોન કપાય ચુક્યો છે. રાજીવ ખુબ જ નીંદરમાં હતો તેને સરખું કશુંજ સાંભળીયુ નથી, રાજીવને ફોન

કોનો છે તે પણ નથી ખબર. ફોનને નીંદરમાં જ બાજુમાં મૂકીને પાછો સુઈ ગયો.

રાતના ૩ વાગે રાજીવનો ફોન પાછો વાગ્યો. હવે રાજીવની નીંદર ઉડી ગઈ. ફોન વિશાલનો હતો.

રાજીવ: કેમ વિશાલ એટલો મોડી રાત્રે કોલ કર્યો ? ભધુ ઠીક છે ને ?' સામે વિશાલ ધ્રુસકે ધ્રુસકે રડી રહીયો છે અને બોલ્યો ; "શ્યામા...." પાછા હીબકા ભરવા લાગ્યો અને ખુદને થોડો બોલવા લાયક કરવાનો પ્રયાસ કરીને રડતા રડતા જ બોલ્યો ; " શ્યામા આપણી વચ્ચે નથી રહી "

રાજીવ પણ પથારી પરથી ઉભો થઈ ગયો અને સાંભળતા જ શ્યામાને ગુમાવી બેસવાના દુઃખ તરફ ગરકાવ લાગ્યો અને આશ્રય સાથે બોલીયો ; " શું ...?"

વિશાલ: ' રાત્રે ૧૨:૩૦ વાગ્યાની આસપાસ લેબમાં બ્લાસ્ટ થયો છે. hydrogen સિલિન્ડર અને ગૅસની લેબની પાઇપ લાઈનમાં ધડાકો થયા હોવાનું અનુમાન છે. તે સમયે શ્યામા લેબમાં જ કામ કરી રહી હતી. ઘટના બાદ શ્યામાને હોસ્પિટાલમાં સારવાર માટે ખસેડવામાં આવી પણ ડોકટર શ્યામાને બચાવી ન શક્યા. અમને લેબથી આ બાબતે કોલ આવ્યો અને ખબર પડી. જલ્દી તું એસ .ટી હોસ્પિટલ આવીજા , પોસ્ટમાટમ થઈ રહીયુ છે પછી થોડી પેપરવર્કની ફોર્માલિટી પુરી કરવાની છે ત્યારબાદ ડેડબોડી આપણને સોંપવામાં આવશે. શ્યામાના પતિ (વીરેન્દ્ર) પણ તેની છોકરી સાથે આવી રહ્યા છે.

રાજીવ: 'હા, હું આવુ છુ' રડતા અવાજે જવાબ આપ્યો.

રાજવે ફોન મુક્યા પછી તેને વિશાલ પેહલા પણ કોઈનો ફોન આવ્યા હોવાનું યાદ આવ્યુ. એટલે રાજીવે મોબાઈલમાં કોલ લોગ ચેક કરવા લાગ્યો.

રાજીવ: (મનમાં) શ્યામાએ દુર્ઘટનાના અડધો કલાક પેહલા મને ફોન કરેલ છે? શું કામ કર્યો હશે ? યાદ કરવા દિમાગ પર જોર લગાવે છે પણ કશું યાદ કરી શકતો નથી. પછી કોલ હિસ્ટ્રી ચેક કરે છે અને બોલ્યો : " કોલ માત્ર ૫ સેકન્ડ પૂરતો જ કન્નેકટેડ હતો .....એવું કેમ? " હજુ વધુ દબાણ પોતાના દિમાગ પર લગાવે છે પણ યાદ ન કરી શકતા ફ્રેસ્ટ્રેટેડ થઈને પાસેના ટેબલ પર હાથ પછાડતા બોલ્યો ; " હમમમ...મને કેમ કશુ જ યાદ નથી આવતું?.'

રાજીવ ઝડપથી કાર ચલાવીને હોસ્પિટલ પોહચે છે. સવારના ૪ વાગ્યા છે. હોસ્પિટલની બહાર ઇન્સ્ટિટ્યૂટના વિજ્ઞાનીકો , પોલિશકર્મીઓ અને ન્યૂઝ ચેનલના પત્રકારોની ભીડ દેખાય રહી છે. રાજીવે રિસેપ્શનમાંથી માહિતી મેળવીને શ્યામાના મૃતદેહ રાખેલ રૂમ પાસે આવે છે. રૂમની બહાર ડોકટર સતીશ , વિશાલ, હેતલ અને હેમાંગી બહાર ઉભા છે અને રડી રહ્યાં છે. બાજુની બેન્ચ પર શ્યામાનો પતિ અને તેની નાની દીકરી બેઠા હતા. એમની આખોમાથી

આશુંઓની ધાર રુકી જ નથી રહી.

રાજીવને આવેલ જોઈને હેતલ દોડીને રાજીવની ગળે વળગીને રડવા લાગી અને બોલી ; " શ્યામા ....." પછી વિરહમાં કશુજ બોલી ન શકી અને ધ્રૂસકા ભરીને રડવા લાગી અને મોંન બનીને બસ રડતી જ રહી,

રાજીવ: શ્યામાએ મને આ દુર્ઘટના પેહલા ૧૨ વાગ્યે કોલ કરેલ છે એવું મેં મારા ફોનની કોલ હીસ્ટરીમાં જોયું છે . કોલ માત્ર ૫ સેકન્ડનો જ છે અને પછી ડિસકનેક્ટ થઈલ છે. હું ઘાટીનીંદરમાં હતો એટલે શ્યામા આ દરમિયાન શુ બોલી છે તે હું યાદ નથી કરી શકતો.

ડૉક્ટર સતીશ : ‘શ્યામાનો ફોન હતો ?’ આશ્ચર્ય સાથે પૂછિયું.

રાજીવ: હા .

એટલામા એક પોલિશ અધિકારીઅને સાથે બે અન્ય પોલિશકર્મીઓ રાજીવ પાસે આવીને ઉભા રહિયા. મુખ્ય પોલિશ ઈન્સ્પેક્ટરે ધર્મસિંહએ પેહલા બધા સામે જોયું અને પછી રાજીવ સામે જોઈને બોલ્યા:

ધર્મસિંહ : ડોકટર રાજીવ ! આ ઘટના સમયે તમેં ક્યાં હતા ?‘ કડક અવાજમાં શંકા સાથે બોલ્યા.

રાજીવ: હું ઘરમાં જ હતો અને તે સમયે સુઈ ગયેલ.

ધર્મસિંહ : તમે લેબ થી ક્યારે નીકળેલા? અને જ્યારે તમે લેબમાંથી બહાર આવ્યા ત્યારે લેખમાં કોણ કોણ હતું?

રાજીવ : લેબમાં માત્ર શ્યામ હતી. હું નીકળ્યો એના થોડા સમય પહેલાં ડોક્ટર રાઘવ આચાર્ય ઘરે જવા નીકળી ગયા હતા. શ્યામાને રિસર્ચ રિલેટેડ થોડું કામ બાકી રહી ગયું હતું આથી શ્યામાએ મને કહ્યું કે અડધી કલાકમાં કામ પૂરું કરીને તે લેબ બંધ કરીને ઘરે જશે.

ધર્મસિંહ: ‘અમારી ટીમે બે કલાક પહેલા લેબની તપાસ હાથ ધરી હતી. લેબના અને ઇન્સ્ટિટયૂટના કેમેરાઓ દ્વારા પણ તપાસ કરી છે. કેમેરામાં અમને ડોક્ટર રાઘવ આચાર્ય ઘરે જતા અને શ્યામ લેબમાં કામ કરતી જોવા મળે છે. રાજીવ અજીબ વાત એ છે કે તમારું શ્યામા સાથે તેના ઘરે જાવાની બાબત ઉપર ચર્ચા અને તમારું ઇન્સ્ટિટયૂટ માંથી બહાર નીકળવું કેમેરામાં રેકોર્ડ થયેલ નથી.’ ધર્મસિંહ રાજીવની નજીક આવ્યા અને ખંભાથી રાજીવને પકડીને બોલ્યા; “ ડોક્ટર રાજીવ ! હજી એક વાત નોંધવા લાયક છે. જે સિલિન્ડર ફાટયું છે તે સિલિન્ડર અને ગેસ લાઇનની પાઈપ કોઈ ધારદાર હથિયાર વડે કાપવામાં આવી હતી. આ બધી બાબતો શ્યામાનું ખૂન થયેલું હોવા ની શંકા દર્શાવે છે. મને એવું લાગે છે કે શ્યામાનું મૃત્યુ કોઈ દુર્ઘટનાનું પરિણામ નથી. આ તો મર્ડર છે.

રાજીવ નો પકડેલ ખંભાને જોરથી પકડીને ધર્મસિંહ બોલ્યા; " ડોક્ટર રાજીવ ! ચાલ પોલીસ સ્ટેશન. જેલની હવા અને પોલીસ કર્મીનો માર ખાધા પછી તું બધું જ સાચું બોલવા મળીશ" ખેંચીને રાજીવને પોલીસ સ્ટેશન લઇ જવા લાગ્યા.

રાજીવ: ડર અને આશ્ચર્યના મિશ્ર ભાવ સાથે બોલી ઉઠ્યો; " સર ! સર ! મેં કશું નથી કર્યું. શ્યામા તો મારી મિત્ર હતી. હું આવું શું કરવા કરું? પણ ધર્મસિંહ અને અન્ય પોલીસ કર્મીઓ રાજીવને ઝડપથી ખેંચીને સીડીઓના પગથીયા ઉતરવા લાગ્યા. હોસ્પિટલની બહાર ન્યૂઝ ચેનલ મિડીયાએ રાજીવ અને ધર્મસિંહને ઘેરી લીધા. રિપોર્ટર દ્વારા પાડવામાં આવતા કૅમેરાના ફોટાના અવાજો અને પ્રકાશની લાઈટના ઝબકારાથી રાજીવની આંખો મીંચાઈ રહી હતી. પત્રકારોના સવાલોના રાજીવ અને ધરમસિંહ સામે અથડાઈ રહ્યા હતા જેવા કે; " ઇન્સ્પેક્ટર ! શું તપાસ થઇ રહી છે ? ...... આ દુર્ઘટના છે કે ખૂન?..... આ વ્યક્તિ કોણ છે? .... શું આ વ્યક્તિનો હાથ આ ઘટનામાં હોવાનું અનુમાનિત છે? " પત્રકારો અને ન્યુઝ ચેનલના મીડિયા રિપોર્ટરના સવાલોને અવગણીને આગળ ચાલતાં બે પોલીસકર્મીઓ લાઠી અને બળના સહારે ધર્મસિંહને પોલીસ વિહિકલ સુધી પહોંચવા માટે રસ્તો કરી આપતા હતા. પોલીસ કારમાં બેસાડીને રાજીવને પોલીસ સ્ટેશન લઈ જવામાં આવ્યો.

બીજા દિવસે શ્વેતા સવારના સાત વાગે તેના વકીલ સાથે રાજીવને જેલમાંથી છોડાવવા દોડી આવી. વકીલો દ્વારા રાજીવને ન્યાયપ્રક્રિયાને આધારે જમાનત મેળવવા મથામણ કરવા લાગ્યા. શ્વેતા રડતા રડતા જેલમાં બંધ રાજીવ પાસે આવી અને બોલી: '" તું ટેન્શન ના લઈશ, અમને બધાને ખબર છે કે તું નિર્દોષ છે. તૂ છુટી જઈશ"

રાજીવ: " થેન્ક્યુ શ્વેતા" થાકેલા અવાજે બોલ્યો. શ્વેતાએ જેલના સળિયા વચ્ચેથી હાથ લંબાવ્યો અને રાજીવના આંસુને લૂછ્યા.

રાજીવ ઉપર કેસ ચાલુ થયો. કોર્ટ દ્વારા છેલ્લે પુરાવાનો અભાવ હોવાથી અને કોઈપણ ઍંગલથી શ્યામાના ના મૃત્યુ પાછળ રાજીવ નો હાથ હોય તેવી શંકા ન દેખાતા રાજીવને પોલીસની કાર્યવાહીમાં પૂર્ણ સહયોગ આપવા અને શહેર ધર્મસિંહ ની પરવાનગી વગર ન છોડવાની શરતે રાહત આપવામાં આવી અને મુક્ત કરવામાં આવ્યો.

ધર્મસિંહ: (કોર્ટ દ્વારા આપવામાં આવેલા ચુકાદા બાદ, કોર્ટ રૂમના કોરિડોરમાં) રાજીવની નજીક જઈને; " તને મુક્તિ તો મળી છે પરંતુ તું મારા શંકાના રડારમાં છે જ. હવે હું તપાસ ને વધુ ગહન બનાવીશ અને દોશી તું જ છે તે બાબત સાબિત કરીને જ રહીશ. જો તું શહેર બદલે કે શહેરથી બહાર જાય તો તે બાબતની ખબર મને હોવી જરૂરી છે અને જ્યારે પણ ફોન કરું ત્યારે તારે

પોલીસ સ્ટેશન આવીને હાજરી આપવી પડશે. સમજ્યો ?" કહીને ગુસ્સે ભરાઇને જોવા લાગ્યા.

રાજીવ : 'જી સર ' થોડા ડર અને ધીરજ જાળવતા બોલ્યો.

ધર્મસિંહ : મોઢું મચકોડીને ' હમ્મ . ..ખૂની ...' કહીને ધિક્કારના ભાવ સાથે બોલીને નીકળી ગયા.

ડૉક્ટર રાઘવાચાર્ય લેબના બધા જ સહકર્મીઓ કોર્ટના નિર્ણયથી ખુશ હતા. ડોકટર સતીશ , હેમાંગી,હેતાળ અને વિશાલ રાજીવ પાસે આવ્યા અને બધું જ ઠીક થઈ જશે તેવું આશ્વાશન આપવા લાગ્યા.

ડૉક્ટર રાઘવાચાર્ય : રાજીવ બસ તારો સમય ખરાબ ચાલી રહ્યો છે. ધીરજ રાખજે. અમને બધાને ખબર છે કે તું દોષી નથી. બેટા ! બધું જ ઠીક થઈ જશે!" કહીને રાજીવને ગળે લગાવીયો.

વિશાલ અને હેમાંગી પણ રાજીવને ગળે લાગ્યા અને બોલ્યા ; " અમે બધા તારી સાથે જ છીએ. ટેન્શનની કોઈ વાત નથી". છેલ્લે શ્વેતા રાજીવની નજદીક આવી અને રાજીવના ખભા પર હાથ મૂકીને દયાભાવથી સ્મિત આપવા લાગી .

કોર્ટથી બહાર નીકળીને કાર તરફ જઈ રહ્યો હતો ત્યારે રાજીવને શ્યામાના પતિ વીરેન્દ્રએ કોલરથી પકડ્યો અને ત્રણ-ચાર જોરથી થપ્પડો મારવાનું ચાલુ કરી દીધું. વિરેન્દ્ર જોરથીઅને ગુસ્સામાં બોલ્યો : " તું ખૂની છે. તું મારી પત્નીનો ખૂની છે. તે મારા પરિવારને છિન્નભિન્ન કરી નાખ્યું. "કહી ને બીજો મુક્કો મારવા જતો હતો ત્યાં જ પાછળથી ડોક્ટર સતીશે વિરેન્દ્રનો હાથ પકડીને પાછળ ખેંચીયો અને ધક્કો માર્યો . વિરેન્દ્ર જમીન પર પછડાયો.

જમીન પર પડેલા વિરેન્દ્ર પાસે જઈને ડોક્ટર સતીશ ગુસ્સામાં બોલ્યા " રાજીવે કશું નથી કર્યું. ખરેખર તો તું જ શ્યામાનો ખૂની છે. તું એ ખૂની છે જે વ્યક્તિ પોતાની પત્નીની ભૂલને માફ ન કરી શક્યો. માન્યુ કે ઘરમાં બ્લાસ્ટ થયો તેમાં શ્યામાની લાપરવાહી હતી. પણ શ્યામાએ ખુદની ભૂલને સ્વીકારેલી અને રોજ પોતાને ગુમાવેલા દીકરાને યાદ કરીને ખુદને અપરાધી ગણતા અંદરથી મરી રહી હતી. એ મુશ્કેલીના ક્ષણોમાં તારે તારી પત્નીનો સાથ આપવો જોઈતો હતો પણ તું તો શ્યામાને માફ જ ન કરી શક્યો. શ્યામા ને તારા સહકારની જરૂર હતી પણ તે ન આપ્યો. શ્યામા ને એ દુઃખની આગમાં તે એકલી ધકેલીને તે તો છૂટાછેડા લઇ લીધા અને અલગ રહેવા જતો રહ્યો. " કહીને ડોક્ટર સતીશે પછડાયેલા વિરેન્દ્રને ધિકાર સાથે પાછો ધક્કો માર્યો. હવે વિરેન્દ્ર પોતાની ભૂલને સમજ્યા બાદ ખૂબ આક્રંદ સાથે રડવા લાગ્યો. શ્યામાના આ દુનિયામાંથી જતા રહ્યા બાદ વિરેન્દ્ર પાસે હવે આજીવન અફસોસ કરવા સિવાય કશું જ બચ્યું નથી.

રાજીવનું ધ્યાન હાથમાં શ્યામા ની તસ્વીર લઈને ઉભેલી શ્યામા ની ૧૦ વર્ષીય દીકરી twinkle ઉપર પડ્યું. તે આ બધું જ જોઈ રહી હતી ટ્વિંકલ ની આંખો માતાના પ્રેમની હુંફની ઉણપથી અને રાજીવની આંખો twinkleના માં વિહોણા બન્યાંનું આ દ્રશ્ય જોઈને રડી રહી હતી. રાજીવ કારમાં બેસીને નીકળી ગયો.

16

રાજીવનું ઇન્સ્ટિટ્યૂટ છોડીને જવું

ઈન્સ્ટીટયૂટમાં થયેલા બ્લાસ્ટના કારણે સર્જાયેલી નુકસાન અને ડોક્ટર રાઘવ આચાર્યની લેબ ને પાછી કાર્ય લાયક બનાવવામાં અંદાજે ચાર મહિના જેટલો સમય લાગ્યો. ટાઇમ મશીનની લેબ અંડરગ્રાઉન્ડ હોવાથી ટાઈમ લેબમાં કોઈ જ નુકશાન થયું ન હતું. ચાર મહિના પછી આજે બધા વૈજ્ઞાનિકોને ઇન્સ્ટિટ્યૂટમાં રિપોર્ટિંગ કરવાનું છે. ઘટનાની તપાસ માટે આ ચાર મહિના દરમિયાન ઇન્સ્ટિટયૂટને બંધ રાખવામાં આવી હતી. ડોક્ટર રાઘવ આચાર્યની લેબમાં આવતાની સાથે જ બધા લોકો, નિયમિત પણે કામ કરી રહેલી અને સમયની પાબંધીઓને કોઈપણ ભોગે અનુસરીને કામ કરનારી વૈજ્ઞાનિક શ્યામાના હસતા ચહેરાની ઉણપને અનુભવ કરી રહ્યા હતા. આજે સૌથી પહેલા લેબમાં ડોક્ટર રાઘવચાર્ય આવેલા અને પોતાની સાથે નવી લેબનું નામ લખેલ ચાંદીની બનેલ પ્લેટ લાવીયા. જેમાં લખિયું હતું;

" લેબ ઓફ ડૉક્ટર શ્યામા - અવર વન ઓફ ધ ડેડીકેટેડ સાયન્ટીસ્ટ ". ડૉક્ટર રાઘવાચાર્યએ આવીને પહેલું કામ પોતાની પ્રિય વેજ્ઞાનિક વિધાર્થીઓમાંની એકને વિધાર્થી વેજ્ઞાનિક શ્યામાને યાદ કરતા લેબનું નામ ડોકટર રાઘવ આચાર્ય થી બદલીને "ડૉક્ટર શ્યામા લેબ" કરી નાખીને લેબ નેમ પ્લેટને બદલી અને જ્યાં સુધી આ ઇન્સ્ટિટ્યૂટ રહે ત્યાં સુધી આજ લેબનું નામ રજીસ્ટર કરાવીને શ્યામાને ટ્રિબ્યુટ આપિયું. જેથી આવનારા વિધાર્થીઓ પણ એક સાયન્ટિસ્ટમાં ખુદના કામ માટે કેવું ડેડિકેશન હોવું જોઈએ તેનું ઉદાહરણ શ્યામા બને.

રાજીવ લેબમાં પ્રવેશતા સામે જોવે છે કે ડોકટર સતીશ, હેતલ, હેમાંગી અને વિશાલ શ્યામાના ડેસ્કની જગ્યા પર એકઠા થયેલા છે. રાજીવ નજદીક આવીને

ઉભોર રહીયો . બધા લોકો શ્યામા સાથે વિતાવેલા સમયને યાદ કરતા શ્યામાની ખાલી ખુરશી સામે જોય રહિયા છે.

રાજીવ બાજુમાં પડેલ ખાલી ખુરસી પર બેસ્યોને હાથમાં પકડેલ રેજિગ્નેશન લેટરને શ્યામાના ડેસ્ક પર મૂક્યું અને રડવા લાગ્યો. સહકર્મીઓએ રાજીવને મન હળવું કરવા રડવા દીધો. વિશાલે રાજીવ પાસે આવીને ખભ્ભા પર હાથ મૂકીને સાંત્વના આપી. રાજીવે આશુને લુછીયા અને બોલ્યો:

રાજીવ: જો એ દિવસે કદાચ મેં શ્યામાની મારુ ઘરે જતું રહેવાની વાત માની ન હોત અને તેનું કામ પૂરું થાય ત્યાં સુધી હું રાહ જોઈને લેબમાં જ રુકી ગયો હોત તો આજે શ્યામા આપણી સાથે હોત અને એક દીકરી માં વિહોણી ન બનત. હું શ્યામાની વાતને ન માનીને જો જીદ કરી હોત અને મેં શ્યામાને જો એમ કહીંયુ હોત કે " ઠીક છે તું તારા સેલને ઇન્ક્યુબેટ થવા દે ત્યાં સુધી આપણે કોફી સાથે ગપાટા મારીએ" તો આજ આ બધું ન જોવું પડત.

શ્યામાએ મને ૧૨ વાગ્યે કરેલ ફોનમાં કહેલ શબ્દોને પણ હું યાદ નથી કરી શકતો. જે શ્યામા કદાચ છેલા શબ્દો છે. હવે હું જયારે પણ પથારી પર સુવા પડું છુ તો ઝબકીને ઘણી વાર જાગી જાવ છુ અને મને એવું લાગે છે કે જાણે શ્યામા નો ફોન વાગી રહૈયો છે. એ વાતનો અફસોસ મને આજીવન રહશે કે કદાચ શ્યામાએ તેના છેલા સમયમાં મારી મદદ માંગવા ફોન કર્યો હશે અને હું ઊંડી નીંદરમાં જ સૂતો રહીયો. મને પોતાનાથી જ ચીડ ચડવા લાગી છે. આ બધું મને અંદરથી બીમાર બનાવી રહીયુ છે. કાલે જ હું ક્લિનિંકમાંથી મારા હેલ્થ રિપોર્ટ્સ ડોક્ટરને બતાવીને આવીયો મને કદાચ આ અફસોસ ના કારણે હાઈ બ્લડ પ્રેસર અને હાયપર ટેન્શનની બીમારી થઈ ગઈ છે. આથી જ મેં નક્કી કરીલીધું છે કે હું આ સાયન્સ અને રિસર્ચ ફિલ્ડને જ છોડીને શાંતિમય જીવન વ્યતીત કરવા એક ગામમાં જય રહીયો છુ.હું આ સાયન્ટિસ્ટના પદથી છૂટીને એક આધ્યાત્મિક અને પ્રાચીન સમયમાં જેમ લોકો જીવન ગાળતા તેવું અધયાત્મિક અને સલતુલનવાળું જીવન જીવવા માંગુ છુ. આજે આ ઇન્સ્ટિટ્યૂટમાં આ મારો છેલો દિવસ છે. કાલે મેં ધર્મસિંહને મારા લોકેશન સાથે અહિયાંથી અમારા ગામ અરાયબેલપરકોન્ડા જાવ છુ તેવી અરજી પણ આપી દીધી છે.અરાયબેલપરકોન્ડા મારુ મૂળ ગામ છે જે કર્ણાટક રાજ્યમાં જ જગલોને અંતમાં આવેલ અને સમુદ્રને અડીને વસેલું નાનું ગામ છે . અમારી પાસે ખેતીલાયક જમીન છે હવેથી હું ખેતી અને ધ્યાન કરીને જ આગળનું જીવન વ્યતીત કરવું માંગુ છુ.બધા રાજીવની નજદીક આવિયાને રાજીવને ગળે લાગવ્યો.

રાજીવ: મેં મારા વિજ્ઞાનિક કેરિયરમાં ઘણી રિસર્ચ લેબ્સમાં કામ કર્યું પણ મને સાચા મિત્રો આજ લેબમાં મળ્યા. સાચું કહું તો તમે પાંચ, ચિત્રા-વિજય અને સ્વેતા જ મારુ પરિવાર છે. આખી દુનિયા મને શ્યામાનો ખૂની માની રહી હતી પણ તમે ચાર અને સ્વેતા જ મારી સાથે મદદ માટે ઉભા રહિયા અને મને અનેકવખત હાર માનતા અટકાવ્યો. જયારેપણ તમે લોકોને મારી યાદ આવે ત્યારે મને મળવા મારા ગામમાં આવી શકો છો પણ હું શક્ય હશે ત્યાં સુધી બેંગ્લોરમાં પાછો પગ પણ મુકવા નથી માંગતો. " કહીને રાજીવ ખુરશી પરથી ઉભો થયો અને પાછળ ફર્યો. સામે ડૉક્ટર રાઘવાચાર્ય ઉભા હતા અને એમની આખોમાં આશુ હતા.

ડોક્ટર : 'બેટા તું જા હવે. હું તારા દુઃખને સમજી શકું છુ. એક પછી એક તારા બધા પ્રિય તારાથી દૂર થઇ રહ્યા છે ' કહીને રાજીવને ગળે લગાવ્યો અને બોલ્યા; " મને ખબર છે કે તારા ઉપર શું વીતી રહ્યું છે. હવે હું પણ નથી ઈચ્છતો કે અહીંયા રહીને તું બધુ સહન કરે. બસ એ વાત યાદ રાખજે એ પ્રોજેક્ટ ઇપ્સા તારા કારણોથી જ શક્ય બન્યો. તું જ્યારે પણ ઈચ્છે ત્યારે તું પાછું જોઈન્ટ કરી શકે છે. " રાઘવ આચાર્ય એ તેમના હાથમાં રહેલા ૨ એન્વેલોપમાં બંધ પત્રોને રાજીવને આપ્યા અને કહ્યું કે મને ખબર હતી કે આજે તુ આવવાનો છે અને બધું છોડીને જવાની વાત કરીશ. એટલે મેં આ પત્રો અને તારી માટે લખીને જ રાખેલા." રાજીવ પત્ર ખોલવા જઇ રહ્યો હતો.

ડોક્ટર : ના...ના ...અત્યારે નહીં .આ પત્રને જે સમયે તને એવું લાગે કે તારા મનમાં આપણા પ્રોજેક્ટ ઇપ્સા સાથે સંકળાયેલા અનેક સવાલો પાછા ઉભરી રહ્યીયા છે અને સવાલોના જવાબ મેળવીયા વગર મનમાં શાંતિ મળશે જ નહીં તે દિવસે જ આ પત્રોને તું વાચ જે. તે પેહલા ક્યારેય નહીં ' બીજા પત્રનું ઈન્વેલોપ આપતા બોલ્યા; ' આ પત્ર PMO માંથી આવેલ છે ' આ પત્રને પણ વાંચવાનો આ ઉચિત સમય નથી. જે દિવસે તું પેહલો પત્ર ને વાંચીલે પછી જ આ બીજો પત્ર વાચજે.

રાજીવે બને એન્વેલોપને બેગમાં મુકીયા. રાજીવે છેલ્લીવાર શ્યામાની ખાલી સીટ સામે જોયું અને લેબની બહાર જવા લાગ્યો . ડોકટર રાઘવાચાર્ય અને બીજા લેબના સહકરીમીઓની આખો પેહલા શ્યામાની યાદમાં અને હવે સાથોસાથ રાજીવના દૂર જવાના દુઃખથી પણ ભીંજાય રહી હતી. રાજીવે બહાર જવા લેબનો મુખ્ય દરવાજો ખેંચિયો ત્યાંજ પાછળથી ડોકટર રાઘવાચાર્યએ અવાજ આપિયો: " રાજીવ ! (થોડો સમય રૂકય્યા પછી બોલ્યા) મને એવું લાગે છે કે કદાચ આ આપણી છેલ્લી મુલાકાત હશે" કહીને રાજીવને ગળે લગાવવા હાથ લંબાવીયા.

રાજીવને પણ એવો જ અનુભવ ડોકટર રાઘવાચાર્યની ઉમર જોઈને થયો કે જાણે છેલ્લીવાર તેના પિતાને જોય રહીયો હોય .હમેશા રાજીવે ડોકટર રાઘવાચાર્યમા પોતાના પિતાની જ છબીને જોય હતી આથી રાજીવ પાછો ફરીને ડોકટર રાઘવાચાર્યને ગળે વળગી પડ્યો અને રડવા લાગ્યો. " બસ ! બસ ! બેટા. ભગવાન હમેશા તારી રક્ષા કરશે. ' રાજીવના માથા પર હાથમુકીને બોલ્યા: " વિદ્યાવાન , ધનવાન, કીર્તિવાન ,યશવાન " કહીને રાજીવથી છુટા પડ્યા અને પાછળ જોયા વગર જ કેબિનમાં ચાલ્યા ગયા. આ જોઈને રાજીવ અને બધા મિત્રોને આજ સમજાયું કે ડોકટર રાઘવાચાર્ય કેટલી હદે રાજવ સાથે ભાવનાત્મક રીતે જોડાયેલા છે.

રાજીવ મનને મજબૂત કરીને લેબથી બહાર નીકળીયો . થોડા ડગલાં ચાલતા જ પાછળથી વિશાલ દોડીને આવતા બોલીયો ;

વિશાલ :એક મિનિટ રાજીવ ! તને ખરેખર એવું લાગ્યો છે કે તને ગામમાં જઈને અને ખેતી કરીને શાંતિ મળશે ?

રાજીવ: હા! વિશાલ તેવું જ બનશે. હું તને મારા દાદાએ કહેલ એક વાત કહું : “મારા દાદા એક હાઈ કોર્ટના મુખ્ય ન્યાયાધીશ હતા. તેઓ જયારે તેમની જોબમાંથી નિવૃત થયા ત્યરબાદ તેઓ અમારી પાસે સારી એવી ખેતીલાયક જમીન છે તેમાં ફળોની ખેતી કરવા જતા રહિયા, અમુક વારસો બાદ જયારે હું એમને પાછો મળિયો ત્યારે તેમણે મને સમજાવતા કહીંયુ કે મેં મારા જીવનમાં ન્યાયાધીશ તરીકે ખુબ કામ કરિયું .ઘણી નામના પણ મેળવી.પણ જયારે હું નિવૃત થયો અને બધીજ જંજાળ છોડીને સામાન્ય ખેતી કરીને શાંતિમય જીવન જીવાવનું ચાલુ કરિયું તે સમયે મને જે આનંદ આવીયો તે મને ઉંચા પદ પર કામ કરીને કે સારી પણ સ્ટ્રેસફુલ નોકરી કરીને કયારે ન મળી સકિયુ. આપણે એવું સમજતા હોયે છીએ કે ઉંચુ પદ ,મોટો પગાર , સમાજમાં નામના, હોદ્દો તો હોવો જ જોઈએ અને આ બધું મેળવવા આપણે બધા ભાગતા રહીએ છીએ પણ ખરેખર તો આ બાબતો એક મૃગજળ જેવું છે જે દૂરથી એક સમયે તરસને શાંત કરશે એવું લાગે પણ ત્યાં પોહચ્તા નિરધારિત જળની પ્રાપ્તિ તો થતી જ નથી. માણસે એજ કામ કરવું જોઈએ જે તેની શાંતિને તોડતું ન હોય .આપણે નોકરીને કે આપણા કામને જીવનિર્વાહ માટે અને તે માટે જરૂરી ધન કમાવવા માટે કરવું જોયીએ પણ જો એજ કામ તમને અંદરથી સંતોષ નથી આપી રહીયુ અને માત્ર તમે સમાજમાં હોદ્દા ને પ્રાપ્ત કરવા કે ખ્યાતિ મેળવવા જ કરી રહ્યં હોવ તો એ બધું જ ક્ષણિક અને મૃગજળ જ છે. દરેક કામ સારું છે એક સામાન્ય લગતી ખેતી જ લોકોને અનાજ પૂરું પાડે છે. જે આપણી મુખ્ય જરૂરિયાત છે. હું તને આ એટલે કહી રહીયો છુ કારણે કે મેં અમુક વ્યક્તિઓને એવું કેહતા સાંભળેલા છે કે, " શું

ચાર તું ભણી ગણીને ખેતી કરવા માંગે છે?" પણ વાસ્તામાં તું એનાલિસિસ કરીને જો તું સમજીશ કે જે લોકો ખેતી કરીને જીવન વિતાવી રહિયા છે તે પહેલાતો તે એક પુણ્યનું જ કામ કરી રહિયા છે કારણ કે તેવો દેશની અન્નની જરૂરિયાત પુરી પાડે છે. બીજું કે ખેતી કરનાર ખેડૂત માનસિક અને શારીરિક રીતે સ્વસ્થ રહે છે. ત્રીજું કે ખેડૂત કોઈની નીચે કામ નથી કરી રહ્યો તેથી માનસિક રીતે હેરાનગતિ જે આજના જોબ પ્રોફેસ્સશનમાં જોવા મળે છે તેનો સામનો નથી કરવો પડતો. ખેતી કરનાર વ્યક્તિ પાસે પોતાના પરિવાર, મિત્રો અને સંબંધીઓ માટે પૂરતો સમય વધે છે જે આજની નોકરીમાં નથી મળતું વ્યક્તિ પાસે ખુદ માટે પણ સમય નથી . જોબ કરનાર વ્યક્તિ હમેશા ઇરશા, દગ્ગાખોરી , જેવા અનેક દુષણના ઝપેટમાં આવે છે અને સમય જતા વ્યક્તિ ખરાબ અનુભવોને પરિણામે ખુદપણ એવો જ બનતો જાય છે. ખેતી કરનાર વ્યક્તિ જમીન અને ખુલા આકાશમાં અને વૃક્ષો સાથે કામ કરીને પ્રકૃતિના સંપર્કમાં રહે છે આથી વ્યક્તિમાં અધયાત્મિક ગુણો પણ ઝડપથી વિક્સિત થાય છે જયારે એક રૂમની કૅબિનમાં કામ કરનાર વ્યક્તિનો વિકાસ તો રૂંધાયેલો જ રહે છે. સૌથી અગત્યનું એ પણ છે કે ખેતી કરનાર વ્યક્તિઓની જરૂરિયાત ખુબ ઓછી હોય છે તેઓ આવકને અનુરૂપ પોતાની જરૂરિયાત સાથે સુમેળ સાધવામાં સફળ રહે છે જયારે મોટાભાગના ઉંચા પદની નોકરી કરનાર વ્યક્તિઓ હમેશા મેળવે તેટલું ઓછું જ છે તેવું અનુભવ્યા કરે છે અને અંતે ભ્રષ્ટઆચરણ તરફ સરળતાથી આકર્ષાય જાય છે. આથી જો તને કયારે પણ બધુજ છોડીને ખેતી કરવાનો વિચાર આવે અને તારી પાસે જમીન હોય તો કરી જો જે તને આનંદનો અને શાંતિનો અનુભવ થશે જ . જે તને શહેરોમાં ભાગદોડ વાળા જીવનમાં કયારેય નહીં મળે. જીવનમાં એવો સમય આવે જ છે કે જયારે આપણને સિટી લાઈફમાં, નોકરીમાં શાંતિની ઉણપ વર્તાવવા લાગે છે તે સમયે આપણે આપણા મૂળ ગામમાં આવી , પ્રકૃતિના ખોળામાં આવીને ખેતી કરીને શાંતિમયજીવન નિર્વહન કરવો જોઈએ. અને જયારે એવું લાગ્યો કે પાછા શહેરોના પડકારો જેલવા છે ત્યરે પાછું સિટીલાઈફ પાછું આવી જ શકાય છે . " દાદાએ કહેલ આ વાતો મને યાદ છે એટલે મને લાગ્ય છે કે તેઓ સાચા હતા આ વાત તે સમયે મને આટલી ઊંડાણ પૂર્વક ન હતી સમજાણી પણ આજ સમજાય ગઈ છે.

17

અરાયબેલપરકોન્ડામાં રાજીવની ડૉક્ટર શંકરદેવ સાથે ચર્ચા

રાજીવ બેગ્લોર છોડીને જતો રહીયો તેને એક વર્ષ વીતી ગયું છે. હવે ડૉક્ટર રાજીવ વિજ્ઞાનિક ન રેહતા એક ખુબજ સામાન્ય અને અધયાત્મિક જીવીન વ્યતીત કરનાર રાજીવ છે. દિવસમાં ઓછામાં ઓછું ૩ કલાક તો ધ્યાન ધરે જ છે. હવે તે એક અધયાત્મિક ઋષિમુનિ જેવો બની ગયો છે. બધોજ વૈભવ છોડીને નાના બે રૂમવાળા ઘરમાં રેહવા લાગ્યો છે. ડૉક્ટર રાઘવાચાર્ય લેબના તેના મિત્રો, સહકર્મીઓ અને શ્વેતા ઘણીવાર રાજીવને મળવા તેના જગલોને પેલે પાર રાજીવના સુમસાન ગામમાં આવતા અને મળીને પાછા બેગ્લોર જતા રહેતા.

ડોકટર સતીશ, હેતલ, વિશાલ અને હેમાંગી વારા ફરતી રાજીવના હાલચાલ જાણવા આવતા અને પછી જતા રહેતા. રાજીવે તો બધાજ ઇલેક્ટ્રોનિક્સ ડીવીઝસ અને ગેજેટ્સ , મોબાઇલનો ત્યાગ કરી દીધો હતો માત્ર રેડિયો ને મનોરંજન અને દેશદુનિયામાં ચાલી રહેલ ઘટનાઓને સમજવા આકાશવાણીમાં સમાચાર સાંભળતો. આથી ઘણીવાર ડોકટર સતીશ, હેતલ, વિશાલ અને હેમાંગી રાજીવને ટપાલ અને પત્રો લખીને પણ તેના સંપર્કમાં રેહતા.

શહેરની ભાગદોડ , શહેરનું પ્રદુષણ, ભીડભાડથી દૂર રાજીવનું જીવન પર્યાવરને સંલગ્ન દિનચર્યાવાળું હતું. હવે રાજીવ ખુલ્લું આકાશ,સ્વચ્છ પર્યાવરણ , ઉડતા અને કલરવ કરતા પક્ષીઓના અવાજ , ટમટમતા તારાઓથી ઘેરાયેલ રાત્રી આકાશ અને પૂનમના રાતની ચાંદનીને માણતા

જીવન ને હવે સાચા અર્થમાં જીવી રહીયો છે.

ગામના દરેક વ્યક્તિઓ સલાહ સૂચન લેવા રાજીવની મદદ લેતા. ગામમાં થતા નાનામોટા વિવાદોના સમાધાન પણ રાજીવ તેની ડિપ્લોમેટિક સ્કિલની મદદથી ગોતી લેતો. આથી દરેક વ્યક્તિ રાજીવને માન અને સન્માનથી બોલાવતા.

એક દિવસ અચાનક રાજીવને વિશાલનો પત્ર મળિયો. પત્રને વાંચીયા પછી રાજીવની આખોમાથી લેબ છોડ્યા પછી પેહલીવાર પાછા રાજીવની આખોમાથી અશ્રુઓની ધાર વેહવા લાગી. વિજયે પત્રમાં ડોકટર રાઘવાચાર્યનું હાર્ટ અટેક્ટથી મૃત્યુ થયું હોવાનું લખિયું હતું. રાજીવને લેબનો છેલો દિવસ યાદ આવીયો જેમાં ડોકટર રાઘવાચાર્ય કેહતા હતા કે; " કદાચ આ આપણી છેલ્લી મુલાકાત હશે " અને રડી રહિયા હતા. અનેક આઘાતોને અંતે હવે રાજીવ સંસારીની આ બધી પ્રક્રિયાઓને સમજતા બધું જ નાશવંત છે અને સમયને અનુરૂપ થવાનું જ છે તે વાતને સ્વીકારી ચુક્યો છે. આથી હવે લાગનારા આઘાતોને સહન કરવાની તાકાત રાજીવમાં આવી ગયી છે .

આ દુઃખદ સમાચાર મળ્યાના ૩ દિવસ બાદ ગામમાં જ રહેતો રાજીવનો મિત્ર દર્શન રાજીવને મળવા આવે છે ;

દર્શન: રાજીવ તું મારી સાથે ચાલ મારે તને એક વ્યક્તિ સાથે મળાવવો છે. મારા કાકા છે ને જે બાજુના ગામમાં રહે છે તેના ગામમાં રહે છે. આજે તે આપણી ગામના પંચાયત ઓફિસમાં કોઈને મળવા આવ્યા છે. તે પણ એક વૈજ્ઞાનિક હતા.

રાજીવ: ‘ ઠીક છે. પણ હવે હું કોઈ વૈજ્ઞાનિકોને નથી મળતો’ કહીને ખુદ માટે અને દર્શન માટે ચા બનાવવા લાગ્યો.

દર્શન: ઠીક છે. તારી મરજી . મળવું હોય તો મળીલે એ વૈજ્ઞાનિક પણ તારી જેમ જ વિદેશની કોઈ પ્રસિદ્ધ વિદ્યાપીઠ... શું નામ હતું?... (યાદ કરવા લાગ્યો) અરે હા યાદ આવ્યું ..MIT . MIT માંથી જ કામ કરીને આવ્યા હતા. નામ છે “ ડોક્ટર શંકરદેવ “

રાજીવ નામ સાંભળીને ચોંકી ગયો. રાજીવ (મનમાં) આ નામ તો ડૉક્ટર સતીશના ગાઈડનું નામ હતું. તેઓ પણ ડોક્ટરરાઘવાચાર્ય સાથે collaboration માં કોઈ પ્રોજેક્ટ પર કામ કરી રહ્યા હતા. અરે હા ! તેઓ તો ડોક્ટર રાઘવ આચાર્યના મિત્ર છે. “ આ બધું રાજીવને નામ સાંભળ્યા પછી યાદ આવ્યું.

રાજીવ: ચલ..... ચલ.. મારે મળવું છે તેમને.

દર્શન: ને અચાનક તૈયાર થઈ ગયો?

રાજીવ: ' હા રે હા. તું એ બધું છોડ ફટાફટ ચાલ.

દર્શન ગામની પંચાયત ઓફિસમાં રાજીવને લઈને આવ્યો. ડોક્ટર શંકરદેવ ખુરશી ઉપર બેઠા હતા. શંકર દેવ પણ ડોક્ટર રાઘવ આચાર્ય ની જેમ જ સ્ટાઇલથી સિગાર અને પી રહ્યા હતા. જાણે ડોક્ટર શંકરદેવ અને ડોકટર રાઘવાચાર્ય સગા ભાઇઓ હોય તેવા જ લાગી રહ્યા હતા અને સાથોસાથ તેમની પર્સનાલીટી પણ ડોકટર રાઘવાચાર્ય સાથે મળતી આવતી હતી.

દર્શન: રાજીવને ડોક્ટર શંકર દેવ ની સામે ઊભો રાખીને હાથ દ્વારા દર્શાવતા બોલ્યો ; ' રાજીવ ! આ ડોક્ટર શંકરદેવ છે અને ડોક્ટર શંકર...." દર્શનને વચ્ચેથી જ બોલતા અટકાવવા હાથ ઊંચો કરી ચૂપ કરતા ડોક્ટર શંકરદેવ બોલ્યા;

ડોક્ટર શંકરદેવ: ' આ રાજીવ છે. ઓળખું છું' કહીને ચહેરા પર સ્મિતને છલકાવીયુ. પણ રાજીવ ચોંકી ગયો. રાજીવ (મનમાં) ડોક્ટર શંકર દેવ મને કઈ રીતે ઓળખે છે ? તે વિચારવા લાગ્યો.

ડોક્ટર શંકરદેવ: સામે પડેલી ખુરશી લઈને બેસવા માટે ઇશારો કરતાં બોલ્યા; ' આવ, બેસી જા ' રાજીવ ખુરશી લઈને ડોક્ટર શંકરદેવની બાજુમાં જઈને બેસીયો.

રાજીવ: કાલે જ મને. ડોકટર રાઘવાચાર્ય ના નિધનના સમાચાર મળ્યા.

ડોક્ટર શંકર દેવની આંખોમાં સાંભળતાની સાથે જ આંસુઓનાં જરજરીયા આવી ગયા. ' હા ! મને ખબર છે. કાલે આપણા દેશે એક મહાન વૈજ્ઞાનિકને ગુમાવી દીધો.

રાજીવ; સર ! તમે ડોક્ટર સતીષના પીએચડી દરમિયાન ફ્રાન્સમાં કો- ગાઈડ હતા?

ડોક્ટર શંકરદેવ: હા ! સતીશ પણ તારી જેમ જ એક બુદ્ધિશાળી વિજ્ઞાનિક છે. સતિષે પણ દેશ માટે ઘણું બધું બલિદાન અપીયું છે. અમે જે સિક્રેટ પ્રોજેક્ટ પર કામ કરી રહિયા હતા તેના પરિણામ સ્વરૂપમાં સતીષને ઘણા પર્સનલ લોસિસનો સામનો કરવો પડ્યો.

રાજીવ: હા સર.

ડોકટર શંકરદેવ: હું તારા વિષે પણ બધું જ જાણું છુ. ડોકટર રાઘવાચાર્ય સાથે અઠવાડિયામાં ઓછામાં ઓછી એકવારતો વાત થતી જ .

રાજીવ: ડોકટર રાઘવાચાર્યને સલંગ્ન ઘણી બધી વાતોને હું નથી જાણતો. તેમની પર્સનલ લાઈફ , તેમનો પરિવાર , તેઓ મૂળ ક્યાંના વતની છે એ પણ મને નથી ખબર.

ડૉક્ટર શંકરદેવ: થોડું હશિયા; " હા ..હાહા..તને આશ્ચર્ય થશે હું રાઘવ સાથે કોલેજના સમયથી સાથે હતો છતાં પણ આજ દિવસ તેની ઘણી વાતોથી હું પણ

અજાણ છુ . તેને મારા ઘણા પ્રશ્નો ઉપર પડદા પાડીને જ રાખીયા અને મને માહિતીઓ જાણવા જ ન દીધી. રાઘવ ખુબજ રહસ્યવાદી વ્યક્તિ છે. તને ખબર છે તેનો એક માત્ર મિત્ર હું જ હતો છતાં પણ તેના અનેક રહસ્યને હું નથી જાણતો " કહીને થોડો સમય ચૂપ રહિયા. ભૂતકાળને યાદ કરતા ડોકટર શંકરદેવ ડોકટર રાઘવાચાર્ય વિશે જાણતા હતા તે રાજીવને કહેવાનું ચાલુ કરીયુ:

રાઘવને હું પેહલીવાર ઓક્સફર્ડ યુનિવર્સિટીમાં મળિયો હતો. અમારી બેચલર ડિગ્રી અમે ઓક્સઓર્ડ યુનિવર્સિટીમાંથી મેળવેલી. રાજીવ તે સમયથી જ જિનીઓસ સાયન્ટિસ્ટ હતો. એક દિવસ તે મારી પાસે આવીયો અને બોલ્યો ;"તારામાં મને એક પરફેક્ટ વૈજ્ઞાનિકના ગુણો દેખાય રહિયા છે. તું મારી સાથે ટાઈમ મશીન બનાવવાનું કામ કરીશ?" હું થોડો હસિયો અને મેં મજાક મજાકમાં જ હા પાડી. પણ ત્યારબાદ રાજીવે જે મેથેમેટિક્સના equation, સ્ટ્રીંગ થીયેરી, જ્યોતિષશાસ્ત્રના ગ્રહોની સ્થિતિ અને નાલંદા વિશ્વસાદ્યાલયના સમયમાં ઉદ્ભવેલા વજ્રયાન સંપ્રદાયના બોધમૂનિઓ દ્વારા મેડિટેશનના માધ્યમથી બનાવેલ યંત્રની સમયના કાળમાં જવાની ક્ષમતાની થિયરીઓ સાંભળીને મને પણ મેટાફિઝિકસ અને ટાઈમ ટ્રાવેલનું કનેકશન સમજવા લાગ્યું . હવે અમારા બંનેમાં વિશ્વાશ જાગી ગયો હતો કે ટાઈમ ટ્રાવેલ પોસિબલ છે.

સમય પસાર થતો ગયો ,અમારી મિત્રતા પ્રગાઢ બનતી ગયી અને અમે ડિગ્રીઓ મેળવતા ગયા. રિસર્ચ કરતા કરતા ટાઇમ મશીન બનાવવાની સફળતાની નજદીક પોહચ્તા ગયા. આથી હવે અમે આમારા આ સિક્રેટ રિસર્ચને ફંડિંગ મેળવવા ઉદેશથી ઈન્ટરનેશનલ સાયન્ટિફીક કમ્યુનિટી એન્ડ કમિટી સામે રાખીયું. એપ્રુવલ મળી જતા જ અમારું ટાઈમ મશીન બનાવવાનું સપનું પવન વેગે આગળ વધવાલાગ્યું હતું .

એક દિવસ રાઘવ લેબમાં ન હતો. હું એક જ લેબમાં કામ પર હતો અને અમુક રિસર્ચ પેપેરને ગોતી રહીયો હતો. પેપરને ગોતતા મેં ભૂલથી જ રાજીવના ટેબલનું ડેસ્ક ખોલીયુ જેમાંથી મને કોઈ અલગ જ ભૌતિક આકાર ધરાવતી ત્રણ ચિપ મળી. ચીપની ડિસ્પ્લે કાચની બનેલી હતી અને તેમાં લીકવીડ ભરેલું હતું. આજે મને કશું અલગ જ જોવા મળિયું જેનાથી હું અજાણ હતો. કારણકે આ ચિપ અમારા પ્રોજકેટનો ભાગ ન હતી. આમ પણ મને રાઘવના રહસ્યમ જીવન ઉપર હમેશા શંકા તો બની જ રેહતી. આથી મેં આ ચીપના લિકવિડને માઈક્રોસકોપમાં એનાલિસિસ કરવાનું ચાલુ કરીયુ તો હું તો જોઈને સ્તબ્ધ થઈ ગયો.

રાજીવ: આતુરતાથી બોલ્યો " શું હતું તે ચીપમાં ?"

ડોકટર શંકરદેવ ખુરશી પરથી ઊભા થતા બોલ્યા; 'અપને બહાર જયને વાત કરીએ, આ બધી વાતો એકાંતમાં થાય તો જ સારુ.' કરીને પંચાયત ઓફીસ

માંથી બહાર નીકળ્યા, સામેની તરફ દેખાતી ટેકરી ને જોઈને બોલ્યા ‘ તને ટ્રેકિંગ કરવું પસંદ છે?

રાજીવ: હા .

ડોક્ટર શંકરદેવ: ‘તો ચાલો આપડે ટેકરીને ચડતા-ચડતા જ વાત કરીએ.’ રાજીવ અને શંકરદેવ ટેકરી પર ચડવાનું ચાલુ કર્યું

શંકરદેવ: તે ત્રણ cheapમાં બ્રેઈન ફ્લુઇડ ભરેલ હતું અને કોમ્પ્લેક્સ neurons સેલની બનેલી સર્કિટના વેબ તે ફ્લુઇડમાં ફ્લોટ કરી રહી હતી.

અને અજીબવાત તો એ છે કે દરેક ૪ સેકન્ડના ગાળામાં સર્કિટના ન્યૂરોન્સ તેના કન્નેકશનનું રિવાઇરીંગ કરી રહિયા હતા જે દર્શાવી રહીયુ હતું કે આ ન્યુરૉન્સ એક સામાન્ય માનવીના નથી. આપણા મગજમાં પણ ન્યુરૉન્સ જયારે આપણે નીંદરમાં સુતા હોયે છીએ તે સમયે રીવાઇંરિંગ થતા હોય છે પણ આ સરકીટમાં તો ૪ સેકન્ડ માં જ આ પ્રક્રિયા થતી જોવા મળી રહી હતી." આ સાંભળીને રાજીવને ટાઈમ લેબની મધ્યમ તારી રહેલ યંત્ર યાદ આવ્યુ.

એટલામાં રાઘવ લેબમાં આવી ગયો. તેની ડેસ્કનું ખન્નાને ખુલ્લું પડેલ જોઈને મારી સામે ગુસ્સાથી જોવા લાગ્યો. જેવું રાઘાવે જોયું કે હું ચીપનું માઈક્રોએનાલિસીસ કરી રહીયો છુ, રાઘવ દોડીને આવીયો અને ચિપને મીક્રોસકોપમાંથી કાઢીને પોતાના હાથમાં લય લીધી. ચિપને કોડવાળા લોકરમાં મૂકી, ડિજિટલ લોક લગાવીને પાછો આવીયો.

શંકરદેવ : (ગુસ્સામાં) રાઘવ ! આ બધું શું ચાલી રહીયુ છે? તું મારી પીઠ પાછળ છુપી રીતે શું રિસર્ચ કરી રહીયો છે ? મને જણાવ.

રાઘવ ખુરશી પર બેસ્યો અને પોતાના ખીચામાં હમેશા રહેતી બે સિગાર માંથી એક કાઢીને સળગાવીને પીવા લાગ્યો અને ધુમાડો ફુંકવા લાગ્યો.

રાઘવ: માત્ર ટાઈમ મશીનનો ઉપયોગ માત્ર ભૂતકાળને જોવા માટેજ કરું ? ના . હું સહમત નથી આ સરત સાથે . હું જીનિયસ છુ અને આ મશીન મારા મગજની ઉપજ છે. મારો આવિષ્કાર છે જેને હું મારા અનુસાર ચલાવવા માંગુ છુ. અને આમ જોયે તો આ મારો હક છે જેને આ ગોરા લોકો મારીપાસેથી છીનવવાનો પ્રયાસ કરી રહયા છે. " અભિમાન સાથે રાઘવ આ બધું બોલ્યો.

ડોકટર શંકરદેવ: (વર્તમાનમાં રાજવને કહે છે) તે દિવસે પેહલીવાર મેં રાઘવમાં એક પાગલપણું જોયું.

શંકરદેવ : (રાઘવને) તું શું કરવા માંગે છે ?

રાઘવ: અંગ્રેજોએ ભારતમાં ૨૦૦ વર્ષ રાજ કરિયું. આપણને ગુલામો બનાવીને આપણા જ દેશમાં આવીને આપણું શોષણ કરીને ગયા. ભારતવર્ષ જે એક સોનાની નગરી હતી તેને લૂંટી લૂંટીને પાયમાલ કરી નાખી. એટલુંજ નહીં

વિશ્વયુદ્ધ દરમિયાન પણ અંગ્રેજોએ દુકાળની સ્થિથિમાં પણ ભારતના અન્નને પોતાની સેનાના યુદ્ધમેદાનમાં મોકલીને ભારતના મોટાભાગના પ્રાંતોના લોકોને મરવા છોડી દીધેલા. આજ યુદ્ધોમાં ગયેલા આપણા જ ભારતીયોને યુદ્ધ જીત્યા પછી ભારત પાછા ફરતા જ જેલમાં પુરી દીધેલા. અનેક લોકોને , ક્રાંતિકારીઓને અમાનવીય યાતનાઓ આપીને મોતને ઘાટ ઉતારેલા .આવી અનેક ઘટનાઓ જેમાં આ અંગ્રેજોએ ભારતિયો સાથે અમાનવીય વર્તાવ કરેલ છે . જેને તું ભૂલી શકે પણ હું નહીં.

હું ટાઈમ ટ્રાવેલ કરીને ભૂતકાળમાં જઈશ અને મુઘલ રાજા જહાંગીરને મળીશ. ભવિષ્યમાંથી હું આવ્યો છુ તેની માહિતી આપીને જે રીતે અંગ્રેજો ભારતમાં આવશે , ભારતને ગુલામીમાં રાખવાના છે અને ભારતયોનું શોષણ કરવાંના છે એ બધી ભવિષ્યમાં બનવાની ઘટનાને હું જહાંગીરને સમજાવતા ઈસ્વીસન . ૧૬૦૮માં આવનાર કેપ્ટન હોકિન્સને ભારતમાં વ્યાપારની છૂટ ન આપવા સમજાવીશ આ પ્રકારે જહાંગીરની મદદથી પેહલા તો અંગ્રેજોને ભારતમાં આવતા અટલકાવીશ તરબાદ બીજા અન્ય યુરોપિયનો જેમ કે પોર્ટુગિશ, ડચ અને ફ્રાન્સ કંપનીઓને પણ આપણા દેશમાંથી હાંકી કાઢીશું. આ પ્રકારે અંગ્રેજોને ભારતમાં આવતા જ રોકીને ઇતિહાસ જ બદલી નાખીસ.

શંકર દેવ: અને આ અન્ય બે ચિપનું ફંક્શન શું છે?

રાઘવ: જો જહાંગીર નહિ માને અને ભવિષ્યને નિયતિના હાલ પર છોડવાની વાત કરવા લાગશે તો વર્તમાનમાં પાછો આવીને આ અન્ય બે માંથી એક ચિપની મદદથી ચિપની મદદથી જહાંગીરને મળવા આવનાર કેપ્ટન હોકિંગ્સ જે દિવસે મળવા આવવાનો છે તેની એક દિવસ પહેલાં થી માંડીને ભારત દેશની આઝાદી મળ્યાનો સમય નું વર્ષ ઈસવીસન 1947 વચ્ચે રહેલા બધા જ વર્ષનો સમય જ કાપી નાખીશ. " બોલીને ઘમંડ સાથે હસવા લાગ્યો.

શંકરદેવ: અને વધેલી છેલ્લી ચિપ શું કામ કરે છે?

રાઘવ: વધેલી છેલ્લી ચિપનો ઉપયોગ આપણા આ યુનિવર્સમાં થઈ રહેલી ઘટનાઓ ને string theory અનુસાર આપણી જ યુનિવર્સ ને સમાંતર ચાલી રહેલી બીજી દુનિયામાં ઘટનાઓની અદલાબદલી કરી શકાશે. મતલબ કે જે હું અત્યારે આ યુનિવર્સમાં ઉભો છું અને તારી સાથે વાત કરી રહ્યો છું તેવી જ રીતે બીજી દુનિયામાં પણ રાઘવ છે. તેની સાથે પણ અલગ અલગ પ્રકારની ઘટનાઓ ઘટી રહી છે. હું આ cheap ની મદદથી જો મને મારી સાથે ઘટી રહેલી કોઈ ઘટના પસંદ નહીં આવે તો હું તેને બીજા રાઘવ ની દુનિયામાં શિફ્ટ કરી નાખીશ અને તેની સાથે થવાની ઘટનાને મારી દુનિયામાં લાવી શકીશ આથી તે ઘટનાઓ મારી સાથે થયા લાગશે. આપણને ખબર નથી આવી કેટલી સમાંતર

દુનિયા ઓ ચાલી રહી છે જો મને બીજી દુનિયા ની ઘટના પણ પસંદ નહીં આવે તો હું આ ચિપની મદદથીઅન્ય કોઈ ત્રીજી દુનિયા સાથે પણ ફેરબદલ કરી શકીશ.

શંકરાચાર્ય: રાઘવ તું પાગલ થઇ ગયો છે. સમયની સાથે છેડછાડ કરવાની વાતો કરી રહ્યો છે અને સમયને બદલવા માંગે છે જે બિલકુલ યોગ્ય નથી. બધી જ ઘટી રહેલી ઘટનાઓ નિયતિનો ખેલ છે અને ઘટતી ઘટનાઓ થઈ જવું એટલું જ જરૂરી પણ હોય છે. જે પણ આપણે ભોગવી રહ્યા હોઈએ છીએ એ આપણા કર્મોનો જ હિસાબ છે અને તે ભવિષ્યના ચક્રને ચલાવવા એક બળતણની જેમ કામ કરી રહ્યા હોય છે. અને રહી વાત અંગ્રેજોની તો માન્યું કે તેમણે આપણા દેશને લૂંટી લીધો અને એ તો અન્યાય જ હતો. પરંતુ તે સમયના ભારતમાં સમાજમાં જે દુષણો હતા, ખોટી માન્યતાઓ હતી એ બધું દૂર થવા માટે અંગ્રેજોનું ભારતમાં આવવું તેટલું જ જરૂરી હતું. આજે આપણા દેશમાં જે આધુનિકતા દેખાઈ રહી છે અને આપણો દેશ જે લોકતાંત્રિક બન્યું અને ઊભર્યું છે તેની પાછળ કોઈને કોઈ રીતે અંગ્રેજો આવવાના કારણે જ સર્જાયેલા પરિણામ છે.

સૌથી મોટી વાત ઇન્ટરનેશનલ સાયન્સ કોમ્યુનિટી ના આ પ્રોજેક્ટના rule નંબર એક અનુસાર આપણે માત્ર ભૂતકાળ ને જોઈ શકીએ તેવું જ ટાઇમ મશીન બનાવવાનું છે આપણને ભૂતકાળ અને ભવિષ્ય સાથે કોઈ બદલાવ કરીએ એ પ્રકારનું મશીન બનાવવાની પરવાનગી છે જ નહીં.

રાઘવ: "આ યુરોપિયનોને વાસ્તવિકતાની ખબર પડશે તેની પહેલાં જ હું બધું જ બદલી નાખીશ" કહીને જોરથી હસવા લાગ્યો.

શંકર દેવ(વર્તમાનમાં): તે સમયે રાઘવમાં મેં એક અલગ જ પ્રકારનું પાગલ પણ જોયું જે આખા વિશ્વ અને માનવ સભ્યતા ઉપર ખતરો સાબિત થઇ શકે તેવું હતું. આથી તે બધી માહિતીઓને જે હું જાણી ગયો હતો તેને મેં ઈન્ટરનેશનલ સાયન્ટિફીક કમ્યુનિટી એન્ડ કમિટી ને સોંપી દીધી. રાઘવ ના ઈરાદાઓની ગંભીરતા ઈન્ટરનેશનલ સાયન્ટિફીક કમ્યુનિટી એન્ડ કમિટી દ્વારા સમજી જતા, આ પ્રોજેક્ટને તાત્કાલિક ધોરણે કાયમ માટે બંધ કરી દેવામાં આવ્યું અને રાઘવને પકડીને જેલમાં પૂરવામાં આવ્યો કેસ પણ ચાલુ થયો. પણ અજીબ વાત એ છે કે , રાઘવ દ્વારા શું કરવામાં આવ્યું એ મને નથી ખબર પણ ત્રણ ચિપમાંથી કોઈ પણ ચીપ, કોઈના હાથમાં ન આવી.

રાઘવના વકીલોની દલીલ હતી કે થયેલી આ બધી માહિતીઓ જળ મૂળ વગરની છે મતલબ કે ખોટી છે. ડોક્ટર રાઘવ નિર્દોષ છે. તેના ઉપર લગાવવામાં આવેલા બધા જ આક્ષેપો અર્થહીન છે. કોઈ પુરાવા ન મળતા રાઘવને છોડી મૂકવામાં આવ્યો પરંતુ ઈન્ટરનેશનલ સાયન્ટિફીક કમ્યુનિટી

એન્ડ કમિટી એ ગંભીરતાથી વિચારી ને આ ટાઇમ મશીન બનાવવું ન જોઈએ તે નિર્ણય લીધો અને " પ્રોજેક્ટ ipsa " બંધ કરી દેવામાં આવ્યું.

રાઘવ ઈસવીસન 2000 ની સાલમાં ભારત પાછો આવી ગયો. રાઘવ સમજી ગયો હતો કે ચિપની માહિતી મેં જ ફરતી કરી છે. આથી મારી સાથે રાઘવે દોસ્તી તોડી નાખી.

રાજીવ: " અને ચિપનું શું થયું?" આશ્ચર્યના ભાવ સાથે શંકર દેવને પૂછ્યું.

શંકરદેવ: મારું માનવું છે કે એ ત્રણેય ચિપ રાઘવ પાસે જ હતી અને તે સમયની સાથે કાપકૂપ કરી રહ્યો છે અથવા સમાંતર દુનિયા સાથે ઘટનાઓ ની અદલા બદલી પણ કરી રહ્યો છે તેવી મને શંકા છે.

રાજીવ: કરી રહ્યો છે મતલબ? હતા ને એવું બોલવા માંગો છો ને?

શંકર દેવ: નહીં. શું ખબર એ આ દુનિયામાં તો મરી ગયો પણ એ કદાચ કોઈ સમાંતર દુનિયામાં જતો રહ્યો હોય અને તે દુનિયાના રાઘવને આ દુનિયામાં મોકલીને તેને હાર્ટ એટેક દ્વારા મૃત્યુ કરાવ્યું તેવું પણ બની શકે. આપણે નથી જાણતા . તે પાગલ વૈજ્ઞાનિક થઈ ગયો છે.

શંકરદેવ ભૂતકાળને યાદ કરતા આગળ બોલ્યા:

શંકરદેવ: રાઘવના ભારત આવ્યા બાદ દસ વર્ષ પછી એક દિવસ રાઘવનો મને ફોન આવ્યો અને કહ્યું કે "ઘણા સમય પછી , તુ સાચો હતો તેવું મને લાગે છે. સમયની સાથે છેડછાડ ન જ કરવી જોઈએ" કહીને રડવા લાગ્યો ત્યારબાદ આગળ બોલ્યો; " મેં ત્રણેય ચિપને નષ્ટ કરી નાખી છે અને હાલ હું પ્રોજેક્ટ્સ ઇપ્સાને ભારત સરકારના એક સિક્રેટ પ્રોજેક્ટ અંતર્ગત માત્ર ભૂતકાળ ને જોઈ શકાય તેવું મશીન બનાવવા ઉપર કામ કરી રહ્યો છું. મારો એક વિદ્યાર્થી વૈજ્ઞાનિક ડોક્ટર સતીશને હું તારી guideship માં તને કો-ગાઈડ તરીકે રાખીને કામ કરાવવા માંગું છું. તું તેનો કો-ગાઈડ બનીશ?"

શંકરદેવ: ફ્રાંસમાં થયેલી એ ઘટનાને ઘણા વર્ષો વીતી ગયા હતા. હું પણ મારા પ્રિય મિત્ર રાઘવને મિસ કરી રહ્યો હતો. આથી મેં સતીશને વિદ્યાર્થી વૈજ્ઞાનિક તરીકે સ્વીકાર કર્યો ત્યારબાદ સતીશ ફ્રાન્સ આવ્યો હતો.

રાજીવ: મતલબ કે ડોક્ટર સતીશ પણ પ્રોજેક્ટ ઇપ્સાનો ભાગ છે.

શંકર દેવ: હા ! માત્ર ભાગ જ નથી. તારી પહેલા એ જ ટાઈમ લેબમાં અમુક રહસ્યમય સિક્રેટ પ્રયોગ પણ કરી ચૂક્યા છે જેની માહિતી માત્ર ડોક્ટર સતીશ અને રાઘવ પાસે જ છે. રાઘવ ની એક ખરાબ આદત એ છે કે કે ઘણીવાર વાતો કરવાનું ચાલુ કરે તો એટલી બધી વાતો કરી નાખે છે અને તેમાં ડૂબી જાય છે એ ભૂલી જાય છે કે કઈ વાત કહેવી અને કઈ વાતને રહસ્ય જ રહેવા દેવું. અમુક વર્ષ પહેલા અમે શરાબ પીતા-પીતા વાતો કરી રહ્યા હતા ત્યારે તે ભૂલથી થોડું

બોલી ચૂક્યો હતો કે તે સતીશ સાથે મળીને ભવિષ્યમાં જવા માટેની ચિપને પણ બનાવી ચુક્યો છે. પણ તે વખતે જ થોડો નશામાંથી બહાર આવી પડતા તે ઉભો થયો અને જતો રહ્યો.

આ બધી વાતો કરતા રાજીવ અને શંકરદેવ ટેકરી ચડી ને પાછા તળેટી પર ઉતરી પણ આવ્યા.

શંકર દેવ: "હવે મારે જવું જોઈએ. આજથી હું તારા સંપર્કમાં હંમેશા રહીશ" કહીને સ્મિત આપી.

એટલામાં ડોક્ટર શંકર દેવને લેવા તેનો ડ્રાઈવર આવી પહોંચ્યો અને ડો શંકર દેવને બેસવા માટે કારનો દરવાજો ખોલી પણ આપ્યો. તેઓ કારમાં બેસવા જઈ રહ્યા હતા ત્યાં જ રાજીવ બોલ્યો; " સર! એક મિનિટ !"

શંકરદેવ: હા ! રાજીવ. બોલ ?

રાજીવ: તમે પણ મારી જેમ વિજ્ઞાન અને સંશોધનની દુનિયા શું કરવા છોડી આવ્યા?

શંકરદેવ: થોડું દુઃખ ભર્યું હસીને બોલ્યા: " જ્યારે સતીશ ફ્રાન્સમાં આવીને લેખ માં જોડાઈ ગયો ત્યારબાદ રિસર્ચ વર્ક દરમિયાન અમુક ઘટનાઓ, જેમ તારી સાથે ઘટી તેવી જ રીતે મારી સાથે પણ ઘટી હતી . ઘટનાઓએ મને અંદરથી જ બદલી નાખ્યો. આથી મેં બધું છોડીને તારી જેમ જ ગામમાં આવીને શાંતિમય જીવન જીવવાનું નક્કી કરેલ." કહીને ડોક્ટર શંકરદેવ સ્માઈલ આપી અને નીકળી ગયા.

આજે બધા વિચારો સાથે ધીમે ધીમે ઘર તરફ સાયકલમાં જઈ રહ્યો છે. ડોક્ટર શંકરદેવ દ્વારા કહેવામાં આવેલી ડોક્ટર રાઘવ આચાર્યની વૈજ્ઞાનિક જીવનની ઉપલબ્ધિઓ વિષે વિચારી રહ્યો છે અને ધીમી ગતિથી આગળ ઘર તરફ જઈ રહ્યો છે. અચાનક જ રાજીવે સાયકલને બ્રેક મારી અને જોર થી બોલી ઉઠ્યો;

" ત્રણ ચિપ...ત્રણ ચિપ..." થોડો સમય શાંત થવા આંખો બંધ કરીને પ્રયાસ કર્યો અને મગજ પર બધું જ પોતાની સ્મૃતિમાં રીવાઇન્ડ કરવા દબાણ કરવા લાગ્યો. બધું યાદ કરતાં હવે રાજીવને ટાઈમ ટ્રાવેલ ના દિવસ પહેલાંનો દિવસ યાદ આવી ગયો જેમાં રાજીવ ડોક્ટર રાઘવ આચાર્યને ત્રણ ચિપવાળું સોકેટ જોઈને પૂછી રહ્યો હતો કે " ,,,,... આ ત્રણ ચિપનું સોકેટ ખાલી કેમ છે?" (ડોક્ટર રાઘવ આચાર્ય દ્વારા જવાબ આપતાં કહેલું) ..." આ તો ભવિષ્યની પરિસ્થિતિને ધ્યાનમાં રાખીને. ટાઈમ ટ્રાવેલ ની ક્ષમતા વધારવા બનાવેલો એક્સ્ટ્રા પાર્ટ છે "

રાજીવની આંખો મોટી થઈ ગઈ એકત્ર ખૂબ ઝડપથી સાઈકલ ચલાવીને જવા લાગ્યો. ઘરે પહોંચતા જ સાયકલને પાર્ક કરવાને બદલે ઉતાવળમાં

સાયકલ પરથી ઉતરતા તેમની તેમ જ પડતી મૂકી ડોક્ટર રાઘવ આચાર્ય દ્વારા આપવામાં આવેલા બે પત્રોના કવરને અધીરાઈથી ગોતવા લાગ્યો અને જોરથી બોલી પડ્યો; " મતલબ છે! ડોક્ટર રાઘવ આચાર્ય પાસે તે સમયે પણ ત્રણેય cheap હાજર હતી" . થોડી મહેનત બાદ બંને કવર લેટર રાજીવના હાથ લાગ્યા. ..... હવે રાજીવ પત્રને ખોલવા જઇ રહ્યો.....

આગળની અધુરી વાત.......ઇપ્સાના બીજા અને અંતિમ ભાગમાં......

www.ingramcontent.com/pod-product-compliance
Lightning Source LLC
LaVergne TN
LVHW040438051026
849517LV00002B/660
9798887335094